'சிகரம்' ச. செந்தில் நாதன்

சுமார் முப்பத்தைந்து ஆண்டுகளுக்கு முன்னர் வெளிவந்த 'சிகரம்' மாத இதழைத் தொடங்கி நடத்தி வந்தவர் சிகரம் என்ற அடைமொழியுடன் அறியப்படும் ச. செந்தில் நாதன். சென்னை உயர்நீதி மன்றத்தில் வழக்கறிஞராகப் பணிபுரியும் இவர் மக்கள் எழுத்தாளர் சங்கம் என்ற இடதுசாரி இலக்கிய அமைப்பை உருவாக்கியவர். தமிழ்நாடு முற்போக்கு எழுத்தாளர் சங்கத்தின் மாநிலத் தலைவராக ஒன்பது ஆண்டுகள் பணியாற்றியவர். இவரது படைப்பாற்றலில் இதுவரை 17 நூல்கள் வெளிவந்துள்ளன. டாக்டர் வே. சண்முகநாதன் இவரது தந்தை; தாயார் பவானி அம்மாள்; இவர் பிறந்த ஊர் நாகை மாவட்டம் வாய்மேடு கிராமம். தற்போது ஒரு பள்ளி நடத்தி வருகிறார். மனைவி லட்சுமிகாந்தம். அவருக்குத் துணை நிற்கும் மருமகள் அபிராமி, மகன் வழக்கறிஞர் செ. சண்முகசுந்தரம், பேத்தி யாழினி பேரன் முகிலன் ஆகியோருடன் சென்னையில் வசித்து வருகிறார். இவருக்கு வயது 70.

'மங்களம்' இவரது முதல் நாவல். நீதிமன்ற நடவடிக்கை களில் ஈடுபடும் சாதுவான ஒரு பெண் தன் மானமும் நெஞ்சுரமும் கொண்டவளாகத் தலைநிமிர்வதைச் சொல்லும் கதை.

மங்களம்

சிகரம். ச. செந்தில் நாதன்

சந்தியா பதிப்பகம்
சென்னை - 600 083.

மங்களம்

சிகரம் ச. செந்தில் நாதன்
* நாவல்

முதற்பதிப்பு : 2012

பிரதிகள் : 1000

அளவு : டெமி ● தாள் : 60 gsm ● பக்கம் : 208
அச்சு அளவு : 11 புள்ளி ● விலை : ரூ. 140/-

அச்சாக்கம் : சென்னை மைக்ரோ பிரிண்ட் பி.லிமிட்,
சென்னை - 29.

சந்தியா பதிப்பகம்
புதிய எண் 77, 53வது தெரு, 9வது அவென்யூ,
அசோக் நகர், சென்னை - 600 083.
தொலைபேசி: 044 : 24896979

ISBN : 978-93-81343-08-1

MANGALAM - NOVEL
Sigaram S. Senthil Nathan

Printed at Chennai Micro Print Pvt Ltd.,
Chennai - 29.

Published by
Sandhya Publications
New No. 77, 53rd Street, 9th Avenue, Ashok Nagar,
Chennai - 600 083. Tamilnadu
Ph : 044 - 24896979

Price Rs. 140/-

sandhyapathippagam@gmail.com
sandhyapublications@yahoo.com

www.sandhyapublications.com

ஒரு சொல்

இந்திய விடுதலைப் போராட்டத்திற்கு தலைமை ஏற்று, வழி நடத்திய பெருமை வழக்கறிஞர்களுக்கு உண்டு. இந்த அரிய வாய்ப்பு வேறு எந்தத் தொழிலில் இருந்தவர்களுக்கும் கிட்டவில்லை. காந்தியடிகள், ஜவஹர்லால் நேரு முதலிய தலைவர்கள் வழக்கறிஞர்களே. பாகிஸ்தான் கேட்ட ஜின்னா, கம்யூனிஸ்ட் தலைவர் ஜோதிபாசு, ஒடுக்கப்பட்ட மக்களின் தலைவர் டாக்டர் அம்பேத்கார், நீதிக்கட்சி தலைவர் A.T. பன்னீர் செல்வம் முதலியவர்களும் வழக்கறிஞர்களே. தமிழ்நாட்டில் வீரசுதந்திரம் கேட்ட வ.உ.சி.யும் வழக்கறிஞர் தான். தமிழ்நாட்டில் தொடக்க காலத்தில் முதல் அமைச்சர் களாக இருந்த ராஜாஜியும், பக்தவத்சலமும் கூட வழக்கறிஞர் களே. ஆங்கிலேய சாம்ராஜ்யத்தில் சூரியனே அஸ்தமிக்காது என்று வெள்ளையர்கள் உரக்கக் கூவிக் கொண்டிருந்த காலத்தில், அது உண்மைதான் என்று நம்பிக் கொண்டிருந்தவர்கள் தான் இந்தியர்கள். அதனால் தான் ''நாமிருக்கும் நாடு நமதென்பதறிந்தோம்'' என்று மக்களுக்கு நினைவூட்ட வேண்டிய அவசியம் பாரதிக்கு ஏற்பட்டது. இல்லை என்றால் மக்கள் இது வெள்ளைக்காரன் நாடே என்ற நம்பிக்கையிலேயே காலத்தைக் கடந்து இருப்பார்கள்.

விழிப்புணர்வு இல்லாத சமூகத்தில் முதலில் விழிப் புணர்வு பெற்றவர்கள் வழக்கறிஞர்களே. இன்று அறிவியல், தொழில்நுட்பம் படிப்பதற்காகவே பல பேர் வெளிநாடு போகிறார்கள். ஆனால் பத்தொன்பதாம் நூற்றாண்டின் இறுதி ஆண்டுகளில் சட்டம் பயிலவே இந்தியர்கள் லண்டன் சென்றார்கள். சீமைக்குப் போய் அதன் கலாச்சாரத்தில் தன்னை இழந்தவர்களும் உண்டு. நியாயம், சட்டம், உரிமை,

மக்களாட்சி முதலிய கோட்பாடுகளைக் கற்று, இவை எல்லாம் இந்தியர்களுக்கு இல்லையா என்று சினம் கொண்டு கேட்டவர்களும் உண்டு. சினம் கொண்டவர்களில் அதிகம் பேர் வழக்கறிஞர்கள். இவர்களே சுதந்திரத் தீயை மூட்டி, ஆங்கிலேய ஆட்சியை அகற்றிய முன்னணி வீரர்கள். இப்படி நாட்டோடும், சமூகத்தோடும் நெருங்கி நிற்கும் பாரம்பரியமிக்க தொழில் வழக்கறிஞர் தொழில்.

இன்று நாம் வாழும் 21-ஆம் நூற்றாண்டின் தொடக்க ஆண்டுகள் நீதிமன்றம் பல சோதனைகளைச் சந்தித்துக் கொண்டிருக்கும் 'சிரமதிசை' ஆண்டுகளாகும். சமூகம் பல சிதைவுகளுக்கு ஆளாகி இருக்கிறது. பழைய சமூக மதிப்பு களை முற்றாக நிராகரிக்க முடியாமலும், புதிய சமூக மதிப்புகளை முழுமையாக அணைத்துக் கொள்ள முடியாமலும் சமூகம் தத்தளிக்கிறது. வாழும் சமூகத்தின் பிரதிபலிப்புகள் வழக்கறிஞர்கள், நீதிபதிகள், வழக்காடிகள் ஆகியோரை உள்ளடக்கிய நீதித்துறையிலும் இருக்கும். வாழும் சமூகம் என்பது வெறும் சிதைவுகளும், சீரழிவுகளும் மட்டும் அல்ல; அவற்றிற்கு எதிரான போராட்டங்களும் தான். அவையும் நீதிமன்றத்தில் பிரதிபலிக்கும்.

சிதைவுகள் ஒருபுறம் என்றால், சீரமைப்புகள் மறுபுறம் இணையாக நிகழ்ந்து கொண்டே இருக்கின்றன. சட்டத்தின் ஆட்சி, சமூக நீதி, சமூகப் பாதுகாப்பு என நீதியியல் நீதிமன்றங் களால் நடைமுறைப்படுத்தப்பட்டு மக்களின் நம்பிக்கையைப் பெற்றுள்ளன. பொதுநல வழக்குகளை நீதிமன்றம் ஏற்கத் தொடங்கியது நீதிமன்ற வரலாற்றில் ஒரு பெரிய திருப்பு முனையாகும். உச்சநீதிமன்றமே அதை ஏற்படுத்தியது. 1979-ம் ஆண்டு பீகார் மாநிலச் சிறைகளில் விசாரணைக் கைதிகள் படும்பாடு பத்திரிகைகளால் வெளிச்சத்திற்குக் கொண்டு வரப்பட்டது. வழக்கில் தண்டனை கிடைத்திருந்தால், அந்தத் தண்டனையை அனுபவிக்கும் காலத்தை விட, அதிக காலம் விசாரணைக் கைதிகளாக, தண்டிக்கப்படாமலே சிறையில் வாடும், ஜாமீனில் வராமல் வாடும் விசாரணைக் கைதிகளின் அவலம் அம்பலத்திற்கு வந்தது. சிறையில் இருக்கும் ஒரு கைதி தாங்கள் அனுபவிக்கும் கொடுமைகளை விளக்கி அன்றைய உச்சநீதிமன்ற நீதியரசர் கிருஷ்ணய்யருக்கு எழுதிய கடிதம் நீதிமன்றத்தால் ஒரு மனுவாக ஏற்கப்பட்டது. சிறைகளில் ''மனிதம்'' நிலை நிறுத்தப்பட உச்சநீதிமன்றம்

ஆணையிட்டது. அன்று முதல் நீதிமன்றங்களின் கரங்கள் நீண்டு கொண்டே சென்றன.

ஒரு காலத்தில் சீமான் வீட்டுப் பிள்ளைகளே வழக்கறிஞர்களாக அதிகம் வந்தார்கள். இப்போது காலம் மாறிவிட்டது. சமூக அளவிலும், பொருளாதார அளவிலும் பின்தங்கிய குடும்பத்தைச் சேர்ந்தவர்கள் கணிசமான அளவு வழக்கறிஞர்களாகி இருக்கிறார்கள். இதனால் வழக்கறிஞர்களுக்கு வழக்குகள் மட்டும் அல்ல, வாழ்க்கையே போராட்டமாகி விட்டது. நீதிமன்றத்தை நம்பிதான் இவர்கள் வாழ்க்கையே இருக்கிறது. தங்களை நிலைநிறுத்திக் கொள்ளவும் போராட வேண்டியிருக்கிறது. நீதிபதிகள் ஆகாயத்திலிருந்து குதிக்க முடியாது. இந்த வழக்கறிஞர்கள் மத்தியிலிருந்துதான் நீதிபதிகள் வந்தாக வேண்டும். எல்லா நீதிபதிகளும் ராஜபாட்டையில் நடந்து நீதிபதிகளாவதில்லை. இந்தச் சமூகத்திலிருந்தும், வழக்கறிஞர்களிடத்திலிருந்தும் நீதிபதிகளாகிறவர்கள் எதார்த்த நிலையோடு இணக்கம் காண வேண்டியிருக்கிறது.

இத்தகைய நிலையில் இயங்கும், அதிமுக்கியத்துவம் வாய்ந்த நீதிமன்றம் ஊடகங்களால் தவறாகச் சித்தரிக்கப்படுகிறது. நீதிமன்ற நடவடிக்கைகள் பற்றிய உண்மைச் சித்திரத்தை ஊடகங்கள் கொடுப்பதில்லை. இதனால் மக்களின் எதிர்பார்ப்புகளும் எதார்த்தங்களும் இணைய முடிவதில்லை. நீதிமன்ற நடவடிக்கைகள் பற்றித் தவறாகச் சொல்வதில் பெரியத் திரையும், சின்னத் திரையும் சளைக்காமல் போட்டி போட்டுக் கொண்டிருக்கின்றன. இவை காட்டும் பொய்யுலகம் பற்றியெல்லாம் பேசும் போது, ''நீங்கள் ஏன் நாவல் எழுதக் கூடாது, உண்மைச் சித்திரத்தை உரைக்கக் கூடாது'' என்று பல நண்பர்கள் கேட்டார்கள். அவர்கள் கேட்டதன் விளைவுதான் இந்த நாவல். எனக்கு இது தான் முதல் நாவல்.

நீதிமன்ற வழக்குகளில் எனக்குச் சொந்த அனுபவங்கள் உண்டு. சக வழக்கறிஞர்களின் அனுபவங்களையும் நான் அறிவேன். எல்லாவற்றையும் தொகுத்து ஒரே நாவல் எழுத முடியாது. சில வழக்குகள், அனுபவங்கள் நெஞ்சில் நிலைத்து நிற்கும். அப்படிப்பட்ட ஒரு வழக்கு மங்களத்தின் வழக்கு. அது வழக்கமான ஜீவனாம்ச வழக்கு அல்ல. வாழ்வதற்கு பராமரிப்புத்

தொகை கேட்கும் ஒரு அபலையின் சாதாரண வழக்கு அல்ல. எனவே அந்த வழக்கை முன்னிறுத்தி, பொதுவாக நீதிமன்ற நடவடிக்கைகளையும் வேறு சில வழக்குகளின் அனுபவங்களையும் நாவலின் பாத்திரங்களுக்கு ஏற்ப இணைத்திருக்கிறேன். நான் திருவாரூர் கழக உயர்நிலைப் பள்ளியில் படித்தபோது நான் கண்ட வகுப்பு ஆசிரியர் ஒருவரையும், தலைமை ஆசிரியர் ஒருவரையும் பாத்திரங்களாக முன் வைத்திருக்கிறேன். பாத்திரங்களிலும், பள்ளி நிகழ்வுகளிலும் கற்பனை கிடையாது. நாவலுக்குரிய 'பூச்சு' வேலை மட்டுமே என் வேலை. சிவராமன் பாத்திரம் மட்டும் தான் முற்றிலும் கற்பனை. ஆனால் அதே சமயம் நான் சந்தித்த பல மனிதர்களின் தொகுப்பு சிவராமன். நீதிமன்ற நடவடிக்கைகள் குறித்த மூட நம்பிக்கைகளை உடைக்க எனக்கு சிவராமன் தேவைப்பட்டான்.

குடும்பநல நீதிமன்றங்கள் 1988-ல் அமைக்கப்பட்டன. இந்த நாவல் அதற்கு முந்திய கால கட்டத்தைச் சேர்ந்தது.

வழக்கறிஞர்கள், நீதிபதிகள், நீதிமன்ற நடவடிக்கைகள் முதலியன பல நாவல்களில் இடம் பெற்றிருக்கின்றன. ஆனால் அவைகள் முழுமையானவை அல்ல. நாவலின் ஒரு பகுதியாகவே இருந்திருக்கின்றன. ஆனால் இந்த நாவல் ஒரு வழக்கை முழுமையாக முன்னிறுத்தி அதை ஒட்டி நீதிமன்ற நடவடிக்கைகளைப் பேசும் நாவல். வழக்கு வெறும் பின்புலம் அல்ல; வழக்கே நாவல். அந்த வகையில் இது தமிழுக்கு முதல் நாவல்.

என்னுடைய பல நூல்களைத் தொடர்ந்து வெளியிட்டுக் கொண்டிருக்கும் சந்தியா பதிப்பகம் இந்த நாவலையும் மகிழ்வோடு வெளியிடுகிறது. பதிப்பகம் சம்பந்தப்பட்ட அனைவருக்கும் மெய்ப்பு பார்த்த திரு. கமலாலயனுக்கும் என் நன்றி என்றும் உரியது.

சென்னை - 78. அன்புடன்,
3.11.2012 ச. செந்தில்நாதன்
- 9444082180

1

"தம்புச் செட்டித் தெரு எங்கேயிருக்கு"

கேள்வி கேட்ட பெண்மணிக்கு வயது நாற்பதைத் தாண்டி யிருக்காது. அவள் பருத்திப் புடவைதான் கட்டி இருந்தாள். அது கொஞ்சம் பழசு தான். நீலக் கலர்; அழுக்கு தாங்கக் கூடியது. ஜாக்கெட்டும் அதே கலர். கழுத்தில் நகைகள் இல்லை. மஞ்சள் கயிறு தெரிந்தது. இரண்டு கைகளிலும் வளையல். தங்க நகையாக இருக்கலாம். முகத்தில் மகிழ்ச்சி தெரியவில்லை. காலில் பழைய செருப்பு. கவனித்துப் பார்த்தால் தான் ஒரு செருப்பு பிய்ந்து போய் தையல் போடப் பட்டது தெரியும். ரொம்பப் படித்த தோற்றம் இல்லை. உருவம் எல்லாவற்றிலும் நடுத்தரம். பயந்த குணத்தைக் கண்கள் காட்டிக் கொடுத்தன.

யாரைப் பார்த்து அவள் கேட்டாளோ அவன் அழுக்குச் சட்டையைப் போட்டிருந்தான். கட்டியிருந்த கைலி சட்டை யோடு போட்டி போட்டது. பத்து நாளைக்கு மேல் சவரம் செய்யாத முகம். அவள் கேட்ட கேள்விக்கு அவன் பதில் சொல்லவில்லை. கேள்வி கேட்டவளுக்கு ஏன் கேட்டோம் என்று ஆயிற்று. "நாம் மெதுவாகக் கேட்டு விட்டோமோ, காதில் விழவில்லையோ" என்று ஒரு சமயம் அவள் நினைத்தாள். மீண்டும் இவனையே கேட்கலாமா? அல்லது வேறு யாரையாவது கேட்கலாமா என்று கூட யோசித்தாள். அந்தத் தெருவழியாக பல பேர் போய்க் கொண்டிருந்தார்கள்.

பல பேர் வழக்கறிஞர்கள் போல இருந்தார்கள். இன்னும் பலர் வெள்ளையும் சள்ளையுமாக இருந்தார்கள். இவர்களைக் கேட்க அவளுக்குத் தயக்கமாக இருந்தது. எதிரே தெரிந்த உயர் நீதிமன்றம் அவளுக்கு அச்சத்தைத் தந்தது. யார் துணையும் இல்லாமல் அங்கே தனியாகப் போக முடியாது போலிருக்கிறது என்று நினைத்துக் கொண்டாள்.

கடைக்காரர்களைக் கேட்கலாம் என்றால் அவர்கள் எல்லாம் வேலையில் மும்மரமாக இருந்தார்கள். அவர்களைக் கேட்டால் உதாசீனப் படுத்திவிடுவார்களோ என்றும் அவளுக்குத் தோன்றியது. கடைசியில் தயங்கி, தயங்கி கைலிக்காரனைக் கேட்டால், அவனும் உதாசீனப்படுத்தி விட்டானே! ''என்ன பெண் ஜென்மம். தலைவிதி இப்படியா இருக்கணும். தெரு எங்கே இருக்குன்னு கேட்டால் பதில் சொல்லக் கூடாதா? நல்ல மெட்ராஸ்.''

ஒரு கணம் அவள் சிந்தனை கலைந்தது.

கைலிக்காரன் இவளை ஒரு மாதிரி பார்த்தான். அவளுக்குக் காரணம் புரியவில்லை. 'நான் என்ன சின்னப் பொண்ணா இப்படிப் பாக்கிறானே' கிழவியானால் கூட பரவாயில்லை என்று பெண்ணுக்கு அலைபவனோ, தெரியலியே!

கைலிக்காரன் மனம் இரங்கினான். ஏன் மனம் இரங்கினான் என்பதை அவளால் ஊகிக்க முடியவில்லை.

''இது தான் தம்புச் செட்டித் தெரு!''

அவளுக்கு திருப்தி. அது அவள் முகத்தில் தெரிந்தது. ''இத்தனை ஆண்டாய் சென்னையில் இருக்கோம்; தம்புச் செட்டித் தெரு தெரியலயே'' என்று தனக்குள் அலுத்துக் கொண்டாள். கைலிக்காரனுக்கு நன்றி சொல்லலாமா என்று நினைத்தாள். ''நன்றியை ஏற்றுக் கொள்ளும் நாகரிகம் அவனுக்கு இருக்குமா?''

அவன் அதை எல்லாம் எதிர்பார்த்தவனாகத் தெரியவில்லை. அவன் அதற்குள் அகன்று விட்டான். தம்புச் செட்டித் தெருவில் நின்று கொண்டு தம்புச் செட்டித் தெரு எங்கே

இருக்கிறது என்று கேட்டதால்தான் அவன் அப்படி இருந்திருக்கிறான் என்பதைப் புரிந்து கொண்டாள்.

தம்புச் செட்டித் தெருவைக் கண்டுபிடித்த அவள் சிறிது தூரம் தெருவில் நடந்தாள். இனி வக்கீலைப் பார்க்க வேண்டும். தான் கொண்டு வந்திருந்த சின்ன மஞ்சள் பையைச் சற்றுத் தூக்கிப் பிடித்து ஒரு கவரை எடுத்தாள். அதன் உள்ளே ஒரு சீட்டு இருந்தது. தனக்குள் படித்துக் கொண்டாள். வக்கீலின் பெயரும், முகவரியும் அந்தச் சீட்டில் எழுதப்பட்டிருந்தது.

ச. செல்வநாதன்
வழக்கறிஞர்
162, தம்புச் செட்டித் தெரு,
இரண்டாவது மாடி,
சென்னை - 600 001.

தெரு முனையைத் திரும்பிப் பார்த்தாள். அங்கே மாநகராட்சி வைத்திருந்த மஞ்சள் நிற சிமிண்ட் பலகை தெரிந்தது. அங்கே போய்ப் பார்த்தாள். ''தம்புத் தெரு'' என்று இருந்தது. ''செட்டியை''க் காணோம். ''நல்ல வேளை நாம் தம்புத் தெரு என்று கேட்கவில்லை என்று நினைத்துக் கொண்டாள்.

சீட்டில் வக்கீல் பெயரையும், முகவரியையும் எழுதிக் கொடுத்த அண்ணன், வக்கீலின் விசிட்டிங் கார்டைக் கொடுத்திருக்கலாம் என்று நினைத்துக் கொண்டாள். தம்புச் செட்டித் தெருவின் இருபுறமும் உள்ள கதவு எண்களைப் பார்த்துக் கொண்டே நடந்தாள். எதுவும் சரியாகப் பிடிபடவில்லை. தான் போக வேண்டிய கட்டடத்தைத் தாண்டி வந்து விட்டோமோ என்று நினைத்தாள். தெருவின் ஆரம்பத்திலேயே வக்கீல் அலுவலகம் இருக்கு என்று அண்ணன் சொன்னது நினைவுக்கு வந்தது. நடப்பதை நிறுத்தினாள். யாரையாவது கேட்பது தான் சரி என்று முடிவுக்கு வந்தாள்.

''162, எங்கே இருக்கு''

''பாத்துக்கிட்டே போம்மா, அதான் எல்லாத்திலேயும் நம்பர் எழுதிப் போட்டிருக்கே''

அவளுக்கு முதல் பதில் இப்படித்தான் கிடைத்தது.

"இது சரிப்படாது; யாராவது வக்கீலைத் தான் கேட்கணும். அவங்க சரியாகச் சொல்வாங்க"

எதிரே ஒரு இளம் வழக்கறிஞர் வந்தார். அவளுக்கு நம்பிக்கை பிறந்தது. சீட்டை எடுத்து அவரிடம் காட்டினாள். அவருக்கு மகிழ்ச்சி. தன்னைத் தேடியும் இப்படி கட்சிக்காரர்கள் வரும் நாள் சீக்கிரம் வரும் என்று நினைத்துதான் மகிழ்ந்தார்.

"அம்மா 162-டைத் தாண்டி வந்து விட்டீர்கள். அதோ தெரியுதே அதான் உடுப்பி ஓட்டல். அதன் இரண்டாவது மாடி தான் வக்கீல் செல்வ நாதன் ஆபிஸ். பக்கவாட்டிலே படி இருக்கும். ஏறிப் போகலாம்"

அந்த இளம் வழக்கறிஞரை மனத்துக்குள் வாழ்த்திக் கொண்டாள்.

"ஐயோ, ஒரு நன்றி சொல்லி இருக்கலாமே" என்று நினைத்தாள். அதற்குள் அவர் போய் விட்டார். "நமக்கு எல்லாமே தாமதமாகத் தான் உரைக்கிறது" என்று தனக்குத் தானே சொல்லிக் கொண்டாள்.

அவள் மாடிப் படிகளில் ஏற ஆரம்பித்தாள். பழங்காலக் கட்டடம். யாரும் வெள்ளையடிக்க மாட்டார்கள் போலிருக்கிறது. படிக்கட்டுகள் சுரங்கப் பாதைக்கு அழைத்துச் செல்வன போலிருந்தன. படி ஏற ஏற மூச்சு வாங்கியது. எப்படியோ இரண்டாவது மாடியை அடைந்தாள். கண்களைச் சுழற்றினாள். வழக்கறிஞர் பெயர் தாங்கிய பல பெயர்ப் பலகைகள். அவள் தேடிவந்த செல்வநாதன் பெயரில் அங்கு ஒரு பெயர்ப் பலகை கூட இல்லை. என்ன செய்வது என்று தயங்கி, தயங்கி நின்றாள். படி இறங்க வந்த ஒரு வக்கீல் குமாஸ்தா, "நம்ப வக்கீலைப் பார்க்க வந்தவளோ" என்று நினைத்துக் கொண்டார்.

"யாரையம்மா பாக்கணும்"

அவள் வக்கீலின் பெயரைச் சொன்னாள்.

"அவர் இருக்கிறது அடுத்த பில்டிங். இது 161; அடுத்த கட்டடம் 162."

இரண்டு மாடி ஏறி இப்படி ஆகி விட்டதே என்று நொந்து கொண்டாள். படி இறங்கினாள். தாகம் எடுப்பது போல இருந்தது. என்றாலும் அதை அவள் பொருட்படுத்த

வில்லை. மீண்டும் அடுத்த கட்டடத்தில் படி ஏறினாள். மூச்சு இரைத்தது. மெதுவாகத் தான் ஏறினாள். எதிரே படி இறங்கியவர்களுக்கு எல்லாம் வழி விட்டாள். இரண்டாம் மாடியை அடைந்த போது வழக்கறிஞரின் பெயர்ப் பலகை கண்ணில் பட்டது.

ஒரு மணி நேர அலைச்சல் முடிவுக்கு வந்தது.

அவள் தேடிவந்த வழக்கறிஞரின் அலுவலக அறையை ஒட்டி, வெளிச் சுவரை அணைத்தவாறு ஒரு கனமான பெஞ்ச் போடப்பட்டிருந்தது. இவ்வளவு அகல, நீள, கனமான பெஞ்சை அவள் இதுவரை பார்த்ததில்லை. அதில் ஒருவர் அமர்ந்திருந்தார். அவர் கையில் ஒரு கேஸ் கட்டு இருந்தது. களைப்புத் தீர அவள் போய் பெஞ்ச்சில் அமர்ந்தாள். ஏற்கனவே உட்கார்ந்து இருந்தவர் இடம் கொடுப்பது போல அசைந்து கொடுத்தார். அவளுடைய பார்வை சுற்றிலும் ஒரு வட்டம் அடித்தது. எதிரே இரண்டு பெரிய வாளிகளில் குப்பைகள் பொங்கிக் கொண்டிருந்தன. போதாதற்கு சுற்றிலும் வேறு குப்பைகள். எல்லா அறைகளிலும் வழக்கறிஞர் அலுவலகம். யாரும் குப்பைகளைப் பற்றிக் கவலைப் பட்டதாகத் தெரியவில்லை. குப்பை வழக்கறிஞர்களுக்குப் பழகிப் போய் விட்டது போலிருக்கிறது என்று நினைத்துக் கொண்டாள். தன்னிடம் அதிக காசு இல்லை; தன்னையும் குப்பையாகக் கருதி விடுவார்களோ என்ற கேள்வியும் அவளுள் எழுந்தது. வெள்ளையடித்துப் பல ஆண்டுகள் ஆகிவிட்டதை சுவர் பறைசாற்றிக் கொண்டிருந்தது. ஜன்னல் கம்பிகள் துருப் பிடித்து இருந்தன. இதற்கு முன் வழி தவறிப் போன கட்டடமும் இப்படித் தான் இருந்தது என்பதை உணர்ந்தாள் அவள். வழக்கறிஞர்களைக் காலி செய்ய முடியாது என்பதால், வீட்டுச் சொந்தக்காரர்கள் அப்படியே கட்டடத்தை விட்டு விட்டார்கள் போலிருக்கிறது என்று அவளே காரணம் கண்டு கொண்டாள்.

சில நிமிடங்களில் களைப்பு போய் விட்டது.

எழுந்து நின்று உள்ளே எட்டிப் பார்த்தாள். உள்ளே நடுத்தர வயதுடைய ஒரு வழக்கறிஞர் எதிரே உட்கார்ந்து இருந்த வரிடம் பேசிக் கொண்டிருந்தார். அறையில் இன்னும் சில மேஜைகள்; நாற்காலிகள். இரண்டு பீரோக்கள். ஆங்காங்கே

கேஸ் கட்டுகளைச் சுமந்து கொண்டிருக்கும் அலமாரிகள். உள்ளே சில ஜுனியர்கள். அவர்கள் கேஸ் கட்டை எடுப்பதும் வைப்பதுமாக இருந்தார்கள். எல்லாரிடமும் ஒரு பரபரப்பு.

எட்டிப் பார்த்த அவளை உள்ளே வரும்படிக் கூறினார் அந்த நடுத்தர வயது வழக்கறிஞர்.

''யாரம்மா? என்ன வேணும்! மொதல்ல ஒக்காருங்க''

அவளுக்குத் தயக்கமாக இருந்தது. ஆண்களுக்கு எதிரே சரி சமமாக உட்கார்ந்து அவள் பேசியதில்லை.

அதுவரை அவர் எதிரே உட்கார்ந்து பேசிக் கொண்டிருந்த கட்சிக்காரர் எழுந்து கொண்டார்; அவரைக் கிளப்புவதற்கு தன்னைப் பயன்படுத்திக் கொண்டாரோ வக்கீல் என்று கூட அவள் நினைத்தாள். இவளுக்கு இடம் கொடுக்கும் வகையில் எழுந்தவர் வணக்கம் சொல்லிவிட்டுப் புறப்பட்டார்.

மீண்டும் வக்கீல் அவளை உட்காரச் சொன்னார். அதற்குள் பேசிக் கொண்டிருந்து விட்டுப் போனவர் திரும்பி வந்தார்.

''வழக்கு நமக்குச் சாதகமா முடியுமில்லே''

''எல்லாம் பேசியாச்சி; கவலைப்படாதீங்க! சாதகமாக வர வாய்ப்புண்டு. நல்ல கேஸ்கள் நல்ல நீதிபதிகள் கிட்டே வரணும்; சரிதானா?

''அதுக்கில்லே; இது என் கவுரவப் பிரச்சினை''

அவர் அகன்றார். சென்றவரையே வக்கீல் பார்த்துக் கொண்டிருந்தார். மீண்டும் திரும்பி வந்தால் என்ன செய்வது? சென்றவர் படியிறங்கப்போவது தெரிந்ததும் அந்தப் பெண்மணி பக்கம் திரும்பினார்.

''சொல்லுங்கம்மா''

அதற்குள் சென்றவர் திரும்பி வந்தார்.

''என்னோட செல்போன் நம்பர் ஒங்ககிட்டே இருக்கட்டும்''

''ரவி ஜுனியர் இருக்கார்; அவர் கிட்டே கொடுத்திட்டுப் போங்க''

வந்தவர் மீண்டும் சென்றார். வாசலையே பார்த்துக் கொண்டிருந்த வக்கீல் கூடுதலாகச் சற்று நேரம் எடுத்துக் கொண்ட பின் வந்த பெண்மணி பக்கம் திரும்பினார்.

''வக்கீல் செல்வநாதன் நீங்க தானே சார்?''

''ஆமாம்''

''என் பேரு மங்களம்'' வந்த பெண்மணி தன்னை அறிமுகப்படுத்திக் கொள்ளத் தொடங்கினாள். குரல் தாழ்வாக இருந்தது. சற்று கனைத்து குரலைச் சிறிது உயர்த்திக் கொண்டாள்.

''ஒங்க அண்ணன் ராஜமாணிக்கத்தோட ஃபிரண்டு சந்திர சேகரன் என் அண்ணன். ரெண்டு பேரும் ஒரே ஆபீசில் வேல பாக்கிறாங்க''

''நேத்தே ஒங்க அண்ணன் ஃபோனில் பேசினார். ஒங்களை இன்னக்கி அனுப்பி வைக்கிறேன்னார். அதுக்கு முன்னாடியே என்னோட அண்ணனும் பேசினார். ஒங்க அண்ணனை இதுக்கு முன்னாடி நேரிலும் பாத்துப் பேசி யிருக்கேன்''

''ஜீவனாம்சம் கேட்டு வழக்குப் போடணும்''

''ஒங்க அண்ணன் சொன்னாரு. நான் அவர் கிட்டேயே சாயந்திரம் நாலு மணிக்கு அப்புறம் ஒங்கள அனுப்பச் சொன்னேனே. ஆனா காலையிலயே வந்திட்டீங்க, பரவா யில்லை''

''நான் சீக்கிரமே வந்துட்டேன். எடம் தெரியாம அலைஞ் சிட்டேன். அதான் லேட். சாயந்திரம் வர்றதிலே எனக்குக் கஷ்டம் உண்டு. இங்க வந்திட்டுத் திரும்பிப் போறதுக்குள்ளே நேரம் ஆயிடும். அண்ணன் பசங்கள் எல்லாம் ஸ்கூல்லேந்து வந்திருவாங்க. எனக்கு வேலை இருக்கும்'' மங்களம் மெதுவாகப் பேசினாலும் வழக்கறிஞர் அவள் பேசுவதை உள்வாங்கிக் கொண்டார்.

''வீட்ல சமையல் எல்லாம் நீங்க தானா?''

''ஆமாம் சார். காலையிலே டிபன் சாப்பாடு எல்லாத் தையும் முடிச்சிடுவேன். அண்ணன் மட்டும் இல்லே சார்,

அண்ணியும் வேலை பாக்கிறாங்க. அதனால காலயிலே அவங்களுக்கு நேரம் இருக்காது. பசங்களும் பள்ளிக் கூடம் போகணும். காலயிலே ஒம்பது மணிக்கெல்லாம் வேலை முடிஞ்சிடும். அதுக்கப்புறம் சாயந்திரம் தான் வேலை. அதனால காலையிலே வர்றதுலே எனக்குச் சிரமம் இல்லை'', சொல்லி முடித்த மங்களம் ''ஏன் சார், ஒங்களுக்குச் சிரமமா இருக்குமா?'' என்றாள்.

''எல்லா வழக்கறிஞர்களுக்குமே காலை நேரம் பரபரப்பான நேரம் தான். இருந்தாலும் ஒங்க நெலைமை எனக்குப் புரியுது. நீங்க காலையிலே வரலாம்; ஆனால் இன்னும் சீக்கிரம் வரணும்.''

''வழக்கு சம்பந்தமா அண்ணன் ஒரு கடிதம் கொடுத் திருக்காங்க'' தன் கைப் பையிலிருந்து ஒரு உறையை எடுத்து நீட்டினாள் மங்களம். மங்களத்தின் கை லேசாக நடுங்குவது போல இருந்தது. செல்வநாதன் அதை வாங்கிப் படித்தார்.

கடிதத்தைப் படிக்கும் வழக்கறிஞர் முகத்தையே எத்தனை நிமிடங்கள் அவளால் பார்த்துக் கொண்டிருக்க முடியும்? கண்கள் அறையை நோட்டமிட்டன.

''ஒங்களுக்குக் கல்யாணம் ஆகி பல வருஷம் ஆயிடுச்சே. இப்ப ''என்னைப் பராமரித்துக் கொள்ள முடியலேன்னு'' பராமரிப்புத் தொகை கேட்டு நீதிமன்றத்தை நாடி வந்திருக்கீங்க''

''எல்லாம் விதி சார். ஆட்டுவித்தால் யார் தான் ஆடாதார், சொல்லுங்க சார்.'' மங்களம் பேச்சை நிறுத்திக் கொண்டாள். தான் அதிகப் பிரசங்கித் தனமாகப் பேசி விட்டோமோ என்று நினைத்தாள். ''வக்கீல் கேட்டால் அதற்கு விளக்கமாகப் பதில் சொல், எதையும் மறைக்காதே'' என்று போகும் போது அண்ணன் சொன்னதால் அப்படிப் பேசி விட்டோமோ என்று நினைத்தாள். பிறகு அப்படி ஒன்றும் பேசி விட வில்லை என்று சமாதானம் செய்து கொண்டாள். ''சார், இத்தனை வருஷம் கழித்து வர்றதாலே எதுவும் கிடைக்காதா?'' சந்தேகத்தைக் கேட்டாள்.

மங்களத்தின் ஆதங்கம் செல்வநாதனுக்குப் புரிந்தது. ''கவலை வேண்டாம். எல்லாத்துக்கும் தக்க காரணம் வேண்டும். அது ஏற்றுக் கொள்ளும் படியாக இருக்க வேண்டும்.''

செல்வநாதனின் பதில் அவள் அச்சத்தை விரட்டியது.

''சரியம்மா, கொஞ்சம் காத்திருங்க. எனக்கு கோர்ட்ல மொதல்லயே வழக்கு இருக்கு. சீக்கிரம் முடிச்சிட்டு வர்றேன். வந்து எல்லாத்தையும் விவரமா கேட்கிறேன்'' செல்வநாதன் எழுந்தார்.

மங்களத்தைப் பார்க்க அவருக்குப் பாவமாக இருந்தது.

'பாபு''

ஆபீஸ் பையன் பாபு. வெளியே உட்கார்ந்து இருந்தவன் உள்ளே வந்தான்.'' இந்த அம்மாவுக்கு காப்பி வாங்கி வந்து கொடு.'' சில்லறைகளைக் கொடுத்தார்.

''வேண்டாம் சார்'' என்ற மங்களத்தைக் கைகளால் அமைதிப் படுத்தினார்.

அடுத்த சில நிமிடங்களில் செல்வநாதன் வக்கீல் வேடம் பூண்டார். கூடவே இளம் வழக்கறிஞர் இளங்கோவும் கிளார்க் பிரபாகரனும் புறப்பட்டார்கள்.

2

மங்களம் மாடிப் படிகளில் இறங்கினாள். படிகளில் ஏறும் போது அவள் உணர்ந்த சுமை இப்போது இல்லை. மனம் அமைதியை அடைந்திருந்தது. தன் குடும்பப் பிரச்சினைகளை அவள் இதுவரை வெளியாரிடம் சொன்ன தில்லை. உறவுக் காரர்களிடம் கூட அதிகம் சொல்லியதில்லை. முதல் முறையாக ஒரு வழக்கறிஞரிடம் சொல்லி இருக்கிறாள். மனச்சுமை போய் விட்டது. ஜீவனாம்சம் கிடைக்குமா? கிடைக்காதா? அப்பனே ஈஸ்வரா, முருகா என்று உச்சரித்துக் கொண்டாள். இது அவள் தந்தை கற்றுக் கொடுத்தது. காலில் வேகம் காட்டி விட்டாளோ? வலது கால் சற்று இடறியது. சுவரைப் பிடித்துக் கொண்டாள். சுவர் வெள்ளையடிக்காதது. படி ஏறும் யாரும் சுவரைப் பிடிக்க மாட்டார்கள் போலிருக்கிறது. வக்கீல் ஆபீசுகளில் படிகளில் ஏறும் போதும், இறங்கும் போதும் விழிப்போடு இருக்க வேண்டும் என்பதைப் புரிந்து கொண்டாள்.

தம்புச் செட்டித் தெருவை மிதித்தாள். மெல்ல நடந்து தெரு முனைக்கு வந்தாள்.

இனி நேதாஜி சுபாஷ் சந்திரபோஸ் தெருவைக் கடக்க வேண்டும். உயர்நீதி மன்றம் இருக்கும் நடை மேடைக்குப் போய் மேற்கில் நேராக நடந்து சென்று மந்தை வெளிக்கு பஸ் பிடிக்க வேண்டும்.

"அக்கா"

குரல் கேட்டுத் திரும்பினாள்.

சித்தப்பா மகன் சிவராமன்.

சிவராமன் முழங்காலைத் தாண்டும் ஜிப்பா, பேண்ட் சகிதம் தோளில் ஒரு பையோடு நெருங்கி வந்தான். கூடவே இன்னொருவன். மங்களம் இதுவரை பார்க்காதவன். அவனிடம் நீண்ட கிராப்பும் கிருதாவும் இருந்தன. அதற்கு ஏற்ற மீசை. அடியில் அகலம் அதிகம் இருக்கும் பேண்ட். மார்பை மேலே மூட வக்கில்லாத பொத்தானைச் சுமந்து கொண்டிருக்கும் ஒரு சட்டை.

சிவராமன் சினிமாவில் நடிக்கும் ஆசையோடு சென்னை வந்தவன் என்பதை அவள் அறிவாள். என்றாலும் அவன் என்ன செய்து கொண்டிருக்கிறான் என்பது தெரியாது.

வழக்கமான விசாரிப்புகள் முடிந்தன.

''இப்ப என்ன பண்றே''

''அக்கா, நான் டைரக்டர் திருமலைசாமியிடம் அசிஸ்டெண்ட் டைரக்டரா சேர்ந்தேன். படம் பாதி முடிஞ்சிருச்சி. ரெண்டு பாட்டுக்கும் ஒரு சண்டைக் காட்சிக்கும் வெளிநாடு போய் படம் பிடிக்கலாம்ன்னு முடிவு செஞ்சோம். எல்லாம் சிங்கப்பூர், மலேயா, ஆஸ்திரேலியா அப்படின்னு சொன்னாங்க. நான் சொன்னேன், தென் அமெரிக்கா போகலாம். அங்க இருக்கிற காட்லேயும், நதியிலேயும் படம் எடுத்தா எடுப்பா இருக்கும்ன்னேன். சிங்கப்பூர், மலேயா பல படத்திலே வந்திருச்சின்னேன். எல்லாம் சரின்னு திருமலை சாமி தலை யாட்டினான். இப்ப லொக்கேஷன் பாக்க தென் அமெரிக்கா போறாங்க. ஆனால் டூர்ல என்னை சேக்கலே. எனக்கு ஒரே கோபம். ஆலோசனை சொன்னவன் நான். என்னையே கழட்டி விட்டானுகளே. அதான் போடான்னு வந்துட்டேன். பாரதி ராஜாவைப் பாத்தேன். புதுப்படம் ஆரம்பிக்கப் போறார். ரெண்டு மாசம் கழிச்சி என்ன வரச் சொல்லி இருக்கிறார். இப்பவே அவர்கிட்டே சேந்திட்டதா வச்சிக்கலாம். அவருக்கு என்னைப் பிடிச்சிப் போச்சி''

''நீ சினிமாவிலே நடிக்கத்தான் வந்தேன்னாங்க''

''இப்ப சினிமா ஒலகம் ரொம்ப மாறிப் போச்சி.

டைரக்டருக்குத்தான் இப்ப மதிப்பு.''

சொல்லிக் கொண்டே சிவராமன் கூட வந்தவனைப் பார்த்தான்.

''யார் இந்த தம்பி''

''நம்ப சொந்தக்காரப் பையன் தான். தூரத்துச் சொந்தம். சம்சாரம் வழியிலே சொந்தம். பேரு தங்கவேலு; பட்டுக் கோட்டைப் பக்கம். தென்னந்தோப்பு நெறைய இருக்கு. தங்கவேலுவுக்கு கதை வசனம், பாட்டு, நடிப்பு, டைரக்ஷன் எல்லாம் பண்ணனும்ன்னு ஆசை. இந்த ஆசை எல்லாம் நடக்கணும்ன்னா சொந்தப் படம்தான் எடுக்கணும். அதைத் தான் சொல்லிக்கிட்டு இருக்கேன். படப்பிடிப்புக்கு எல்லாம் அழைச்சிக்கிட்டுப் போயி காண்பிச்சிகிட்டு இருக்கேன்.''

''எப்படியோ அப்பா, நல்லா இருந்தா சரி''

சிவராமனைப் பார்த்தவுடன் ஒரு பழைய நிகழ்ச்சியை நினைத்து உள்ளுக்குள் சிரித்துக் கொண்டாள் மங்களம். உள்ளுக்குள் சிரித்த சிரிப்பானாலும், அது லேசாக உதடுகளிலும் வெளிப்பட்டது. அதை சிவராமன் கவனித்து விட்டான். ''என்னக்கா, என்ன'' என்றான்.

''ஒண்ணும் இல்லை'' என்றாள் மங்களம்.

''அதெல்லாம் இல்லே. ஏதோ இருக்கு, சொல்லுங்க. நான் ஒங்க தம்பி தானே.'' இனிமேல் புன்னகைக்குப் பொருள் சொல்லாமல் இருப்பது சரியாக இருக்காது என்று மங்களத்துக்குப் பட்டது.

''ஒனக்கு ஞாபகம் இருக்கா, பள்ளிக் கூடத்திலே படிக்கும் போது, பசங்களை எல்லாம் கூப்பிட்டுக் கிட்டு நாடகம் போடுவியே?''

''அதெல்லாம் மறக்க முடியுமா என்ன? அப்ப நாடகம், இப்ப சினிமா''

''நான் சொல்ல வந்தது என்னன்னா, பள்ளிக் கூட விழாவிலே ராஜராஜ சோழன் நாடகம் போட்டாங்களே, அதை நீ பாத்திட்டு ''விமலாதித்தன்''னு நீயும் பேர் வச்சிக்கிட்டு பெருமைப்பட்டுக்கிட்டு இருந்தியே அது ஞாபகம் இருக்கா''

"இருக்கே"

"அது மட்டும் தான் ஞாபகம் இருக்கா"

"புதிர் போடாதீங்க அக்கா, சொல்லுங்க."

"புதிர் போடல, ஒனக்கு ஞாபகம் வருதான்னு பாக்கிறேன். நீயா சொல்லுவியான்னு பாக்கிறேன்"

"அக்கா, தாங்கல, சொல்லுங்க"

"சொல்றேன், அந்த நாடகத்தை எழுதினது யாரு?"

"அரு. ராமநாதன்"

"அவரோட சம்பந்தப்படுத்தி, யோசிச்சி சொல்லு"

சிவராமனுக்கு 'டக்' கென்று நினைவுக்கு வந்தது. அரு. ராமநாதன் 'காதல்' என்று ஒரு பத்திரிகை நடத்தினார். அந்தப் பத்திரிகையை வீட்டில் யாரும் வாங்க மாட்டார்கள். பத்திரிகையின் பேரே மோசம் என்பார்கள் பெரியவர்கள். சிவராமன் ஒரு முறை ''காதல்'' பத்திரிகையை ஒரு நண்பனிட மிருந்து வாங்கி வந்தான். ''அதை அப்படியே பைக்குள் வைத்து எடுத்துப் போனால் ஆபத்து. அப்பா பார்த்தால் அடிப்பார்'' என்று அதற்கு ஒரு அட்டை போட்டு, வேறு ஒரு புத்தகத்திற்குள் வைத்து எடுத்துக் கொண்டான். நேராக வீட்டிற்குப் போயிருந்தால், ஒரு கால் தப்பி இருக்கலாம். வழியில் மங்களத்தின் வீட்டிற்குப் போனான். ''வீட்லே முறுக்கு சுட்டிருக்கு, தர்றேன், எடுத்துக்கிட்டுப் போ' என்று சொன்ன பெரியப்பா, முறுக்கைப் பொட்டலமாகக் கட்டி பையில் போடுவதற்காக சிவராமனிடமிருந்து பையை வாங்கினார். பையிலிருந்து புத்தகங்களை எடுத்தவர், புதிதாக எந்தப் புத்தகத்திற்கு அட்டை போட்டிருக்கிறான் என்று பார்க்க அட்டைக்குள் ''காதல்'' ஒளிந்திருந்தது. ''திருட்டுப் பயலே'' என்று ஒரு அடி அடித்தார். அட்டையோடு ''காதலை'க் கிழித்துப் போட்டார். நடுங்கி விட்டான் சிவராமன். பிறகு ஒரேயடியாக அழ ஆரம்பித்து விட்டான். வீட்டிற்குத் தகவல் தெரிந்தால் தன்னை நார் நாராகக் கிழித்து விடுவார்கள் என்பது அவனுக்குத் தெரியும். சிவராமனின் அழுகையை நிறுத்த, அவன் அப்பாவிடம் சொல்வதில்லை என்று உறுதி அளித்தார் மங்களத்தின் அப்பா. தானும் இனித் தம்மை

விமலாதித்தன் என்று சொல்லிக் கொள்வதில்லை என்றான், சிவராமன். என்றாலும் அவனுக்கு விமலாதித்தன் பாத்திரம் என்னவோ பிடித்துப் போய் விட்டது.

பேச்சை மாத்தினான் சிவராமன்.

''அக்கா, நீங்க எங்க இந்தப் பக்கம்.''

ஜீவனாம்சம் கேட்டு வழக்குப் போட வந்த விவரத்தைச் சொன்னாள் மங்களம்.

''வக்கீல் யாரு''

''செல்வநாதன்''

''என்ன சேம்பர்''

''சேம்பரா''

''ஐ கோர்ட்ல வழக்கறிஞர்களுக்கு அரசாங்கமே அறை எல்லாம் கட்டிக் கொடுத்திருக்கு. அதுதான் சேம்பர். அந்தச் சேம்பர் செல்வநாதனுக்கு இல்லியா?''

''அதெல்லாம் எனக்குத் தெரியாது. அண்ணன் தம்புச் செட்டித் தெரு அட்ரஸ் கொடுத்து அனுப்பினார். நான் போய்ப் பாத்தேன். வக்கீல் நல்லா பேசினாரு. எனக்குப் பாரம் கொறைஞ்சது மாதிரி இருக்கு.''

''அக்கா, நீ பாத்த வக்கீலுக்கு ஐகோர்ட்ல சேம்பர் இல்லேன்னா, அவரு அரசாங்கத்தால் அங்கீகரிக்கப்பட்ட வக்கீலு இல்லேன்னு அர்த்தம். அவர் பிரைவேட் வக்கீலு. சேம்பர்ல இருக்கிற வக்கீலைத்தான் ஜட்ஜ்கள் மதிப்பாங்க. அண்ணனுக்கு இதெல்லாம் தெரியாதா? என்ன பண்றது, ரொம்பப் பேருக்கு விவரம் தெரியலே''

''சரி, என்ன பண்றது. ஆனா நெறய வக்கீல்கள் வெளியிலே இருக்கிறது மாதிரி தெரியுதே? அதுலே பல பேர் மூத்த வக்கீல்களாகவும் இருக்காங்க''

''அது கெடக்கட்டும், நீங்க பாத்த செல்வ நாதன் என்ன பண்றேன்னு சொன்னாரு?''

''சொன்னதை எல்லாம் கேட்டு குறிச்சிக் கிட்டாரு; அண்ணன் கிட்டேயும் போன்ல பேசினாரு. ஜீவனாம்சம் கேட்டு நோட்டீஸ் அனுப்புறேன்னு சொன்னாரு''

''கிழிஞ்சது போ! நேரா கேசைப் போட்டு ஒங்க புருஷன் சொத்தை ஜப்தி பண்ணப் போக வேண்டியது தானே? அமீனாவை அழைச்சிக்கிட்டுப் போனாதான் சொத்தை எடுக்க முடியும். நோட்டீஸ் கொடுத்தா அவரு முழிச்சிக்கிடுவாரு. எத்தனை சினிமாவிலே இதை எல்லாம் காமிச்சிருக்காங்க. இதெல்லாம் பாத்தது இல்லியா?

மங்களத்திற்கு என்ன பதில் சொல்வது என்று தெரியவில்லை.

''அக்கா, என் பொண்டாட்டி கஜலட்சுமியோட சொந்தக்காரப் பையன் ஐகோர்ட்ல வக்கீலா இருக்கான். அவன் பேரு அன்பு வாணன். அவன் ஜட்ஜைப் பாத்து சேம்பர்ல எடம் புடிச் சிட்டான். கெட்டிக்காரன். சர்வீஸ் நாலு வருஷம் தான் ஆகுது. ஆனா நாலு திசையும் பாய்வான். அவனைப் போய்ப் பாப்போம்.''

''தம்பி, அண்ணனுக்குத் தெரியாம எதையும் செய்யக் கூடாது. அவர் தான் வக்கீல் செல்வ நாதனுகிட்டே அனுப்பினாரு. எனக்கு எந்த வக்கீல்ங்கிறது முக்கியம் இல்லே. ஜீவனாம்சம் தான் முக்கியம். அண்ணன் கிட்டே வந்து பேசு. மத்ததை அப்புறம் பாக்கலாம்''

''அண்ணன் கிட்டே நான் பேசிக்கிறேன். கோர்ட்டுக்கு வெளியே எதுக்கு நிக்கணும். உள்ளே போயிட்டு வந்தா என்ன?''

மங்களம் ஆடு போல் பின் தொடர்ந்தாள்.

முதலில் இருக்கும் பெரிய கட்டடத்திற்குள் சிவராமன் நுழைந்தான். யாரையோ வழி கேட்டுக் கொண்டான். நீதிமன்ற கட்டடத்தைப் பார்க்கும் போது, மங்களத்திற்குப் பெரிய போலீஸ் ஸ்டேஷனைப் பார்ப்பது போல இருந்தது. நடையிலும் கண்களிலும் ஒரு மிரட்சி.

''வேறு பெயிண்ட் அடிக்கக் கூடாதா?''

தனக்குள் கேட்டுக் கொண்டாள்.

வழக்கறிஞர்களின் சேம்பர் இருக்கும் பழைய கட்டடத்தின் பக்கவாட்டில் இருந்த மாடிப் படிகளில் சிவராமன் ஏறத் தொடங்கினான். அவனை அடுத்து தங்கவேலு. தங்கவேலு பின்னால் மங்களத்தால் தொடர முடியவில்லை. அதற்குள் அவசரமாக ஏறுகிறவர்களும் இறங்குகிறவர்களும் அவளைத் தள்ளாமல் ஏறிக் கொண்டும் இறங்கிக் கொண்டும் சென்றார்கள். மாடிப்படி குறுகலாக இருந்தது; வளைந்து வளைந்து சென்றது. மாடிப்படிக்கு ஐ கோர்ட்டில் ஒருவழிப் பாதை வைத்தால் என்ன?

"சிவராமா, எத்தனையாவது மாடி?"

"ரெண்டாவது மாடி'

"இங்கேயும் ரெண்டாவது மாடியா"?

தன்னைத் தவிர யாரும் நிதானமாகப் படி ஏறவில்லை என்பதைப் புரிந்து கொண்டாள் மங்களம். "விதியை யார் வெல்ல முடியும்" என்று கேள்வி கேட்டு ஆறுதல் கொண்டாள்.

மூவரும் மேலே வந்தார்கள். அன்புவாணன் சேம்பருக்கு எதிரே மதில் சுவரில் சாய்ந்து நின்று கொண்டிருக்கும் இன்னொரு வழக்கறிஞரிடம் ஏதோ பேசிக் கொண்டிருந்தான்.

எதிரே போய் நின்றான் சிவராமன்.

திரும்பிப் பார்த்த அன்பு வாணனுக்கு ஒரே வியப்பு.

"என்ன மாமா"

சிவராமனுக்கு முகத்தில் மகிழ்ச்சி வழிந்தோடியது. உறவு முறை சொல்லி அழைப்பு வந்துவிட்டதல்லவா?

அன்பு வாணனின் பார்வை கூட வந்திருக்கும் மங்களத்தின் மீதும், தங்கவேலுவின் மீதும் பதிந்தது. அதை சிவராமன் புரிந்து கொண்டான்.

"மாப்பிளே எல்லாம் சொல்றேன். ஒரு வழக்கு சம்பந்தமா இப்போ நான் வந்திருக்கேன். சேம்பர் உள்ளே போய் உட்கார்ந்து பேசலாமா?"

''மாமா உள்ளே சீனியர் இருக்காரு. மத்தவங்க இருக்காங்க. சாப்பிடுற நேரம் வேற வந்திருச்சி. இப்ப உட்கார்ந்து பேசுறது சரியாக இருக்காது. நாலரை மணிக்கு மேலே சீனியர் வீட்டிற்குப் போயிடுவாரு. அதற்கப்புறம் உட்கார்ந்து பேசலாம். இப்ப கீழ போவோம். மரத்தடியில் நின்னு காத்தாட பேசலாம்.''

அன்புவாணன் பதிலுக்குக் காத்திருக்கவில்லை.

அன்புவாணன் தள்ளிப் போய் மரத்தடியில் காத்திருந்தான். எல்லா மரத்தின் கீழேயும் வழக்கறிஞர்களும், அவர்களது கட்சிக் காரர்களும் குழுமி இருந்தார்கள். முத்திரைத்தாள் விற்பனை யாளர்கள் சுறுசுறுப்பாக வியாபாரம் செய்து கொண்டிருந் தார்கள். தரையில்தான் உட்கார்ந்து இருந்தார்கள். பக்கத்தில் மஞ்சள் பைகள் இருந்தன. வழக்கு முடிந்து மதியம் வீட்டிற்குச் சாப்பிட போய்விடலாம் என்ற நம்பிக்கையில் நீதிமன்றத்திற்கு வந்தவர்கள், அது முடியாமல் போய் அவித்த வேர்க்கடலை யையும், சுக்குக் காப்பியையும் வைத்து, மதிய உணவைச் சமாளித்துக் கொண்டிருந்தார்கள்.

மரத்தடிக்கு மூன்று பேரும் வந்தார்கள். அன்பு வாணனிடம் ஒரு பரபரப்பு காணப்பட்டது.

''சொல்லுங்க மாமா''

மங்களத்தை அறிமுகப்படுத்தி விட்டு, ஜீவனாம்ச வழக்கு போட வந்திருப்பதைச் சொன்னான் சிவராமன்.

''இன்னொரு வக்கீலைப் பாத்திட்டு என் கிட்ட வந்தா என்ன செய்ய முடியும் மாமா?''

''ஒன்னப் பத்தி அண்ணனுக்கும், அக்காளுக்கும் தெரியாதப்பா. அண்ணனோட கூட வேலை பாக்கிறவர் ராஜ மாணிக்கம். அவரோட தம்பி செல்வநாதன். அதனாலே அவர்கிட்டே போனாங்க.''

''செல்வநாதன் கிட்டே போயிட்டு வர்றீங்களா''

''ஆமாம்''

''ஐயோ, அவரை எனக்குத் தெரியுமே. நானே அவர் ஆபிசுக்கு ரெண்டு மூணு தடவை போயிருக்கிறேன். அவரோட

ஜுனியர் பரந்தாமன் என்னோட கிளாஸ் மேட். நான் எப்படி அவர்கிட்டே போன கேசை வாங்கி நடத்துறது.''

''அக்காவே சொன்னாங்க, செல்வ நாதன் ஐகோர்ட் வளாகத்தில் உள்ள நீதிமன்றங்களில் தான் வழக்கு நடத்து வாராம். மற்ற கோர்ட்டுகளுக்கெல்லாம் இப்ப போறதில்லையாம். அவரோட அண்ணன் சொன்னதாலே இதை எடுத்துக்கிட்டு இருக்கிறாராம். நம்ம சொந்தக்காரப் பையன் நீ இருக்கும் போது, ஒன்னை எப்படிப்பா விட்டுட்டுப் போறது. நீ வளரணும்ல்ல. இனி நம்ம ஊர் கேசல்லாம் ஒனக்குத் தான்''

''சரி மாமா, இருந்தாலும் நோட்டீஸ் அவர் குடுக்கிறபடி குடுக்கட்டும். அப்புறம் பேப்பர் எல்லாத்தையும் வாங்கிக்கிட்டு வந்திடுங்க பார்க்கலாம். அது ஒங்க பொறுப்பு.''

மங்களம் எதுவும் பேசவில்லை!

''செல்வ நாதன் சார் கிட்டே என்ன என்ன ஆவணங்கள் குடுத்திருக்கீங்க''

''கல்யாண பத்திரிக்கை. போட்டோ, அப்புறம் வழக்கு சம்பந்தமாக அண்ணன் எழுதிக் கொடுத்த குறிப்புகள்'' மங்களம் வாய் திறந்தாள்.

''இருந்தாலும் மாமா சங்கடமா இருக்கு''

''இதெல்லாம் என்ன சங்கடம். நான் சினிமா உலகிலே பாக்காததா. இப்படி இருந்தா எப்படி பொழப்பே.''

''சரி மாமா, சிவில் கோர்ட்லே போட்டா இழுத்துக் கிட்டுப் போகும். கிரிமினல் கோர்ட்லே போட்டா சீக்கிரம் முடியும். நோட்டீஸ் போய் பதில் வரட்டும் பாத்துக்கலாம்''

''கிரிமினல் கோர்ட்டா, அடி சக்கை! மாப்பிளே அரஸ்ட் வாரண்ட் வாங்கி, போலீசை விட்டு மங்களம் அக்காவோட புருஷனை கைது பண்ணி கோர்ட்லே நிறுத்தினா அலறிக் கொண்டு ஜீவனாம்சம் வரும்.''

சிவராமன் மங்களத்தை மகிழ்ச்சியோடு பார்த்தான்.

''மாமா, கிரிமினல் கோர்ட்லே கேஸ் போட்டாலும் இது போலீஸ் கேஸ் இல்லே. இது பிரைவேட் கம்பிளயிண்ட் கேஸ்.

அதனாலே கைது பண்ண முடியாது. ஜீவனாம்சம் வழக்கு நமக்குச் சாதகமாக முடிந்து எதிரி பணம் தராது போனா தான் அது போல செய்ய முடியும். அதெல்லாம் நான் பார்த்துக்குவேன்''

''மாப்பிளே, எதிரின்னு சொல்லிட்டியே. அது போதும். எதிரியா பாத்தா வேகம் கூடும். கேசை ஜெயிச்சிடுவே''

அன்புவாணன் பதில் சொல்லவில்லை. மங்களத்தைப் பார்த்தான். மங்களம் ஏதோ சொல்ல முன் வந்தது மாதிரி இருந்தது. ஆனால் சொல்ல வில்லை.

''மாமா, இன்னொரு விஷயம்''

''என்ன மாப்பிளே! தயங்காம சொல்லு.''

''சீனியர் ஆபீசை விட்டு வெளியே வரப்போறேன். தனியா தொழில் நடத்தப் போறேன். இன்னும் மூணு வாரத்திலே மே மாதம் வந்திடும். கோடை விடுமுறை ஆரம்பமாயிடும். அதிலே ஏற்பாடுகள் பண்ணிட்டு தொழிலை ஆரம்பிச்சிடுவேன்.''

''நல்ல விஷயம் தான். என்னோட பாராட்டுகள்; வாழ்த்துகள். சரி, என்ன திடீர் முடிவு''

''சீனியர் வீடு அடையாறுல இருக்கு. நான் சைதாப் பேட்டையில் நண்பர்களோடு சேர்ந்து ரூம் எடுத்துத் தங்கி இருக்கேன். அடையாறை விட சைதாப்பேட்டையில் வாடகை கம்மி. சீனியர் ஆபிசை வீட்லே வச்சிருக்காரு. காலையிலே அவர் வீட்டுக்குப் போக மாட்டேன். நேரா கோர்ட்டுக்கு வந்துடுவேன். சாயந்திரம் கோர்ட் வேலை முடிஞ்சி ரூமுக்கு வந்திட்டு சீனியர் வீட்டுக்கு ராத்திரி ஏழு மணிக்குப் போயிடுவேன். அங்கே வேலை முடிய மணி ஒன்பதாகி விடும். ஞாயிற்றுக் கிழமை ஒரு நாள் தான் சீனியர் வீட்டுக்குப் போற வேலை கெடையாது. இதனாலே மாலை நேரமே எனக்கு இல்லாம போயிடுச்சி. சமயத்திலே கேஸ் இருக்குன்னு ஞாயிற்றுக்கிழமை கூட சீனியர் வரச் சொல்வாரு, என்ன பண்றது. உரலுக்கு வாக்கப்பட்டா உலக்கைக்கு பயப்பட முடியுமா?''

''ஓ, இதுலே இவ்வளவு விஷயம் இருக்கா? நான் சுயேச்சையான தொழில்ன்னு நெனைச்சேன்''

''சம்பாதிச்சா தான் சுயேச்சை, சுதந்திரம், சுகம் எல்லாம். அதை நோக்கிப் போக ஏதாவது ஒரு கட்டத்தில் தனியா தொழில் ஆரம்பிக்க வேண்டி இருக்கும். அதுவரை நாய்படாத பாடு தான்.

''அது சரிப்பா, எப்படி நிக்கப் போறே''

''மாமா, அதுக்கும் ஒரு ஏற்பாடு இருக்கு. ஏற்பாடு இல்லாம வெளியே வருவேனா.''

''அடேயப்பா, திட்டம் போட்டுதான் களம் காண்கிறியா''

''என்னோட ஃபிரண்ட் அன்பரசன் இப்போ தனியா தொழில் பண்றான். அவனுக்கும் ஊர் தஞ்சாவூர் பக்கம் தான். அவனோட மாமா இங்கே போலீஸ்லே அசிஸ்டெண்ட் கமிஷனரா இருக்காரு. அவர் மூலம் அவனுக்கு போலிஸ்லே பழக்கம் ஏற்பட்டு எக்கச்சக்க கிரிமினல் கேஸ் அவனுக்குக் கெடக்கிது. அவனாலே சமாளிக்க முடியலே. அவனுக்கு ஐ கோர்ட்லேயே தெனமும் ஒரு ஜாமீன் கேஸ் அல்லது முன் ஜாமீன் கேஸ் இருக்கும். செஷன்ஸ் கோர்ட், கிரிமினல் கோர்ட்டுன்னு பல இடத்துக்குப் போக வேண்டியிருக்கு. அதனாலே என்னைக் கூப்பிட்டான். ஜுனியரா இல்லே, பார்ட்னரா. அவனுக்குச் சில மாஜிஸ்டிரேட்டெல்லாம் கூட பழக்கம்.''

''மொத்தத்திலே பொழைக்கத் தெரிஞ்சவன்னு சொல்லு''

''ரொம்பவே பொழைக்கத் தெரிஞ்சவன்; கார் வாங்கப் போறான்னா பாத்துக்குங்க''

''அப்ப நீயும் பொழைச்சிக்குவே''

''ஜுன் முதல் தேதியிலேந்து புது ஆபீஸ்தான். இனி மரத்தடியில் நின்னு பேசுற வேலை எல்லாம் கிடையாது. புது ஆபீஸ் தம்புச் செட்டித் தெருவிலே தான்.''

''தம்புச் செட்டித் தெருவா?''

''ஆமாம். செல்வ நாதன் ஆபிஸ் இருக்கு இல்லே, அந்தக் கட்டடத்திலேந்து ஆறு பில்டிங் தள்ளிப் போகணும், அவ்வளவு தான்.

அதுவரை பேசாதிருந்த மங்களம் கேட்டாள்.

"அங்கேயும் ரெண்டாவது மாடியா?"

"இல்லே மூணாவது மாடி"

"ஐயோ"

"அங்க லிப்ட் இருக்கில்ல" சிவராமன் குறுக்கிட்டான்.

"அங்கெல்லாம் ஏது லிப்ட், எல்லாம் பழைய கட்டடம். எல்லா கட்டடத்திலும் வக்கீல்கள். யாரையும் காலி பண்ண முடியாது. பில்டிங் சொந்தக்காரன் வாடகை வந்தா சரின்னு ஒதுங்கிட்டான். கட்டடம் எக்கேடு கெட்டா என்னன்னு தலை முழுகிட்டான்".

"சரி மாமா, நேரம் ஆவுது, நான் கௌம்புறேன். தனியா தொழில் ஆரம்பிச்சதும் நீங்க கொண்டார கேஸ்தான் முதல் கேஸ்".

"மாப்பிளே வாழ்த்துகள்! வாழ்த்துகள்!" விடை பெறத் தொடங்கிய அன்புவாணன் ஒரு கணம் நின்றான்.

"இவர் யார் சொல்லலியே"

"தம்பி பேர் தங்கவேலு; மனைவி வழியிலே சொந்தம் தான். வசதியான பையன்; சினிமா ஆசை அதிகம்; யார் கண்டது வருங்கால சூப்பர் ஸ்டாராகவும் இருக்கலாம். இயக்குநர் திலகமாகவும் இருக்கலாம்."

அதுவரை உம்மென்று இருந்த தங்கவேலுவிடம் உள்ளொளி தோன்றி, முகவெளியில் பரவியது.

மங்களத்திற்கு எதுவும் பிடி படவில்லை. அண்ணன் கேட்டால் என்ன பதில் சொல்வது? இந்தக் கேள்வி தான் அவளுள் பெரிதாய் நிலைத்தது. "யாரையும் கேட்காம இவன் பாட்டுக்கு வக்கீலை மாத்துறானே, அதுவும் புது வக்கீல் சொந்தக்காரனா வேறு இருக்கிறாரே; மாடியிலே ஆபீஸ் இல்லாத வக்கீல் கெடைக்க மாட்டாரா?"

சாப்பாட்டு நேரம்; அது பசிக்கு நன்றாய்த் தெரியும். "சரி மாப்பிளே, நல்ல நேரம், நாங்க வந்திருக்கோம். வாங்க ஓட்டலுக்குப் போய்ச் சாப்பிடலாம்" சிவராமன் திரும்பி தங்கவேலுவைப் பார்த்தான். சிவராமன் பார்வை தங்க வேலுவுக்குத் தெரியும்.

"சார், வாங்க சாப்பிடப் போகலாம்"

"ஐயையோ மன்னிச்சிடுங்க. நேரமாச்சி, சீனியர் கோர்ட்டுக்குப் புறப்பட்டு விடுவார். அவர் போற கேசுக்கு நான் தான் பொறுப்பு. கேஸ் கட்டையும், புத்தகங்களையும் எடுத்துக் கொண்டு போய் நீதிமன்றத்தில் வைத்து விட்டு, பிறகு கேன்டீனில் சாப்பிட்டுக் கொள்வேன். கேன்டீனில் எல்லாம் மலிவு. நம்ம சாப்பாட்டை இன்னொரு நாள் வச்சிக்குவோம்."

அன்புவாணன் கெடிகாரத்தைப் பார்த்தான்; கெடிகாரம் ஓடும் முன் ஓடினான்.

சிவராமனும் தங்கவேலுவும் ஓட்டல் இருக்கும் திசைக்கு நடையை எட்டிப் போட்டார்கள். சாப்பிடாமல் வீட்டிற்குப் போகும் நிலையில் மங்களம் இல்லை. அவர்கள் பின்னால் வாய்மூடித் தொடர்ந்தாள்.

திடீரென்று மங்களத்திற்கு ஒரு சந்தேகம். "ஓட்டல் மாடியிலா?"

சிவராமன் சிரித்தான்.

3

தியாகராஜன் மனத்தில் கவலை குடியேறியது.

வீட்டின் முன்கட்டில் ஒரு சாய்வு நாற்காலியில் உட்கார்ந்து இருந்தார் அவர். முன்கட்டில் இருந்து பார்த்தால் பின்கட்டு வரை தெரியும். அப்படி நீட்ட வாக்கில் அமைந்த வீடு அது. பின்கட்டில் கிணற்றுக்கு இறங்கும் படியில் கால்களை வைத்துக் கொண்டு முன்படி தொடங்கும் தளத்தில் மங்களம் உட்கார்ந்து கொண்டிருந்தாள். இதே போன்ற அமைப்பைக் கொண்ட வீடு தான் பக்கத்து வீடு. அது தியாகராஜனின் அக்கா ராஜத்தின் வீடு. கொல்லைப் புறத்தில் இருக்கும் கிணறும், வாழை மரங்களும், செடிகளும் இரண்டு வீடுகளுக்கும் பொதுவானது. இரண்டு வீட்டையும் பிரிப்பது ஒரே ஒரு சுவர் தான். இரண்டு வீட்டாரும் அதிகம் பார்த்து பேசிக் கொள்வதெல்லாம் கொல்லைப் புறத்தில் தான். மங்களம் தனியாக அமைதியாக உட்கார்ந்து இருந்தாள். அத்தையைக் கொல்லைப் புறத்தில் காணோம்.

தியாகராஜனின் சாய்வு நாற்காலிக்கு எதிரே சுவரில் தியாகராஜனும் கமலமும் திருமணம் முடிந்த அன்று மாலை போட்டோ ஸ்டுடியோவுக்குப் போய் எடுத்துக் கொண்ட நிழற்படம் தான் சுவரில் அடித்த ஆணியில் தொங்கிக் கொண்டிருந்தது. பக்கத்திலே கமலத்தின் தனியான படம். படத்தில் மேல் ஒரு மாலை. கீழே மேஜையில் ஒரு சிறு விளக்கு! கமலம் தியாகராஜனின் முதல் மனைவி. அவள்

மறைந்த போது கூட தியாகராஜன் இவ்வளவு கவலைப்பட வில்லை. கமலத்தை தியாகராஜன் உயிருக்கு உயிராக நேசித்தார். கமலம் பழங்கால மரபை அப்படியே பின் பற்றிச் செல்பவள். தனக்கென்று அவளுக்குப் பெரிய ஆசைகள் கிடையாது. கணவனின் மீது அவளுக்கு இருந்த நம்பிக்கையே அவளை இயக்கிக் கொண்டிருந்தது. கமலத்தோடு தியாகராஜன் வாழ்ந்த வாழ்க்கை இரண்டு ஆண்டுகள் தான். தலைப் பிரசவத்தின் போது அவள் மாண்டு போனாள். குழந்தையும் இறந்தது. ''உனக்கு ஒன்றும் வயதாகி விடவில்லை. இன்னொரு திருமணம் செய்து கொள்'' என்று பல பேர் தியாகராஜனுக்கு வேண்டுகோள் வைத்தார்கள். கமலத்தின் நினைவுகள் மனம் முழுவதும் வியாபித்திருந்த நிலையில், தியாகராஜன் யாருடைய வேண்டுகோளுக்கும் இணங்கவில்லை. கமலத்தின் இடத்தில் இன்னொருத்தியை நிறுத்திப் பார்க்க அவரால் முடியவில்லை. ஆனால் தியாகராஜனின் அக்கா ராஜம் மெல்ல மெல்ல தியாகராஜனின் மனத்தைக் கரைத்தாள். வாழ்க்கையின் தேவைகள் தியாகராஜனை நிர்ப்பந்தித்தன. அவளே முன்நின்று பெண் பார்த்து கமலம் இறந்த நான்கு ஆண்டுகள் கழித்து நீலாம்பிகையை மணம் முடித்து வைத்தாள். ஒரு வகையில் நீலாம்பிகையும் தூரத்து உறவுதான். அவள் கமலத்தின் இடத்தை நிரப்பினாள். கமலம் அளவுக்குத்தான் இல்லை என்ற எண்ணம் தியாகராஜன் மனத்தில் ஏற்படாத வண்ணம் நீலாம்பிகை பார்த்துக் கொண்டாள். சந்திரசேகரன் பிறந்தான். பின்னர் பத்தாண்டுகள் கழித்து மங்களம் பிறந்தாள். வாழ்க்கை ஒரு சீரான குளிர்ந்த ஓடை போல் அமைதியாக ஓடிக் கொண்டிருந்தது. ஒரு மாதத்திற்கு முன் யாரும் எதிர்பாராத வகையில் நீலாம்பிகை படுக்கையில் விழுந்தாள். டைபாய்டு காய்ச்சல் என்றார் டாக்டர். பிறகு ஏதோ விஷக் காய்ச்சல் என்றார்கள். கடைசியில் நோய் முற்றிய நிலையில் அரசு பொது மருத்துவ மனையில் கொண்டு சேர்த்தார்கள். இரண்டு நாட்களில் நீலாம்பிகையை மரணம் கொண்டு சென்றது.

இப்போது சட்டம் போட்ட கண்ணாடிக்குள் நீலாம்பிகையின் புகைப்படமும் சுவரில் இடம் பிடித்துவிட்டது. அவள் படத்துக்கும் ஒரு மாலை. கீழே ஒரு விளக்கு.

கமலத்தை இழந்த போது தனக்கு ஏற்பட்ட உணர்வுகளும், அனுபவங்களும், இப்போது நீலாம்பிகையை இழந்த போது ஏற்பட்டுள்ள உணர்வுகளும் அனுபவங்களும் வெவ்வேறானவை என்பதை தியாகராஜன் உணர்ந்தார்.

கமலம் பெண்ணாகவும், துணையாகவும் இருந்தாள். நீலாம்பிகை துணையாகவும் பெண்ணாகவும் இருந்தாள். இந்த வரிசையின் மாற்றம் வாழ்க்கையின் எதார்த்தத்தைப் பேசியது.

"அம்மா, பால்" வெளியே குரல் கேட்டது! அந்தக் குரல் தியாகராஜனை எழுப்பியது. சாய்வு நாற்காலியிலிருந்து எழ முயன்றார். முன்பு போல் தன்னால் வேகமாக எழ முடிய வில்லை என்பது அவருக்குப் புரிந்தது. இதற்கு மனம் காரணமா, உடல் காரணமா அல்லது இரண்டுமா என்று தனக்குள் கேட்டுக் கொண்டார். எழுந்த பின்னும் உடனே நடக்க முடியவில்லை. ரத்தம் கால்களுக்கு அதிகமாகச் செல்லவில்லை. திரும்பிப் பின் கட்டைப் பார்த்தார். மங்களம் பின் கட்டிலிலிருந்து எழுந்து சமையல் அறைக்குள் நுழைந்தாள். மறுபடி தியாகராஜன் உட்கார்ந்து கொண்டார்.

பால் சொம்புடன் வெளியே போன மங்களம் உள்ளே வந்தாள்.

"அப்பா காப்பி போடட்டுமா"

"எதுக்கு அம்மா, அத்தைகிட்டே பாலைக் கொடு, அவ போட்டுத் தருவா"

"நேத்து சாயந்திரம் காப்பி குடிச்சீங்களே அப்பா"

"ஆமாம்"

"அது நான் போட்டது தான்; அத்தை சொல்லிக் கொடுத்தாங்க."

தியாகராஜன் அமைதியானார். கமலத்தின் படத்தையும், நீலாம்பிகையின் படத்தையும் மாறி மாறிப் பார்த்துக் கொண்டே இருந்தார்.

"அப்பா, காப்பி"

குடித்துவிட்டு டம்ளரைக் கொடுத்தார்.

"அப்பா சமையலை எல்லாம் இனிமே நானே செய்வேன். அத்தை எல்லாம் சொல்லிக் கொடுத்திருக்காங்க.''

தியாகராஜன் சற்று தலை நிமிர்த்திப் பார்த்தார். பார்வையை மங்களம் சம்மதம் என்று புரிந்து கொண்டாள்.

தாயின் மரணம் மங்களத்தைப் பெரிதும் மாற்றி விட்டது. மனைவியின் மரணம் தியாகராஜனையும் மாற்றிவிட்டது.

●●●●●

முதல் மனைவி கமலம் இறந்த பின்னர் இன்னொரு திருமணம் செய்து கொள்வதில்லை என்று வைராக்கியத் தோடு இருந்தவர் தான் தியாகராஜன். அவர் ஆன்மிகவாதியும் இல்லை. பகுத்தறிவு வாதியும் இல்லை. ஒரு மிதவாதி. சோழர்கள் தஞ்சையைத் தலைநகராகக் கொள்வதற்கு முன், சிற்றரசர்களாக இருந்தபோது திருவாரூரும், பழையாறையும் தான் தலைநகரம். திருவாரூரின் தியாகராஜர் கோயில் மிகப் பழமையான கோயில். அந்தக் கோயிலை முதலில் கட்டிய வர்கள் யார் என்பதற்கு ஏற்றுக் கொள்ளக் கூடிய ஆதாரம் எதுவும் இல்லை. ஆனால் தொடர்ந்து ஆண்ட சோழர்களால் கோயில் பெரிதாகிக் கொண்டே போனது. ராஜ ராஜ சோழன் தஞ்சையைத் தலைநகராகக் கொண்டு ஆண்டாலும் திருவாரூர் கோயிலுக்குத் தான் அடிக்கடி வந்து போவான். ராஜராஜன் காலம் வரை திருவாரூருக்குத் தான் மகிமை. அவன் மகன் இராசேந்திர சோழன் கங்கை கொண்ட சோழபுரத்தை அமைத்தவுடன் சிதம்பரம் தில்லை நடராஜர் கோயில் கிட்டத்துக் கோயிலாயிற்று. சோழ மன்னர்கள் அங்கு அதிகம் போக ஆரம்பித்தார்கள். தியாகராஜர் பெரிய கோயிலுக்கு அருகில் தியாகராஜன் குடியிருந்தாலும், கோயிலுக்குச் சாமி கும்பிட அதிகம் போக மாட்டார். திருவாதிரை, சிவராத்திரி, பிரதோஷம் போன்ற சிவனோடு சம்பந்தப்பட்ட நாட்களில் மட்டும் தான், கோயிலில் சாமி கும்பிடுவார். மற்ற நாட்களில் தனியே போய் பூங்காவில் இருப்பது போல் கோயிலுக்குள்ளே உள்ள ஆயிரம் கால் மண்டபத்துக்கு அருகே இருந்து விட்டு வருவார். சில சமயங்களில் அவர் கூட அவருடைய நண்பர்கள் கணேசனும் சீனிவாசனும் வருவதுண்டு. இன்னும் சிலர் சேர்ந்து நண்பர்கள் குழாம் அதிகரித்து விட்டால் ரயில்வே

ஸ்டேஷனுக்குப் போய் விடுவார்கள். மாலை ஆறரை மணிக்குப் போனால் இரவு ஒன்பதரை மணிக்குத் தான் திரும்புவார்கள்.

திருவாரூர் கோயிலைத் தவிர வேறு எந்த ஊர் கோயிலுக்கும் சாமி கும்பிட வேண்டும் என்று அவர் போனது கிடையாது. அவருடைய முதல் மனைவி கமலம் எட்டுக்குடி முருகன் கோயிலுக்கும் எண்கண் முருகன் கோயிலுக்கும் வருடத்திற்கு ஒரு முறை போக வேண்டும் என்பாள். தியாகராஜன் கூட போய் வருவார். வெளியூருக்குத் திருமணம் போன்ற நிகழ்ச்சிகளுக்குப் போனால், அங்குள்ள கோயிலுக்குக் குடும்ப சகிதம் போவார். தனியாகப் போனால் போக மாட்டார். வீட்டிலும் பூசை அறை என்று தனியாகக் கிடையாது. சமையல் அறைக்கு முன்னால் இருக்கும் ஒரு ஹால் தான் அவர்கள் சாப்பிடும் இடம். அந்த ஹாலே பூசை அறையும் ஆகும். அங்கு பல கடவுள் படங்கள் உண்டு. ஒரு முறை கமலம் கடைக்குப் போன போது, ஐந்து கடவுள் உள்ள சட்டம் போட்டு கண்ணாடி பதிக்கப்பட்ட படத்தைக் கொண்டு வந்து, ஆணி அடித்து சுவரில் மாட்டினாள். தியாகராஜன் எதுவும் சொல்லவில்லை. படங்களைப் பார்த்தார். சரஸ்வதி, லட்சுமி, வினாயகர், வெங்கடாசலபதி, முருகன் ஆகியோர் அந்தப் படத்தில் இருந்தார்கள்.

மனைவியை அழைத்தார்.

"கமலம் இந்தப் படத்தை நல்லாப் பாத்துதான் வாங்கினியா?"

"ஏங்க; பாத்துதான் வாங்கினேன். இதுல என்ன கொற"

"ஒனக்கு கொற எதுவும் தெரியலயா?"

கமலம் மீண்டும் மீண்டும் உற்றுப் பார்த்தாள். அவளுக்கு ஒன்றும் கண்ணில் குறை படவில்லை.

"சரிங்க, நீங்கதான் சொல்லுங்களேன்" என்றாள்.

"இதில் சிவன் படம் இல்லை"

"என்னங்க பண்றது, படக் கடையிலே இப்படித்தான் வச்சிருக்கான். அவன் என்ன வச்சிருக்கானோ அதைத் தானே வாங்க முடியுது. கடையிலே மூணு சாமி உள்ள படம் நெறய வச்சிருக்கான். அதிலே ஒரு பக்கம் லட்சுமி, இன்னொரு பக்கம் சரஸ்வதி, நடுவிலே புள்ளையாரு. இதை விட்டா ஐந்து

சாமி உள்ள படம் இருக்கு. அதுல கூடுதலா வெங்கடாசலபதி யும், முருகனும் இருக்காங்க. சிவன் படம் வேணும்ன்னா தனியாத்தான் இருக்கு. சேர்ந்து இல்லே. ஏன் இப்படி இருக்குன்னு எனக்குத் தெரியலே.''

கமலம் யோசித்துப் பார்த்தாள். அவளுக்குப் புலப்பட வில்லை. பக்தி விஷயத்தில் யோசித்து அவளுக்குப் பழக்க மில்லை.

''எனக்குத் தெரியும்'' என்றார் தியாகராஜன்.

மறுநாள் மாலை தியாகராஜன் பெரிய சிவன் படத்துடன் வந்தார்.

அதைப் பார்த்த கமலம் கேட்டாள். ''தமிழ்நாட்டுக் கோயில்கள்லே லிங்கம் தானே இருக்கு''

''கமலம், இப்படிக் கேள்வி கேள்; யோசி, சைவத்தைப் புரிந்து கொள். புரிந்து கொண்டால் சிவன் படம் ஏன் அதிகம் இல்லை என்ற கேள்விக்குப் பதில் கிடைக்கும்'' என்றார் தியாகராஜன். கணவனின் பேச்சு அவளுக்குப் புரியவில்லை. புரிந்து கொள்ளவும் அவள் முயலவில்லை.

தேவாரம், திருவாசகம் எல்லாம் தியாகராஜன் படித்திருக் கிறார். அருணகிரிநாதர், பட்டினத்தார், தாயுமானவர், வண்ணச் சரபம் தண்டபாணி சுவாமிகள், வள்ளலார் ஆகியோர் பாடல் களையும் அவர் அறிவார். வீட்டில் தினமும் பூசை செய்வார் என்று சொல்ல முடியாது. ஆனால் பண்டிகை நாட்களில் மனைவி பூசை செய்யும் போது திருமுறை பாடுவார். ராகம் போட்டுப் பாடுவார்.

''அப்பா''

''தூங்கிட்டேனா'' எழுந்தார் தியாகராஜன்.

''நீங்களே இப்படி இருந்தா எப்படிப்பா?''

''ஒண்ணுமில்லே''

''குளிச்சிட்டு வாங்க. சாப்பிடலாம்''

''இதோ வந்திடுறேன்''

"அம்மா எப்ப சாப்பிடக் கூப்பிட்டாலும், என்ன டிபன்னு கேப்பீங்களே"

"கேக்கிறேன்; கேக்கிறேன். என்ன டிபன்?"

"தோசை சுடுறேன். சட்னி மாத்திரம் அத்தை குடுத்திருக்காங்க"

தியாகராஜனுக்கு இந்தக் கட்சி; அந்தக் கட்சின்னு எதுவும் கிடையாது. கீழ வீதியில் கூட்டம் நடந்தால் போவார். அது பெரிய தலைவர்களின் கூட்டமாக இருக்க வேண்டும். குட்டி தேவதைகள் பேசினால் போக மாட்டார். காங்கிரஸ், தி.க., தி.மு.க., கம்யூனிஸ்ட் கட்சி என்று வேறுபாடு பார்க்க மாட்டார். போராட்டங்களுக்குப் போக மாட்டார். போராட்டம் சரி என்றால் கூட அதில் கலந்து கொள்ள மாட்டார். உண்டியல் குலுக்கினால் காசு போடுவார். அவர் கலந்து கொண்ட போராட்டம் ஒரே ஒரு போராட்டம். திருவாரூர் கழக உயர்நிலைப் பள்ளியில் அவர் மாணவனாக இருந்த போது, தேவி குளம், பீர் மேட்டைத் தமிழகத்தோடு தான் இணைக்க வேண்டும் என்ற கோரிக்கையோடு ஒரு ஊர்வலம் நடந்தது. திருவாரூரில் எல்லாக் கட்சியும் உண்டு. தியாகராஜனின் தந்தைக்கு வேண்டியவர் சிவஞானம். அவர் ம.பொ. சிவஞானத்தின் தமிழரசுக் கழகத்தைச் சேர்ந்தவர். அவர் எப்படியோ பள்ளி மாணவர்களைத் திரட்டி விட்டார். பள்ளி வாசலில் நின்று அவர் கூப்பிட்டதும் தியாகராஜனும் ஊர்வலத்திற்குப் போனார். அதன் பிறகு பெரியவராகி எந்த ஊர்வலத்திற்கும் போனதில்லை. திருவாரூரில் பேபி, பிரபாத் என்று இரண்டு சினிமா தியேட்டர்கள் உண்டு. மாதம் ஒரு முறை சினிமாவுக்குப் போவார். எம்.ஜி.ஆர் ரசிகர்களும், சிவாஜி ரசிகர்களும் இவரை இழுக்கப் பார்த்தார்கள். இவர் மசியவில்லை. திரைப்படங்களுக்குக் கதை வசனம் எழுதிக் கொண்டிருந்த மு. கருணாநிதி திருவாரூர்க்காரர். அவர் கதை வசனம் எழுதிய சினிமா வந்தால் போய்ப் பார்ப்பார். அவர் தந்தை அழைத்துக் கொண்டு போவார். கதை வசனம் மு. கருணாநிதி என்று திரைப்படத்தில் டைட்டில் ஆங்கிலத்தில் காட்டப்படும் போது திரையரங்கு அமைதியாக இருக்கும். அடுத்து தமிழில் காட்டியவுடன் எல்லாரும் கை தட்டுவார்கள். இதை நினைத்து மேல் வகுப்புக்கு வந்த போது தியாகராஜன் தனக்குள் சிரித்துக் கொண்டது உண்டு.

காலடிச் சத்தம் கேட்டது. வந்தது ராஜம்; பின்னாலே மங்களம். இது அந்தி சாயும் நேரம் என்பதைத் தியாகராஜன் புரிந்து கொண்டார்.

"தியாகு, இப்படியே இருந்தா என்னப்பா! யோசிச்சுப் பாரு. மங்களத்துக்கு தைரியம் சொல்ல வேண்டியவன் நீ! இப்போ மங்களம் தைரியம் சொல்லிக் கொண்டிருக்கிறாள்."

"அக்கா, உண்மையில் ஒண்ணும் இல்லே. நான் மனம் ஒடைஞ்சிடல. நல்லாதான் இருக்கேன். ஒருவிதமான பதற்றம் இருந்தது; அதெல்லாம் போய் விட்டது. ஒரு சோர்வு, அப்படியே இருந்தா நல்லா இருக்கு, அவ்வளவுதான்."

"சீனிவாசனுக்குச் சொல்றேன். நண்பர்களோடு கோயிலுக்கோ, ரயில்வே ஸ்டேஷனுக்கோ போய் வா; நாலு பேரோட பேசிக் கொண்டிருந்தா நல்லா இருக்கும்."

திருவாரூர் ரயில்வே ஸ்டேஷன் ரொம்ப நீளமானது. அகலப்படுத்த அதிக இடம் இல்லாததால் நீள வாக்கில் கட்டி விட்டார்கள். 1952-ஆம் ஆண்டு நாடாளுமன்றத்திற்கு நடந்த பொதுத் தேர்தலில் காங்கிரஸ் வேட்பாளர் மத்திய ரயில்வே அமைச்சர் சந்தானம். திருவாரூரை உள்ளடக்கிய மன்னார்குடி நாடாளுமன்றத்திற்குத் தேர்தல் வந்த போது, திருவாரூர் ரயில் நிலையத்தை மேம்படுத்த நடவடிக்கை எடுத்தார் சந்தானம். அவர் ரயில்வே மந்திரியாக இருந்ததால் திருவாரூர் ரயில் நிலையத்திற்கு விமோசனம் கிடைத்தது. ஆனால் அதே தேர்தலில் ரயில்வே ஊழியராக இருந்து, கம்யூனிஸ்ட் கட்சியின் சார்பில் நின்ற அனந்த நம்பியார் சந்தானத்தைத் தோற்கடித்து தேர்தலில் வெற்றி பெற்றார். சந்தானம் அமைச்சராக இருந்த காலத்தில் விரிவடைந்த ரயில்வே ஸ்டேஷன், நண்பர்கள் கூடிப் பேசும் பூங்கா போல் ஆனது. இரவு ஏழு மணிக்கு ரயில்வே நடைமேடையில் கூட்டம் குறைந்து விடும். ரயில் போக்குவரத்து குறைந்து விடும். பலபேர் நண்பர்களோடு வந்து பிளாட்பாரத்தின் கோடியில் உட்கார்ந்து அரட்டையடிப்பார்கள்; அரசியல் பேசுவார்கள். தியாகராஜனும் அப்படிப் போவதுண்டு. திருவாரூர் ரயில்வே ஸ்டேஷனில் அவர் பல பேரைப் பார்த்திருக்கிறார். ஜீவானந்தம், மணலி கந்தசாமி, பெரியார், மு. கருணாநிதி, சர்தார்

வேதரத்தினம் பிள்ளை, எம்.கே. தியாகராஜ பாகவதர் - இப்படிப் பல பேர் உண்டு.

அமைதியாக உட்கார கோயிலுக்குப் போக வேண்டும். பேசுவதற்கு ரயில்வே ஸ்டேஷன் போக வேண்டும்.

தியாகராஜன் ரயில்வே ஸ்டேஷனுக்குப் புறப்பட்டார்.

●●●●●

திருவாரூர் சந்திப்பின் நடைமேடையின் மேற்குக் கோடி மங்கலான வெளிச்சத்துடன் இருந்தது. பெரும்பாலான ரயில்கள் போய் விட்டன. இனி வர யிருப்பவை ஒன்று அல்லது இரண்டு தான். கூட்டமும் குறைந்து விட்டது. முறுக்கு, வடை விற்பவர்களைக் காணோம். உட்காருவதற்காகப் போடப்பட்ட சிமிண்ட் பெஞ்ச்சுகளில் சிலர் படுத்து இருந் தார்கள். அவர்கள் பிச்சைக்காரர்களாக இருக்காது. அவர்களுக்கு அவ்வளவு தைரியம் கிடையாது. சிலர் அரைப் பைத்தியமாக இருக்கலாம். அவர்களை ரயில்வே அதிகாரிகளாலோ அல்லது ரயில்வே பாதுகாப்புக் காவலர்களாலோ ஒன்றும் செய்ய முடியாது. காவலர்கள் கையால் அடித்து விரட்ட மாட்டார்கள். ஏனென்றால் கை கழுவ வேண்டி வரும். கம்பால் அடிப் பார்கள். அடியை வாங்கிக் கொண்டு, போவது போல் போக்குக் காண்பித்து விட்டு, அவர்கள் மீண்டும் வந்து படுத்துக் கொள்வார்கள். இந்தக் காட்சிகள் எல்லாம் தியாகராஜன், கணேசன், சீனிவாசன் போன்றோருக்குப் பழகி விட்ட காட்சிகள்.

சோகத்தில் தன்னைத் தொலைத்துவிட்ட தியாகராஜனை எப்படி மீட்பது என்பதே கணேசன், சீனிவாசன் இருவரின் சிந்தனையாக இருந்தது. வேர்க்கடலைப் பொட்டலத்தைப் பிரித்து முன்னால் வைத்தார் கணேசன். பெரியசாமி நாடார் கடையின் வேர்க்கடலைக்கு அந்த வட்டாரத்தில் வரவேற்பு அதிகம். வேர்க்கடலை சாப்பிடாமல் பல நாட்கள் ஆகி விட்டதால் தியாகராஜனின் நாக்கு செத்துப் போயிருந்தது. கடலையை எடுத்துக் கொரிக்க ஆரம்பித்தார். பொட்டலம் காலியாகும் நிலையில் கணேசன் ஆரம்பித்தார்.

"போன தடவ நாம இங்கே வந்திருந்தப்ப நீர் நம்ம ஊர் கோயிலைப் பத்தி ஏதோ படிச்சிக்கிட்டு இருக்கேன்னீரே, என்ன அது?"

தியாகராஜனுக்குப் புரிந்து விட்டது. தன்னை சகஜ நிலைக்குக் கொண்டு வர முயற்சி இது.

"நம்ம ஊர் கோயில் பேர் என்னா?"

"இது என்ன கேள்வி? தியாகராஜ சுவாமி கோயில்"

"எத்தன நாளா தியாகராஜ சுவாமி கோயில்"

"யோவ், என்ன கேள்வி கேட்கிறீர். இது பழங்கால கோயிலையா! ராஜ ராஜ சோழன் வழிபட்ட கோயில்."

"ராஜராஜ சோழன் வழிபட்ட போது, இது தியாகராஜ சுவாமி கோயிலா?"

"பின்னே"

"இல்லே; அப்போது அது வீதிவிடங்கப் பெருமான் கோயில். அப்படித் தான் நம்ப ஊர் கோயிலை அழைத் தார்கள்."

"அப்ப, எப்பதான் தியாகராஜ சுவாமி கோயிலாச்சி"

"எல்லாம் மராட்டியர் ஆட்சி, நாயக்கர் ஆட்சி காலத்தில் தான்"

"இதெல்லாம் எதுல இருக்கு? எதுல படிச்சீர்"

"புலவர் சண்முகம் சொன்னாரு. அப்புறம் நானே பெரிய புராணம், தேவாரம், கோயில் வரலாறு எல்லாத்தையும் புரட்டிப் பார்த்தேன்"

கணேசனுக்கும், சீனிவாசனுக்கும் ஆர்வம் அதிகரித்தது. "நம்ம ஊர் கோயிலைப் பற்றி நாம தெரிந்து கொள்ள வேண்டிய விஷயம் நெறய இருக்கு போல இருக்கே" என்றார் கணேசன்.

"நம்ம ஊர் கோயிலுக்கு சம்பந்தர் வந்து பாடியிருக்கார்; அப்பர் வந்து பாடியிருக்கார். தேவார பாடல் பெற்ற ஸ்தலம் திருவாரூர். கேக்கவே வேணாம் சுந்தரமூர்த்தி நாயனார் இங்கே

சாமி கும்பிட வந்த போது தான் பரவை நாச்சியாரைப் பார்த்து மயங்கிப் போனார். ஆனா இவங்க யாரும் திருவாரூர் கோயிலிலே தியாகராஜ சுவாமி எழுந்தருளியிருக்கார்ன்னு பாடலே. ரொம்பப் பின்னால் எழுதப்பட்ட பெரிய புராணத் திலேயே இது தியாகராஜ சுவாமி கோயில்ன்னு சொல்லப் படலே. வீதிவிடங்கப் பெருமான் கோயில்ன்னு தான் சொல்லப்பட்டிருக்கு. அது மட்டும் அல்ல, நீலாம்பிகை, கமலாம்பிகை எல்லாம் அப்போது கிடையாது. சிவனின் மனைவி சிவகாம சுந்தரி தான். மேற்கு வாயில் கிட்டே கமலாலயம் குளம் இருக்கே, அதை அப்ப தீர்த்த குளம்ன்னு தான் அழைத்தார்கள்.''

தியாகராஜன் பேச பேச கணேசனுக்கும், சீனிவாசனுக்கும் நம்பிக்கையும் உற்சாகமும் அதிகரித்துக் கொண்டே போனது. இந்த நிலையை அப்படியே தக்க வைத்துக் கொள்ள வேண்டும் என்று விரும்பினார்கள். தியாகராஜன் களைப் படைந்திருப்பது போலத் தெரிந்தது. ''ஒரு நிமிடம்'' என்று சொல்லிவிட்டுப் போன சீனிவாசன் சில நிமிடங்களில் ஒரு டம்ளர் தண்ணீருடன் வந்தார். தியாகராஜனுக்கும் தாகத்தை ஈடு செய்ய வேண்டும் என்று தோன்றியது. தண்ணீரை முழுக்கக் குடித்தார். டம்ளரை வாங்கிக் கொண்டு போன சீனிவாசன் வரும் வரை தியாகராஜன் அமைதி காத்தார்.

''மனுநீதிச் சோழன், மனுநீதிச் சோழன்னு சொல்றாங்களே அதைப் பத்தியும் படிச்சேன்.''

''என்ன, சொல்லும்''

''மனுநீதிச் சோழன்கிற பேரிலே எந்தச் சோழனும் கிடையாது. அந்த மன்னன் ஒரு கற்பனை. இப்படி ஒரு மன்னன் இருந்தான்னு சொல்றதுக்கு வரலாற்று ஆதாரம் எதுவும் கிடையாது. எல்லாம் புராணக் கதை தான். வடக்கே யிருந்த மனு தர்மத்தை தெற்கே கொண்டு வருவதற்காக மனுநீதிச் சோழனைப் படைத்தார்கள்.''

''அப்படியா சொல்றீர்; தமிழ் இலக்கியமெல்லாம் பேசுதே?''

"மனுநீதிச் சோழன் எப்ப ஆண்டான்னு எந்த இலக்கியம் சொல்லி இருக்கு, இல்லியே! கண்ணகி பாண்டியன் அரண் மனையில் பாண்டியனைப் பார்த்து நீதி கேட்கிறாளே அப்ப தான் பிறந்த சோழ நாட்டின் பெருமையைப் பத்திப் பேசும் போது, உண்மையில் தான் பிறந்த புகாரின் பெருமையைப் பத்திப் பேசும் போது, பசுவுக்கு நீதி வழங்க தன் மகனையே தேர்க்காலில் ஏற்றிக் கொன்ற சம்பவத்தைச் சொல்கிறாள். ஆனால் கண்ணகி அந்த மன்னன் மனுநீதிச் சோழன்னு சொல்லவில்லை. மனுநீதிச் சோழன் என்ற பெயரில் எந்தச் சோழனும் ஆட்சி செய்ததாக எந்தச் சங்க இலக்கியமும் பேசவில்லை. இளங்கோவடிகள் காலத்தில் இப்படி ஒரு கதை இருந்திருக்கிறது. அதை இளங்கோவடிகள் தன்னுடைய சிலப்பதிகாரத்தில் பதிவு செய்திருக்கிறார். சேக்கிழார் காலத்தில் மனுநீதி நிலைத்து விட்டது. மனுநீதிச் சோழனும் பிறந்து விட்டான்."

கணேசனும் சீனிவாசனும் குறுக்கிடவில்லை!

"இன்னொரு விஷயம் தெரியுமா? மனுநீதிச் சோழன் திருவாரூரை ஆண்டான் என்று எல்லாரும் சொல்கிறார்கள். அவன் திருவாரூரை ஆண்டதற்கு ஆதாரம் ஏது? சிலப்பதிகாரத்தில் கூட திருவாரூர் என்ற பெயர் சொல்லப்படவில்லை. சேக்கிழார் தான் திருவாரூரை மனுநீதிச் சோழனோடு பிணைக்கிறார். அதன் பிறகு எல்லாரும் மனுநீதிச் சோழன் திருவாரூரை ஆண்டவன் என்று பேச ஆரம்பித்து விட்டார்கள். திருவாரூர் கோயில் கல்வெட்டிலும் பதிந்து விட்டது. ஆனால் எந்தக் கல்வெட்டையும் வைத்து, இலக்கியத்தையும் வைத்து மனுநீதிச் சோழன் எப்போது ஆண்டான் என்று யாராலும் சொல்ல முடியாது. நமக்குப் புராணக் கதைகள் தெரிந்த அளவுக்கு வரலாறு தெரியாது."

நேரம் ஆகி விட்டதை வயிறு நினைவு படுத்தியது. எழுந்தார்கள்.

"சொல்ல மறந்திட்டேன். நம்ப கணக்கு வாத்தியார் கே.டி. பிள்ளை நேத்து காலையிலே செத்திட்டார்"

''ஐயோ, எப்ப எடுக்கிறாங்க''

''எல்லாம் நேத்தே முடிஞ்சிடுச்சி. எல்லாரும் பக்கத்தில் இருக்க உயிர் போயிருக்கு. நல்ல சாவு. எனக்குத் தகவல் இன்னக்கித் தான் தெரிஞ்சிச்சி''

சீனிவாசன் சொன்னதைக் கேட்டு, தியாகராஜன் பேசியதை எல்லாம் மறந்தார். அதன்பின் நண்பர்கள் மத்தியில் பேச்சு நின்றது. மௌனமாக நடக்க ஆரம்பித்தார்கள். அனேகமாக திருவாரூர் கழக உயர்நிலைப் பள்ளியில் ஆரம்பம் முதல் படித்த மாணவர்கள் அனைவரும் ஏதாவது ஒரு ஆண்டில் அவரிடம் மாணவராக இருந்திருப்பார்கள். அவரை நினைத்துக் கொண்டே நடந்த நண்பர்கள் மூவரும் தத்தம் வீடு வரும் போதுதான் வாய் திறந்து வார்த்தைகளை அளந்து பேசி விடை பெற்றார்கள்.

4

கே.டி. பிள்ளை!

திருவாரூர் கழக உயர்நிலைப் பள்ளியில் பிரபலமான கணக்கு வாத்தியார். இத்தனைக்கும் அவர் பட்டதாரி ஆசிரியர் அல்ல. எஸ்.எஸ்.எல்.சி படித்து ஆசிரியர் பயிற்சி பெற்றவர். எட்டாம் வகுப்புதான் அவர் பாடம் நடத்தும் உச்ச வகுப்பு. ஆள் நல்ல உயரம். நிறமும் சிவப்பு. ஆனால் ஒடிசலான மேனி. சதைப்பிடிப்பு சற்றும் கிடையாது. தினமும் சவரம் செய்து கொண்டதைக் காட்டும் முகம். மீசை கிடையாது. பற்களில் வெண்மை சுமார் தான். எப்போதும் வெள்ளை வேட்டி; ஜிப்பா. வேட்டியும் ஜிப்பாவும் சில சமயம் கதராகவும் இருக்கும். கழுத்தில் ஒரு வெள்ளைத் துண்டு. அந்தத் துண்டைத் தோளில் போட்டுக் கொள்ள மாட்டார். கழுத்தைச் சுற்றிப் போட்டிருப்பார். அவர் ஜிப்பா பை சிறு மூட்டை போல் இருக்கும். தவறாமல் நெற்றியில் விபூதி இருக்கும். அசப்பில் பிராமணர் போல் இருப்பார். அப்படி நினைத்தால் நினைத்துக் கொள்ளட்டும் என்று தான் அவர் மீசை வைத்துக் கொள்ளவில்லை என்று சக ஆசிரியர்கள் தங்களுக்குள் நக்கல் அடித்துக் கொள்வது உண்டு. ஆனால் அதை எல்லாம் அவர் கண்டு கொள்வதில்லை. அவர் கணக்கு வாத்தியார். லாப நஷ்ட கணக்கு அவருக்குத் தெரியும். பள்ளி யிலிருந்து அவர் வீடு ஒன்றரை மைல் இருக்கும். வீட்டி லிருந்து பள்ளிக்கு நடந்துதான் வருவார். சைக்கிள் ஓட்டத் தெரியாது. சின்ன வயதில் சைக்கிள் ஓட்டக் கற்றுக் கொண்ட

போது ஒரு பாட்டியின் மீது மோதி, உதை வாங்கியதிலிருந்து அவர் சைக்கிளைத் தொடுவதில்லை. ''என் பையன் மானஸ்தன்'' என்று அவருடைய அம்மா அடிக்கடி சொல்வாள். வீட்டிலிருந்து புறப்படும் போது விரித்த குடையுடன் தான் கிளம்புவார். அந்தி சாயும் நேரத்தில் நடக்கும் போது தான் குடை மடங்கும். வரும் போதும் சரி, போகும் போதும் சரி, தனியாகத் தான் போவார். அங்குமிங்கும் பார்க்க மாட்டார். யாராவது அவரிடம் வந்து பேசினால், தன் குடைக்குள் அடைக்கலம் கொடுத்து பேசுவார். அவர் வைத்திருக்கும் குடை எப்போதும் பெரிய குடை தான். தூரத்திலிருந்து பார்க்கும் போதே, வருவது கே.டி. பிள்ளை என்று ஊரார் கண்டுபிடித்து விடுவார்கள். அவருக்கு நான்கு பேர் பெண்கள்!

கே.டி. பிள்ளை வகுப்புக்குள் நுழையும் போதே நாற் காலியைப் பார்த்துக் கொண்டு வர மாட்டார். கண்களைச் சுழல விட்டு நிதானமாக நாற்காலியில் அமர்வார். வாத்தியார் வகுப்புக்குள் நுழைந்ததும், வாத்தியார் கவனிக்கவில்லை என்று கடைசி வரிசையில் உட்கார்ந்து இருக்கும் எந்த மாணவனும் எழுந்திருக்காமல் ஏமாற்ற முடியாது. வகுப்பைப் பார்த்தபடி உட்கார்வார். மேசை மீது புத்தகங்களை வைப்பார். அதன் பிறகு மாணவர்கள் உட்கார்வார்கள். மாணவர்களை அடிக்காமல் அடக்குவது எப்படி என்பது அவருக்குத் தெரியும். உட்கார்ந்ததும் கண்களை ஒரு சுற்றுக்கு விடுவார்.

ஒரு மாணவன் எழுந்து நிற்பான்!

அவன் பேச மாட்டான்.

வகுப்பின் வாயிலை நோக்கி இடது கையைக் காண்பிப் பான். கே.டி. பிள்ளையும் பேச மாட்டார். லேசாக தலையை அசைப்பார்.

அவன் விருட்டென்று எழுந்து வகுப்பறையை விட்டு வெளியேறுவான். அவன் அடுத்த ஐந்து நிமிடங்களில் உள்ளே வருவான். அவன் கையில் காப்பி நிறைந்த டம்ளர் டவரா இருக்கும். பள்ளிக்கு அடுத்து இருக்கும் ''ஸ்ரீ கணேச ஐயர் பிராமணாள் காப்பி சாப்பாடு ஹோட்டல்'' காப்பி அது. அன்றைய காப்பி அவனுடைய உபயம்!

கணேச ஐயருக்கு கே.டி. பிள்ளை மீது அப்படி ஒரு பிரியம். காப்பியைக் கொதிக்க கொதிக்கத் தருவார். அளவும் அதிகமாக இருக்கும். வந்த காப்பியை ருசித்துக் குடிப்பார் கே. டி. பிள்ளை! மிச்சம் வைக்க மாட்டார். காப்பி வாங்கி வந்த 'பையன் காலியான டம்ளரையும், டவராவையும் எடுத்துக் கொண்டு வகுப்பை விட்டு வெளியே போவான். கூடவே இன்னொரு 'தடியனும்' போவான். சில சமயம் இரண்டு பேர் போவதும் உண்டு. போனவர்கள் வகுப்புக்குத் திரும்ப மாட்டார்கள். கே. டி. பிள்ளைக்கு அதுதான் வேண்டும்.

தடிப்பயல்களை வகுப்புக்குள் வைத்துக் கொண்டு பாடம் நடத்தக் கூடாது என்பது அவர் கொள்கை. அவர்கள் தாங்களும் கெட்டு மற்ற மாணவர்களையும் கெடுத்து விடுவார்கள் என்பது அவர் கண்டறிந்த உண்மை. வகுப்பில் குறும்பு செய்பவர்கள் ஒரு சிலர் தான் என்பதை அவர் புரிந்து வைத்திருந்தார். அவர்களை வெளியே அனுப்பி விட்டு, படிப்பில் நாட்டம் உள்ளவர்களை வகுப்பில் வைத்துக் கொள்ள வேண்டும். ஒவ்வொரு வகுப்பிலும் சில தடிப் பயல்கள் உண்டு. பள்ளியில் சேரும் போதே வயதாகி அல்லது ஒரே வகுப்பில் 'கோட்' அடித்து விட்டு பத்தாம் வகுப்பு படிக்க வேண்டிய வயதில் எட்டாம் வகுப்பு படிக்கும் மாணவர்கள் உண்டு. இவர்களெல்லாம் ''தடியர்கள் தான்'' கே. டி. பிள்ளைக்கு. தடிப்பயல்களில் யார் 'பசை'யுள்ள வீட்டுப் பையன் என்பதையும் கணித்து வைத்திருப்பார் கே.டி. பிள்ளை. வகுப்பை விட்டு இவர்களைச் சும்மா அனுப்ப மாட்டார். தடியன்கள் தங்களுக்குள் முறை வைத்து ஒவ்வொரு நாளும் காப்பி வாங்கி வர வேண்டும். எழுதப்படாத ஒப்பந்தத்தில் வகுப்பு நடக்கும். கே. டி. பிள்ளையிடம் இன்னொரு குணம் உண்டு. அடி மக்காக இருந்தாலொழிய மாணவர்களை 'பெயிலாக்க' மாட்டார். அதை எப்படிச் செய்வது என்பதும் அவர் அறிவார்.

•••••

தியாகராஜனுக்கு ஒரு ஆசை பிறந்தது. 'தடிப் பயல்கள்' போல் தானும் தீரச் செயல் செய்ய வேண்டும் என்பது தான் அது. ஏற்கனவே ஒரு தீரச் செயலைச் சாமர்த்தியமாக அவன் செய்து விட்டான். அதாவது அவனுக்கு முன் அனுபவம்

உண்டு. மதியம் ஒரு மணிக்கு மதிய சாப்பாட்டிற்காக பள்ளியில் மணி அடிக்கும். சில தடிப் பயல்கள் அதற்கு முன்னரே, வகுப்பு நடந்து கொண்டிருக்கும் போதே மிக ரகசியமாக சாப்பிட்டு விடுவார்கள். அது ஒரு கலை. எல்லா வகுப்பிலும் அதைச் செய்ய முடியாது. ஆசிரியர் உட்கார்ந்து பாடம் நடத்தாமல் கரும்பலகையில் எழுதிக் காட்ட வேண்டும். அவர் கரும்பலகையில் எழுதும் போது டெஸ்க்குக் குள்ளேயே வைத்து ஓசை வராமல் டிபன் பாக்சைத் திறக்க வேண்டும். டிபன் பாக்சைத் திறக்கும் போது மூடி திறந்து கீழே விழுந்து காட்டிக் கொடுத்து விடக் கூடாது. டிபன் பாக்ஸ் இதற்கெல்லாம் ஒத்துழைப்பு தரும் டிபன் பாக்சாக இருக்க வேண்டும். சாப்பிடும் போது கொஞ்சமாக எடுத்து வாயில் போட்டுக் கொள்ள வேண்டும். பெரிய கவளமாக இருந்தால் வாய் உப்பிக் கொண்டு ''போட்டுக் கொடுத்து விடும்'' கண்டிப்பாக முறுக்கு போன்றவை கூடாது. வாயில் அரைக்கும் போது சத்தம் வந்து விடும். பிறகு விக்கல் வராமல் பார்த்துக் கொள்ள வேண்டும். விக்கல் ஒரு வில்லன் என்பதைப் புரிந்து கொள்ள வேண்டும். கரும் பலகையி லிருந்து ஆசிரியர் திரும்புவதற்குள் வாயில் போட்டதைச் சாப்பிட்டு முடித்து விட வேண்டும். அது முடியவில்லை என்றால் தலையைக் குனிந்து கொண்டு 'அதை' முடித்து விட வேண்டும். ரொம்ப நேரம் குனிந்து கொண்டிருந்தால் ஏதோ வில்லங்கம் நடக்கிறது என்று ஆசிரியர் மோப்பம் பிடித்து விடுவார். எல்லாவற்றையும் விடச் சிரமமானது சாப்பிட்ட கையை என்ன செய்வது என்ற கேள்வி தான். பழைய தாள்களைக் கொண்டு வந்து அவற்றில் கையைத் துடைத்துக் கொள்ள வேண்டும். வகுப்பு முடிந்ததும் உடனே கையைக் கழுவிக் கொள்ள வேண்டும். பழைய தாள்களில் கையைத் துடைத்துக் கொள்ளும் போது, சில சமயம் பக்கத்தில் இருக்கும் பையன் அருவருப்பால் நெளிவான். அவனிடம் பக்குவமாக நடந்து கொள்ள வேண்டும்.

தியாகராஜன் ஒரு முறை இந்தத் தீரச் செயலை வெற்றிகரமாகச் செய்து காட்டினான்.

இன்னொரு தீரச் செயலுக்கு இப்போது ஆசை பிறந்து விட்டது. கே.டி. பிள்ளைக்கு காப்பி வாங்கிக் கொடுத்து விட்டு தானும் வெளியே சுற்றி விட்டு வருவது. தடிப் பயல்கள்

பட்டியலில் முதலில் இருப்பவன் வீராசாமி. தியாகராஜன் வீட்டிற்கு நாலாவது வீடு அவன் வீடு. அவன் அப்பா கடைத் தெருவில் அரிசி மண்டி வைத்து நல்ல காசு பார்த்து விட்டவர். வீராசாமி படிப்பு முடிந்ததும் அரிசி மண்டிக்குப் போய் விடுவான். அதனால் அவனுக்குப் படிப்பில் நாட்டம் இல்லை. வீராசாமி தியாகராஜனிடம் நல்ல மாதிரி நடந்து கொள்வான். தன்னைப் பற்றி தியாகராஜன் வீட்டில் போட்டுக் கொடுத்து விட்டால் என்ன செய்வது?

தியாகராஜன் வீராசாமியின் காதைக் கடித்தான்.

''ஒனக்கும் கிளாசை கட்டடிச்சிட்டு ஊர் சுத்தணுமா''

''ஆமாம்''

''என்னை மாட்டி விட மாட்டியே''

''மாட்டேன்''

''நீ சின்னப் பையனாச்சே, சரியா வருமா?''

''கடுகு சிறுத்தாலும் காரம் குறையாது''

''அப்படியா?'' சிரித்துக் கொண்டான் வீராசாமி.

''காப்பி வாங்க, முக்காலணா வேணும்''

''இருக்கு''

''அப்ப நாளைக்குப் பாக்கலாம்''

மறுநாள், கே.டி. பிள்ளை வகுப்புக்கு வந்தார். மாணவர்கள் எழுந்து நின்று மரியாதை காட்டினார்கள். அவர் உட்கார்ந்தார். மாணவர்களும் உட்கார்ந்தார்கள்.

தியாகராஜன் மெல்ல எழுந்தான். இடது கையை வாயிலை நோக்கிக் காட்ட உடனே அவனுக்குத் தெரிய வில்லை. இருந்தாலும் அடுத்த கணம் வகுப்பின் வாயிலைக் காட்டியது இடது கை. கே.டி. பிள்ளைக்கு பிரமிப்பு! இவனா தடியன்? அவருக்குள் ஒரு கேள்வி! பக்கத்தில் இருக்கும் வீராசாமியைப் பார்த்தார். அவன் மெல்ல தலையாட்டினான். கே.டி. பிள்ளையும் தலையை ஆட்டினார். வகுப்பே தியாக ராஜனைப் பார்த்துக் கொண்டிருக்க அவன் வகுப்பை விட்டுப் பெருமிதத்தோடு வெளியேறினான். இந்த நடை இவனுக்கு

எப்படி வந்தது என்று வீராசாமி திகைத்தான். கே.டி. பிள்ளை, போகும் தியாகராஜனையே மெல்லிய குறு நகையுடன் பார்த்துக் கொண்டிருந்தார். இந்தப் பூனையும் பால் குடிக்குமா?

சில நிமிடங்களில் சூடான காப்பி டம்ளர் டவரா சகிதம் வகுப்புக்குள் வந்தான் தியாகராஜன். மேஜையில் வைத்து விட்டுத் தன் இருக்கைக்குப் போனான். அவனும் வீராசாமியும் பார்வையைப் பகிர்ந்து கொண்டனர். இவர்களைப் பார்த்துக் கொண்டே காப்பியைக் குடித்து முடித்தார் கே.டி. பிள்ளை!

தியாகராஜன் இருக்கையை விட்டு எழுந்தான்.

தியாகராஜன் எட்டாம் வகுப்பு 'ஈ' பிரிவு. அவன் நண்பன் நந்தகோபால் 'சி' பிரிவு. அவன் வகுப்பு முதல் கட்டடத்தின் மாடியில் இருந்தது. தியாகராஜனின் வகுப்பு அதற்குப் பின்னால் இருந்த கட்டடத்தில் இருந்தது. வெளியே போக வேண்டும் என்றால் பக்கவாட்டில் இடம் உண்டு. தியாகராஜன் தன் தீரச் செயலை தன் நண்பன் நந்தகோபாலுக்குக் காட்ட நினைத்தான். முதல் கட்டடத்தின் முன் வாயிலுக்கு வந்தான். அங்கிருந்து மாடிக்குச் செல்ல இருபுறமும் படிக் கட்டுகள் உண்டு. படிக்கட்டுகளில் ஏறி, தளத்திற்கு வந்தால் நடு நாயகமாக இருப்பது தலைமையாசிரியர் அறை. தலைமை ஆசிரியர் கண்ணில் பட்டு மாட்டிக் கொள்ளக் கூடாது என்ற எச்சரிக்கை உணர்வுடன் படிகளில் ஏறினான். தலைமை ஆசிரியரின் அறையைக் கடந்து தான் நந்தகோபால் இருக்கும் வகுப்புக்குச் செல்ல வேண்டும். தலைமை ஆசிரியர் அறைக்கு முன்னால் ஒரு ஸ்டூலில் பியூன் மூர்த்தி உட்கார்ந்து இருப்பான். அவன் பெரிய வம்பன் என்று வீராசாமி சொல்லி இருக் கிறான். பள்ளியில் படிக்கும் தடியன்கள் அவனுக்கு மாமூல் கொடுத்து சரிக் கட்டி வைத்திருப்பார்களாம். தியாகராஜன் கால் சட்டைப் பைக்குள் கையை விட்டான். ஒரு அரையணா இருந்தது. இது போதும் பியூனைச் சரிக்கட்ட. பாதிப் படி ஏறும் போதே தலைமை ஆசிரியர் அறை தெரிந்தது. பியூனைக் காணோம். அப்படி என்றால் தலைமை ஆசிரியர் பள்ளியைச் சுற்றி வர ஆரம்பித்து விட்டார் என்று அர்த்தம். நந்த கோபாலைப் பார்க்கும் எண்ணத்தைக் கை விட்டான். வேகமாக இறங்கி நேராகப் போய் சாலைக்குப் போய் விட

வேண்டும். தவறினால் தலைமை ஆசிரியரின் பிரம்படி அர்ச்சனைக்குத் தயாராக இருக்க வேண்டும்.

படிகளைப் பார்த்துக் கொண்டே வேகமாக இறங்கினான் தியாகராஜன். கடைசிப் படியிலிருந்து காலை எடுத்ததும் நேரே பார்த்தான்.

எதிரே பாலகிருஷ்ண ஐயர்!

அவர் தான் தலைமை ஆசிரியர்!

பாலகிருஷ்ண ஐயர் எப்போதும் வெள்ளைப் பாண்ட்டும் வெள்ளை முழுக்கைச் சட்டையும் தான் அணிந்திருப்பார். முழுக்கைச் சட்டையை மடக்கி விட்டுக் கொள்ளும் பழக்கம் அவருக்குக் கிடையாது. கையில் எப்போதும் பிரம்பு வைத்திருப்பார். சட்டென்று பார்த்தால் பிரம்பு வைத்திருப்பது தெரியாது. முழுக்கைச் சட்டையோடு பிரம்பு ஒட்டியது போல இருக்கும். கையின் நீளத்திற்கு உகந்த பிரம்பு. அளவெடுத்துச் செய்த பிரம்பு.

தியாகராஜன் நடுங்க ஆரம்பித்தான். கால்கள் தந்தி அடித்தன.

"டேய், பேரென்ன? எந்த கிளாஸ்?"

வார்த்தைகள் வர மறுத்தன. பிரம்படியை எதிர்நோக்கி தியாகராஜன் இடது கையை நீட்டினான். கை நடுங்கிக் கொண்டிருந்தது. தியாகராஜனின் நடுக்கம் பாலகிருஷ்ண ஐயர் முகத்தில் லேசான சிரிப்பை வரவழைத்தது. பள்ளி வளாகத்தில் பாலகிருஷ்ண ஐயர் சிரித்து யாரும் பார்த்த தில்லை. தியாகராஜனுக்கு அந்தப் பாக்கியம் கிடைத்தது. சதா சிகரெட் குடித்து கறுத்த உதடுகள் விரிந்து சராசரி வெள்ளைப் பற்கள் வெளிப்பட்ட காட்சி கொள்ளைக் காட்சி. திருவாரூர் பெரிய கோயிலில் "முத்தைத் தரு பத்தித் திருநகை" என்று தொடங்கும் அருணகிரிநாதரின் பாடலைக் கேட்டிருக்கிறான். இன்றுதான் காட்சிப்படுத்திப் பார்க்கிறான். அருணகிரிநாதர் காட்டும் திருமுருகனின் திருநகையில் கருணை கிடைக்கும் பக்தனுக்கு. பாலகிருஷ்ண ஐயரின் மெல்லிய நகையில் என்ன கிடைக்குமோ மாணவனுக்கு!

"இன்னொரு தடவை பார்த்தேன்; தோலை உரிச்சிடுவேன்; கிளாசுக்கு ஓடுடா" பாலகிருஷ்ண ஐயர் பிரம்பை எடுக்க வில்லை. அது எட்டாம் வகுப்பு வரை படிக்கும் சின்னப் பையன்களைத் தீண்டாது என்பது தியாராஜனுக்குத் தெரிய வாய்ப்பில்லை!

ஓடி வந்து வகுப்புக்குள் நின்றான் தியாகராஜன்.

வகுப்பே திகைத்துப் பார்த்தது. கே.டி. பிள்ளைக்கு காப்பி வாங்கிக் கொடுத்து விட்டு வகுப்புக்குத் திரும்பும் ஒரே மாணவன் வரலாற்றில் தியாகராஜன் தான்.

கே.டி. பிள்ளை புரிந்து கொண்டார். தலையை ஆட்டினார். தலை கவிழ்ந்தபடி தன் இடத்தில் போய் உட்கார்ந்தான். வீராசாமிக்குப் புரிந்து விட்டது.

"பல நாள் திருடன் ஒரு நாள் அகப்படுவான்; ஒரு நாள் திருடன் அன்றே அகப்படுவான்" மாணவர்களைப் பார்த்துச் சிரித்துக் கொண்டே சொன்னார் கே.டி. பிள்ளை.

தியாகராஜனின் நினைவுகளில் பி.சி. கணேசனும் வந்து போனார். அவர் ஊரில் பிரபலமாக இருந்த ஆசிரியர். அவர் பட்டதாரி ஆசிரியர் என்பதால் மேல் வகுப்புகளுக்குத் தான் பாடம் எடுப்பார். "திராவிட நாடு" "முரசொலி" முதலிய பத்திரிக்கைகளில் அவர் எழுதுவார். அவரைப் பெரிய "புத்திஜீவி" என்று சில மாணவர்கள் பெருமையாகச் சொல் வார்கள். தியாகராஜனுக்கும் அவர் ஒரு வருடம் ஆசிரியர். சம்பத்தும், கண்ணதாசனும் தமிழ்த் தேசியக் கட்சி ஆரம்பித்த போது, அவர் அதில் போய்ச் சேர்ந்தார். வேலையை விட்டு விட்டு அரசியலுக்குப் போனார். அரசியலுக்கு அவர் லாயக் கில்லை என்பது தியாகராஜனின் அபிப்பிராயம். தியாகராஜனின் அபிப்ராயத்தை அவர் கேட்டிருந்தால் உருப்பட்டிருப்பார்!

5

தியாகராஜனின் தாயாருக்குக் காய்ச்சல். சாதாரண காய்ச்சல் தான் என்று மருத்துவர் சொன்னார். என்றாலும் மருந்து எழுதிக் கொடுத்து வாங்கிச் சாப்பிடச் சொன்னார். மருந்துச் சீட்டையும் பணத்தையும் கொடுத்து மருந்து வாங்கிவரச் சொன்னார் அவனுடைய தந்தை. மருந்து வாங்க கடைத் தெருவிற்கு வந்தான் தியாகராஜன். ஓடம் போக்கி ஆற்றுப் பாலத்தைத் தாண்டினால் கடைத் தெரு தான். திருவாரூர் சந்திப்பு வரை பல தெருக்களில் வியாபாரம் மும்மரமாக நடக்கும். ஓடம்போக்கி ஆற்றுப் பாலத்தைத் தாண்டினால் முதலில் வருவது 'ருத்ராபதி மெடிக்கல் ஸ்டோர்ஸ்.' மருந்தை வாங்கிக் கொண்டு தெருவில் இறங்கினான் தியாகராஜன்.

"தியாகு"

திரும்பிப் பார்த்தான்.

இரண்டு கடைகள் தள்ளி இருக்கும் 'ராமாஸ்கேப்' வாசலில் வீராசாமி.

கிட்டே போனான் தியாகராஜன்.

"ஒண்ணுமில்லே. அப்பா அரிசி மண்டிக்கு வரச் சொன்னார். என்னை ஒக்கார வச்சிட்டு வேற ஜோலியா வெளியே போனார். வந்ததும் நாலணா காசு கொடுத்தார். அதான் இங்கே வந்து முருகலா தோசை சாப்பிட்டேன். என்ன ருசி தெரியுமா?"

''இதுக்குத்தான் கூப்பிட்டியா?''

''சொல்றதைக் கேளு! சாப்பிட வந்த நான் எதேச்சையா எதிரே பாத்தேன். நம்ம பாலகிருஷ்ண ஐயரும் அந்த மாவட்ட கல்வி அதிகாரியும் அதான் சரஸ்வதி ராமசாமியும் எதிரே ஜவுளிக் கடைக்குப் போயிருக்காங்க''

''சரஸ்வதி ஸ்டோருக்கா''

''ஆமாம், அங்க புதுப்புது ஜவுளி எல்லாம் வரும். பட்டுப் புடவை வாங்கப் போய் இருப்பாங்க. நம்ம ஹெட் மாஸ்டர் தான் புடவை உபயமாயிருக்கும். அவங்க திரும்பி வர்ற காட்சியைப் பாக்கத்தான் இப்படி ஜகா வாங்கி நிக்கிறேன். நீயும் நில்லு.

''டேய் பயமா இருக்கு. ஹெட் மாஸ்டர் ஞாபகம் வச்சிருந்தா என்ன பண்றது?''

''எதை? கே.டி. பிள்ளை கிளாசை கட் பண்ணிட்டு அண்ணைக்கி மாட்டிக்கிட்டதையா? அதெல்லாம் அவர் மறந்திருப்பார். இப்ப இரு, வேடிக்கை பாக்கலாம்.''

இரண்டு பேரும் சரஸ்வதி ஸ்டோர்ஸ்சைப் பார்த்த படியே பேசிக் கொண்டிருந்தார்கள்.

கொஞ்ச நேரம் சென்றது. தலைமை ஆசிரியரும், மாவட்டக் கல்வி அதிகாரியும் வெளியே வந்தார்கள். இரண்டு பேர் கைகளிலும் பைகள். எல்லாம் புதுத் துணிகள். வீராசாமி யும் தியாகராஜனும் ஓரம் ஒதுங்கினர். யார் பார்க்கிறார்கள் என்பதைப் பற்றி எல்லாம் அவர்கள் கவலைப்படுவதாகத் தெரியவில்லை. பாலகிருஷ்ண ஐயர் தலைமை ஆசிரியராகத் தொடர்ந்து இதே பள்ளியில் இருக்க அவருக்கு ஒரு மாவட்ட கல்வி அதிகாரி கிடைத்து விட்டார். ஜாதியில் குறைந்த கல்வி அதிகாரிக்கு ஒரு பிராமணர் கிடைத்து விட்டார். வாலிபத்தில் காதலிக்க ஜாதகத்தில் வழி இல்லாமல் போய் விட்டது போலும்.

மாவட்ட கல்வி அதிகாரி சரஸ்வதி ராமசாமியை ஒரு கணம் உற்றுப் பார்த்தான் தியாகராஜன். சரஸ்வதி ராமசாமியின் நிறம் என்னவோ கருப்பு தான். ஆனால் உயரம் பரவா யில்லை. கண்களைப் பார்த்தால் ஒண்ணரைக் கண் போல்

இருந்தது. வீராசாமியைப் பார்த்தான். வீராசாமி புரிந்து கொண்டான்.

"நெஜம் தான். ஒண்ணரைக் கண்; வலது கண் ஒரு மாதிரியாக இருக்கும். கண்ணாடி போட்டால் அவ்வளவு தெரியாது. எப்போதும் கண்ணாடி போட்டிருப்பாங்க, இப்ப ஏன் கண்ணாடி போடலைன்னு தெரியலே"

"எப்படி இப்படி எல்லாம் காதல் பண்றாங்க"

"இதென்ன காதலா?"

....

"இது வழக்கமான காதல் இல்லே. கள்ளக் காதல். கள்ளக் காதலுக்கு இலக்கணமும் கிடையாது; இதயமும் கிடையாது.

"அப்படி ஒண்ணும் இவங்க அழகாயில்லியே"

வீராசாமி பதில் சொன்னான் நிதானமாக;

"அழகில்லாதவர்களுக்கும் காதல் வரும்; கள்ளக் காதலும் வரும். இதில் காரியமும் கலந்திருக்கும்."

• • • • •

தியாகராஜனுக்கு ஆச்சர்யமாக இருந்தது. அந்த அம்மா கல்வி அதிகாரி. ஐயா தலைமை ஆசிரியர். ரெண்டு பேருக்கும் வயது வித்தியாசம் இருக்கலாம். என்றாலும் கொஞ்சம் வயசானவங்க தானே? ரெண்டு பேருமே கல்வித் துறை. அப்புறம் எப்படி ரெண்டு பேரும் புருஷன் பொண்டாட்டி மாதிரி ஊர் சுத்துறாங்க! இதெல்லாம் அவங்க வீட்டுக்குத் தெரியாதா? தான் நினைத்ததை வீராசாமியிடம் பகிர்ந்து கொண்டான்.

வீராசாமியின் மூளையில் ஒரு மின்னல் நாட்டியம் போட்டது.

"சரி, வேட்டு வைப்பமா" என்றான்

"வேட்டா."

"பாலகிருஷ்ண ஐயர் வீட்டிற்கு ஒரு மொட்டைக் கடுதாசி. அதைப் படிச்சதும் அம்மா பத்திரகாளியாகிடுவாங்க. சரஸ்வதி

பேர்லே ஒட்டிக்கிட்டு இருக்கே ராமசாமி. அந்த ராமசாமியைக் கண்டுபிடிக்கணும். அது புருஷனா அப்பனான்னு தெரியலே. யாரா இருந்தா என்ன, விசாரிப்போம். மொட்டைக் கடுதாசியைத் தட்டி விடுவோம்!''

''வீராசாமி, என்னை வம்புலே மாட்டி விடாதே.''

தியாகராஜனுக்கு உள்ளுக்குள் உதைப்பு.

''கவலைப்படாதே. மொட்டைக் கடுதாசியைத் தவிர வேறு எதுவுமே எழுதத் தெரியாதவனுவ ஊர்ல நெறயப் பேர் இருக்கானுவ. அவங்கள வச்சி நான் பாத்துக்கிறேன்.'' தியாகராஜனுக்கு வீராசாமி ஆறுதல் சொன்னான்.

• • • • •

''ரத்தினவேலு பானையிலே கையை விட்டுட்டான். யாரும் பானகம் குடிக்காதீங்க''

ராமச்சந்திரன் சத்தமாகக் குரல் கொடுத்தான்.

ரத்தினவேலு திகைத்து நின்றான். பின்னர் தன் இடத்திற்கு வந்து உட்கார்ந்து கொண்டான். பானகம் குடிக்க வந்த மாணவர்கள் என்ன செய்வது என்று தெரியாமல் தங்கள் இடத்திற்கு வந்து விட்டார்கள். என்ன நடந்தது என்று தெரியாமல் பல மாணவர்கள் குழம்பினார்கள். ரத்தின வேலுவைக் கேட்கத் தயக்கம். அவன் முகம் அவமானப் படுத்தப்பட்டதை வெளிக்காட்டியது. பானகம் குடிக்க ரத்தின வேலுவுக்குப் பின்னால் நின்றவன் தியாகராஜன். ராமச்சந்திரன் தன்னுடைய நண்பர் வட்டத்தை வைத்து மற்றவர்கள் பானகம் குடிப்பதை நிறுத்தி விட்டான். வகுப்பறையில் சலசலப்பும், கசமுசாவும் ஏற்பட்டன.

ஏப்ரல் மாதம் பிறந்தது. வெயில் வேகமாக ஏறத் தொடங்கியது. மாணவர்கள் காசு போட்டு ஒரு புதிய பானையை வாங்கினார்கள். நாற்பது மாணவர்களின் தாகத்தைத் தீர்க்க அந்தப் பானை போதும். இது ஒவ்வொரு ஆண்டும் நடக்கும் வாடிக்கை தான். புதுப்பானை வாங்கினால் முதல் நாள் மாணவர்கள் பானகம் தயார் செய்வார்கள். குடி தண்ணீரில் நாட்டுச் சர்க்கரையைக் கொட்டி, நிறைய எலுமிச்சம் பழங் களைப் பிழிவார்கள். ராமச்சந்திரன்தான் முன்னின்று

எல்லாவற்றையும் பார்த்துக் கொண்டான். தன்னை ஒரு தலைவன் போல் காட்டிக் கொள்வது அவனுடைய இயல்பான குணம். அவனுக்குச் சில நண்பர்கள் உண்டு. அவர்களுக்கெல்லாம் அடிக்கடி கடலை மிட்டாய் வாங்கிக் கொடுப்பான். எலுமிச்சைப் பழத்தை எல்லாம் கத்தியால் அறுத்து, பானையில் பிழிவதை அவனே செய்தான். பானகம் தயாரானது. மாணவர்கள் ஒருவர் பின் ஒருவராக வந்து, பானையின் மூடிமேல் வைக்கப்பட்டிருக்கும் பிளாஸ்டிக் டம்ளரை எடுத்துக் குடித்தார்கள். ராமச்சந்திரன் சற்று விலகி நின்று பார்த்துக் கொண்டே இருந்தான். டம்ளரைத் தூக்கிப் பிடித்து உதடுபடாமல் குடிக்கிறார்களா என்பதைக் கண்காணித்துக் கொண்டிருந்தான். சில மாணவர்கள் குடித்துவிட்டுப் போன நிலையில் அடுத்ததாக ரத்தினவேல் வந்தான். ரத்தினவேலு டம்ளரை எடுத்து பானகப் பானையில் விட்டு அவனே மொண்டு குடிப்பதற்கு முன் ராமச்சந்திரன் டம்ளரை எடுத்து பானகத்தை மொண்டு அவன் கையில் கொடுத்துத் தூக்கிக் குடிக்கும்படிச் சொன்னான். ரத்தினவேலு தூக்கிக் குடிக்கத் தயார். அதை அத்தனை மாணவர்களும் செய்து கொண்டிருந்தார்கள். ஆனால் பானகப் பானையில் தன்னை டம்ளரில் மொண்டு குடிக்க மறுப்பதை அவன் அவமானமாகக் கருதினான். உடனே ராமச்சந்திரனிடம் அவன் ''நானும் மொண்டு குடிப்பேன்'' என்றான். ராமச்சந்திரன் தேவையில்லாமல் குசும்பு செய்வதை எதிர் கொள்ள வேண்டும் என்று நினைத்தான்.

அடுத்த வினாடி ராமச்சந்திரன் எதிர் பாராதது நடந்தது. ராமச்சந்திரனிடமிருந்து டம்ளரை வாங்கிய அவன் அதில் இருந்த பானகத்தைப் பானையில் கொட்டி விட்டு, தானே மொண்டு குடித்தான். அப்போது தான் ராமச்சந்திரன் கத்தினான்.

''ரத்தினவேலு பானையிலே கையை விட்டுட்டான், யாரும் பானகம் குடிக்காதீங்க''

பானகம் குடிக்க வந்த மாணவர்கள் செய்வதறியாது தங்கள் இருக்கைக்குத் திரும்பி விட்டார்கள். ரத்தின வேலுவுக்குப் பின்னால் நின்ற தியாகராஜனும் ஒரு கணம் தாமதித்தான். ராமச்சந்திரன் முறைத்ததும் தன் இடத்திற்கு வந்து விட்டான். வகுப்பில் பானகம் குடிக்க யாரும் முன்வரவில்லை.

ரத்தினவேலு குறவர் சாதியைச் சேர்ந்தவன். மாணவர்கள் மத்தியில் சலசலப்பு; குழப்பம். ராமச்சந்திரன் செய்வது சரியல்ல என்று சில மாணவர்கள் நினைத்தார்கள். பானகத்தைக் குடிக் கலாம் என்றே நினைத்தார்கள்.

பூனைக்கு யார் மணி கட்டுவது?

வீராசாமி சரியாக என்ன நடந்தது என்று தெரியாமல் உட்கார்ந்திருந்தான். பின் வரிசையில் இருந்த வேல் முருகன் வீராசாமியைத் தொட்டுக் கூப்பிட்டான். ''இங்க பார்; ராமச்சந்திரன் அனாவசியமா கலாட்டா பண்றான். அவன் சொல்றதிலே நியாயம் இல்லே. இப்ப என்ன குடி முழுகிப் போச்சி. போன வருஷம் கூடத்தான் வெயில் காலத்திலே புதுப்பானை வாங்கினோம். பானகம் செஞ்சோம். அப்ப ரத்தினவேலு எல்லாரையும் மாதிரி குடிக்கலயா? இப்ப என்ன திடீர்னு தீட்டு வந்திடுச்சி. கபடி வெளையாடுறதிலே ரத்தினவேலு புலியா இருக்கான். அது இந்தப் பயலுக்கு புடிக்கலே. அதான் பிரச்சினையை வேற மாதிரி கொண்டு போறான்''

''இரு; ஒரு நிமிஷம், என்ன நடந்ததுன்னு சரியாத் தெரிஞ்சுக்குவோம்; ரத்தினவேலுவுக்கு அடுத்து நின்னது தியாகராஜன் தானே; அவனைக் கேட்கலாம்.''

வீராசாமி தியாகராஜனை அருகில் வரும்படி அழைத்தான்.

''உண்மையைச் சொல்லு; என்ன நடந்துச்சு?''

''நான் ரத்தினவேலு பின்னால் நின்னேன். எல்லாப் பசங்களும் டம்ளரை எடுத்து, பானைக்குள்ளே விட்டு, பானகத்தை மொண்டு, தூக்கிக் குடிச்சாங்க. ரத்தினவேலு குடிக்க வரும்போது, ராமச்சந்திரன் என்னா பண்ணான்னா, அவனே பானையிலேந்து மொண்டு கொடுத்தான். அது ரத்தினவேலுவுக்குப் புடிக்கல போலிருக்கு. உடனே அவன் டம்ளரில் இருந்த பானகத்தை திரும்பவும் பானையில் ஊத்திட்டு தானே மொண்டு குடிச்சான்''

''அவ்வளவு தானே நடந்துச்சு?''

''ஆமாம்''

"அவன் ஒண்ணும் பானைக்குள்ளே கையை விட்டு குழப்பி அசுத்தம் பண்ணலியே"

"இல்லே"

"இது போதும்"

வீராசாமி வேல் முருகனைப் பார்த்தான்.

"நாம பானகம் குடிப்போம்"

அதற்குள் மணி அடித்தது. வகுப்பை நோக்கி கே.டி. பிள்ளை வந்து கொண்டிருந்தார். மாணவர்கள் அவரவர் இருப்பிடத்திற்கு வந்தார்கள்.

உள்ளே நுழையும் போதே புதுப் பானையைப் பார்த்துக் கொண்டே நுழைந்தார் அவர். உட்கார்ந்ததும்,

"இன்று காப்பி வேண்டாம்; பானகம் தான்" என்றார்.

ராமச்சந்திரன் எழுந்தான். தயக்கத்தோடு, "சார், பானகம் குடிக்க வேண்டாம். ரத்தினவேலு பானைக்குள் கையைவிட்டு அசுத்தப்படுத்திட்டான்"

கே.டி. பிள்ளையின் முகத்தில் ஒரு மாற்றம் ஏற்பட்டது. அவநம்பிக்கையோடு ராமச்சந்திரனைப் பார்த்தார்.

"அதைப் பாத்தது, யாரு"

"நான் பாத்தேன் சார்"

"ராமச்சந்திரா, நீ பாத்தது இருக்கட்டும். வேற யார் பாத்தா?"

"தியாகராஜன் பாத்தான் சார்"

வீராசாமி சொன்னான்.

கே.டி. பிள்ளையின் பார்வை தியாகராஜன் பக்கம் திரும்பியது.

"என்ன நடந்தது? பானகத்தை அவன் அசுத்தப்படுத் தினானா?"

"இல்லே சார். ராமச்சந்திரன் ரத்தினவேலுவுக்கு மட்டும் அவனை விடாமல் மொண்டு கொடுத்தான் சார். அது ரத்தினவேலுவுக்குப் பிடிக்கலே. அவனே மொண்டு குடிச்சான். மத்தபடி அசுத்தம் பண்ணலே"

அதற்குமேல் கே.டி. பிள்ளை எதையும் கேட்கத் தயாராக இல்லை.

"ராமச்சந்திரா, சாயந்தரம் நீயும் ரத்தின வேலுவும் கபடி வெளையாடுறீங்கல்ல"

"ஆமாம் சார்"

"அப்ப ஒருத்தரை ஒருத்தர் தொட்டுக்கிட்டு புடிச்சி இழுத்துக்கிறிங்கள்ள. அப்புறம் என்ன."

கே.டி. பிள்ளை தன் நாற்காலியை விட்டு எழுந்தார். நேரே பானையிடம் போனார். மூடிமேல் டம்ளர் இருந்தது. மூடியை ஒரு கையிலும் டம்ளரை இன்னொரு கையிலும் எடுத்தார். தன் துண்டு பானைக்குள் விழாமல் இருக்க தன்னை ஒரு பக்கம் லேசாக சாய்த்துக் கொண்டு பானகத்தை மொண்டு உதட்டில் படாமல் டம்ளரை உயர்த்திப் பிடித்து மெதுவாகக் குடித்தார். வகுப்பைத் திரும்பிப் பார்த்தார்.

வீராசாமி, தியாகராஜன், வேல்முருகன் மூவரும் எழுந்து பானகம் குடிக்க வந்தார்கள். மற்றவர்களும் எழுந்தார்கள்.

பானை காலியாயிற்று!

6

தியாகராஜன் நீண்ட கால விடுப்பு முடிந்து அலுவலகம் செல்ல ஆரம்பித்தார். நடைமுறைகளில் இயல்பு வாழ்க்கை திரும்பியது. ஆனால் அவர் மன நிலை இன்னமும் சரியாக வில்லை என்பதை அவருக்கு வேண்டியவர்கள் புரிந்து கொண் டிருந்தார்கள். மனைவியின் இழப்பு இவ்வளவு பாதிக்கும் என்று அவருடைய நண்பர்கள் கூட எதிர்பார்க்க வில்லை. அதனால் மாலை நேரங்களில் தியாகராஜனுடன் வெளியே போய் 'அரட்டை' அடிப்பதில் ஈடுபட்டார்கள். தியாகராஜன் பல சமயங்களில் கலகலப்பாகப் பேசினாலும், ஏதோ ஒரு இனம் புரியாத கவலை அவர் உள்ளே ஆண்டு கொண்டிருக் கிறது என்பதை அவர்களால் ஊகிக்க முடிந்தது. என்றாலும் குடும்ப சம்பந்தமாகப் பேசுவதைத் தவிர்த்து வந்தார்கள். மங்களம் பற்றிக் கூட தியாகராஜன் பேசாமல் இருப்பது அவர்களுக்கு வியப்பைத் தந்தது. ஏனென்றால் எஸ்.எஸ்.எல்.சி. தேர்வு முடிவுகள் வெளியாகப் போகும் நாள் நெருங்கி வரும் போது கூட தியாகராஜன் அது பற்றிப் பேசாதது ஏன் என்ற கேள்வி அவர்களை நெருடிக் கொண்டே இருந்தது.

அது கோடைக்காலம். வெயிலின் உச்சத்தைக் காட்டும் அக்னி நட்சத்திரம் தகித்துக் கொண்டிருந்தது. நகரின் முக்கிய ஆறான, காவிரியின் கிளையான ஒடம்போக்கி ஆறு சித்திரை மாத வறட்சியின் அடையாளமாக இருந்தது. ஆற்றில் தண்ணீர் இல்லை. ஆனால் ஆங்காங்கே பல பள்ளங்கள். அவற்றில் தண்ணீர் தேங்கி இருந்தது. ஆற்றின் மேற் பரப்பு வறண்டு

இருந்தாலும், கீழே நீர்ப்பிடிப்பு இருந்தது. அதனால் பல பேர் ஊற்று தோண்டி, தண்ணீரை இரைத்து தண்ணீர் சுத்தமானதும், அத் தண்ணீரைக் குடங்களில் எடுத்துச் சென்றார்கள். தியாகராஜனும் அவருடைய மாணவக் குழாமும் ஓடம் போக்கி ஆற்றின் மணற்பரப்பில் கைகளாலேயே இரண்டடி தோண்டி ஊற்று நீரை இரைத்துவிட்டு, களைப்பு நீங்க இரண்டு கைகளால் ஊற்று நீரைக் குடித்து மகிழ்ந்து இருக்கிறார்கள். திருவாரூர் வாசிகளுக்கு சித்திரை மாதம் முழுவதும் ஓடம்போக்கி ஆறு தான் ''மெரினா'' கடற்கரை. ஒருபுறம் ஆற்று மணலில் ஊற்று தோண்டுதலும், சடுகுடு விளையாட்டும் நடந்து கொண் டிருக்கும் போது, இளமைப் பருவத்தைக் கடந்து விட்ட சில பெண்கள் ஊற்றுத் தண்ணீரை எடுத்துப் போக ஆற்றுக்கு வருவார்கள். ஊற்று நீரை எடுப்பதற்கு முன் ஆற்றங்கரை யோரம் வளர்ந்து நிற்கும் மரத்தடிக்குப் போய் தாங்கள் கொண்டு வந்திருக்கும் சுருட்டை பூவரச மர இலையில் சுருட்டி வைத்துக் கொண்டு புகை பிடிப்பார்கள். ஆற்று மணலில் அமர்ந்து பேசிக் கொண்டிருந்த தியாகராஜனுக்கு அந்தக் காட்சிகள் வந்து போயின. இப்போது சுருட்டு குடிக்கும் பெண்மணிகளைக் காணோம்.

நீலாம்பிகையின் மரணத்திற்குப் பின் தன் தம்பி முழுமை யாக மீண்டு விடவில்லை என்பதை ராஜம் உணர்ந்தே இருந்தாள். மனைவியை இழந்த சோகம் மட்டும் அல்ல. வேறு ஏதோ ஒரு வலுவான காரணம் இருக்க வேண்டும் என்று அவள் ஐயுற்றாள். அது என்னவாக இருக்கும் என்பதைக் கண்டறிய வேண்டும் என்றும் முடிவு செய்தாள்.

அன்று சரியான தருணம் வாய்த்தது. அலுவலகத் திலிருந்து திரும்பிய தியாகராஜன் முகம், கை கால்களைக் கழுவிக் கொண்டிருந்தார். கிணற்றுத் தண்ணீரின் குளுமை அவர் களைப்பை ஆற்றிக் கொண்டிருந்தது. கிணற்றடியிலோ அல்லது பின் கட்டிலோ மங்களம் தென்படவில்லை. ராஜம் தியாகராஜனை அணுகினாள்.

''மங்களத்துக்கு இன்னும் பத்து நாள்லே ரிசல்ட் வந்திடுமாமே''

தியாகராஜன் இந்தக் கேள்வியை எதிர்பார்க்கவில்லை போலும்.

''ஆமாம், ஆமாம், வரவேண்டிய நேரம் தான்''

''மேற் கொண்டு என்ன படிக்கிறது?''

''அதான் யோசிக்கிறேன்''

''என்ன யோசிக்கிறே? மங்களத்துக்கிட்டே கேட்டியா?''

''மங்களத்தை இன்னும் கேக்கலே; நீ கேட்டியா?''

''நான் தான் பரீட்சை எழுதறத்துக்கு முன்னாடியே கேட்டுட்டேனே. அவதான் காலேஜ்லே சேந்து படிக்கணும்ன்னு சொல்றாளே. நீ இப்படியே இருந்தா எப்படி?''

''மேலே படிச்சி என்ன செய்யப் போறா? என்னக்கி இருந்தாலும் கட்டிக் கொடுக்க வேண்டியதுதானே நம்ம கடமை''

''என்னா பேசுற நீ. இதுக்கு முன்னடி எல்லாம் காலேஜிலே சேக்கப் போறேன், கலெக்டராக்கப் போறேன்ன. இப்ப என்னடான்னா கட்டிக் குடுக்கப் போறேன்கிற; என்ன ஆச்சி ஒனக்கு''

கொல்லைப்புறம் முகம் கழுவப் போன தந்தை இன்னும் திரும்பவில்லையே என்று உள்ளே இருந்து கிணற்றடிக்கு வந்தாள் மங்களம். தியாகராஜனும் ராஜமும் பேசுவதை சட்டென்று நிறுத்திக் கொண்டார்கள். தன்னைப் பற்றித்தான் பேசிக் கொண்டிருக்க வேண்டும் என்பதை அவள் உணர்ந்து கொண்டாள். அவர்கள் பேசுவதை நிறுத்திய பிறகு தான் அங்கே இருப்பது சரியல்ல என்று நினைத்த அவள் ''சரிப்பா, அத்தே கிட்டே பேசிட்டு வாங்க; நான் உள்ளே போறேன்'' என்றாள்.

''ஒண்ணுமில்லேம்மா; சும்மாதான் பேசிகிட்டு இருக்கேன். இதோ வந்திடுறேன்''

மங்களம் உள்ளே போனாள்!

''தியாகு, நீ எதையோ மறைக்கிறே; வெளிப்படையாச் சொல்லு. எதுக்கு மங்களம் மேலே படிக்க வேணாம்கிறே''

''இதோ பாரு, அவ பாத்திட்டுப் போயிருக்கா. நம்பளப் பத்திதான் பேசிகிட்டு இருக்காங்கங்கிற சந்தேகம் அவளுக்கு வந்திடும். அப்புறம் பேசலாம்.''

''என்ன அப்புறம் பேசலாம்! ரிசல்ட் வரப்போவுது. அவ மனசுலே என்னென்ன இருக்கோ. அதப்பத்தியெல்லாம் கவலப் படாம எதுக்குத் தள்ளிப் போடற. எனக்கு தெரிஞ்சாகணும் காரணம்.''

''சரி, சொல்றேன். எனக்கு சக்கரை வியாதியும் ரத்தக் கொதிப்பும் இருக்கு''

''இது என்ன புதுசா இருக்கு; இதுவரைக்கும் ஒண்ணும் சொன்னதில்லையே''

''எனக்கே இப்பதான் தெரியும்''

''சரி வெளக்கமா சொல்லு''

''நீலாம்பிக்கை படுத்த படுக்கையா இருந்தாள்ல, அப்ப டாக்டர் அவளுக்குப் பல டெஸ்ட் பண்ணச் சொன்னாரு. அப்ப டாக்டர்கிட்டே எனக்குக் கொஞ்ச நாளா களைப்பா இருக்கு. மயக்கம் வர்றது மாதிரி இருக்கு அப்படீன்னு சொன்னேன். அதுக்கு அவர் நீங்க கவலைப்படுறதால அப்படி இருக்கும்; வேற கோளாறு இருக்காதுன்னாரு. எனக்கு அப்படி தோணல டாக்டர் அப்படீன்னேன். சரின்னு ரத்தப் பரிசோதனை செய்யச் சொன்னார். யாருக்கும் சொல்லலே; செஞ்சிக் கிட்டேன். அப்பதான் சக்கரை வியாதி இருக்கிறது தெரிய வந்திச்சி. அப்புறம் ரத்தக் கொதிப்பு இருக்கான்னு மூணு நாள் தொடர்ந்து டெஸ்ட் பண்ணிப் பாத்தாரு. இருக்குண்ணு சொல்லிட்டாரு. அப்புறம் மருந்து மாத்திரை எல்லாம் எழுதிக் கொடுத்தாரு. பயப்பட வேண்டியதில்லேன்னும் சொன்னாரு. மருந்தெல்லாம் வாங்கலே. நீலாம்பிகை ஒடம்பு மோசமான தாலே அதுலேயே இருந்திட்டேன். இனிமேதான் வாங்கணும். எனக்கென்னமோ பயமா இருக்கு; ரொம்பநாள் நான் இருக்க மாட்டேன். உசிரு போறதுக்குள்ளே மங்களத்தை ஒருத்தன் கையில் புடிச்சிக் குடுத்திட்டா என் கடமை முடிஞ்சிடும்''

ராஜத்திற்குத் தன் தம்பிமேல் அனுதாபம் ஏற்பட்டது. அதே சமயம் கோபமும் பீரிட்டது.

''ஒனக்கு என்ன பயித்தியமா புடிச்சிருக்கு, எத்தனையோ பேருக்கு சக்கரை வியாதி இருக்கு; ரத்தக் கொதிப்பு இருக்கு. அவங்கள்ளாம் எமன் எருமை வாகனத்துல வந்து நிக்கிறான்னா

பொலம்புறாங்க. ஒனக்கு இருக்கிறது வியாதி இல்லே; பயம்; மரண பயம். பாம்பு கடிச்சி செத்தவனை விட பயந்து செத்தவன் தான் அதிகம்ணு சொல்வாங்க. அப்படிதான் இருக்கு ஒன் கதை. ஆக வேண்டியதைப் பாரு. மருந்து மாத்திரையை ஒழுங்கா சாப்பிட்டுக்கிட்டு வா; நீ ரொம்ப நாள் உயிரோட இருப்ப. மங்களம் படிக்கட்டும்''

தியாகராஜன் பேசவில்லை!

ராஜம் விடுவதாக இல்லை!

''என்ன பேசாம இருக்கே''

''நம்ம குடும்பத்திலேயே ஆம்பிளைங்க ரொம்ப நாள் வாழ்ந்ததில்லியே, இது ஒனக்குத் தெரியாதா? அத நீ யோசிச்சிப் பாத்தியா?''

''நீ குழம்பி இருக்கிறே; மனசும் சரியில்லே. இதுலே எடுக்கிற முடிவும் சரியா இருக்காது. நம்ம குடும்பத்திலே ஆம்பளக்கி ஆயுள் கம்மின்னு நெனச்சாலே அந்த நெனப்பிலேயே ஆயுள் கொறஞ்சிடும். ஒடம்பப் பாத்துக்கிட்டு நூறு வயது இருப்பேன்னா, இருக்க முடியும்!

''நான் நல்லா யோசிச்சிதான் சொல்றேன். செவனேன்னு மங்களத்தைக் கட்டிக் கொடுத்திடலாம்.''

''மங்களத்தைக் கேக்காம முடிவெடுக்காதே. கல்யாணம் ஆயிரம் காலத்துப் பயிரு''

ராஜம் தன் தம்பி குடும்பத்தில் இப்படி எல்லாம் நடக்கும் என்று எதிர்பார்க்கவில்லை. மங்களத்தை மேலே படிக்க வைத்து, வேலைக்கு அனுப்பி, வேலை பார்க்கும் நல்ல பையனாகப் பார்த்து திருமணம் செய்ய வேண்டும் என்று தான் நினைத்திருந்தாள். மங்களத்திற்கும் மேலே படிக்கும் ஆசை இருந்ததை அவள் அறிவாள். இப்போது எல்லாம் போய் விடும் போலிருக்கே என்று கவலை கொண்டாள். தம்பிக்கு ஏன் இப்படி ஒரு குருட்டுப் பார்வை என்று நினைத்து நொந்தாள்.

நீலாம்பிகையின் திடீர் மரணம் தியாகுவை இவ்வளவு தூரம் பாதிக்கும் என்பது அவள் எதிர்பாராத ஒன்று. சர்க்கரை வியாதியும், ரத்தக் கொதிப்பும் அவனுள் மரண பயத்தை

விதைத்து விட்டன. இதன் விலை ஒரு அப்பாவிப் பெண்ணின் வாழ்க்கையா?' மரணம் என்ன வீட்டு வாசலில் வந்து நின்று கதவையா தட்டுகிறது? மங்களம் படித்து முடிக்க ஒரு மாமாங்கமா ஆகப் போகிறது? அவ கிடுகிடுன்னு படிச்சி முடிக்கட்டுமே. ராஜம் சிந்தனைக்கு முற்றுப் புள்ளி வைத்தாள். இனி மங்களத்திடம் பேசுவதுதான் உத்தமமானது என்று முடிவு செய்தாள்.

•••••

மறுநாள் காலை தியாகராஜன் வேலைக்குப் போனதும் ராஜம் மங்களத்திடம் வந்தாள். மங்களம் காலையிலேயே குளித்து விடுவாள். தியாகராஜன் வேலைக்குப் போனதும் சாப்பிட்டுவிட்டுப் புத்தகங்கள் படிக்க ஆரம்பிப்பாள். சில சமயம் வானொலி கேட்பாள். அத்தை வேலை முடித்திருக்கும் நேரம் பார்த்து அங்கு போய்ப் பேசிக் கொண்டிருப்பாள். வேலை சீக்கிரம் முடிந்து விட்டால் அத்தையே மங்களத்தைத் தேடி வந்து பேசிக் கொண்டிருப்பாள். அலுவலகம் அருகில் இருப்பதால் தியாகராஜன் வீட்டிற்கு வந்தே மதிய உணவை முடித்துக் கொள்வார். அதன் பின்னர் மங்களத்தின் தோழிகள் வீட்டிற்கு வந்து அரட்டை அடித்துக் கொண்டிருப்பார்கள். யாரும் வராவிட்டால் புத்தகம் தான் அவளுக்குத் துணை. அவ்வப்போது வானொலியும்.

வழக்கத்தை விட வேலைகளைச் சீக்கிரமாக முடித்துவிட்டு அத்தை வந்திருப்பதிலிருந்து ஏதோ முக்கிய விஷயம் பேச வந்திருக்கிறாள் என்பதை மங்களம் புரிந்து கொண்டாள். நேற்று கிணற்றடியில் தன் தந்தையும், அத்தையும் பேசிக் கொண்டிருந்ததையும் நினைத்துக் கொண்டாள்.

''என்னடி, சும்மா இருக்கே, இன்னும் சில நாள்லே ரிசல்ட் வந்திடுமாமே''

''ஆமா, அத்தே! பேப்பர்லே போட்டிருக்கு. நான் பாஸ் பண்ணிடுவேன்.''

''அது தெரியும். ஒன் மாமா கூட ரிசல்ட் பாக்க காலை யிலேயே ரயில்வே ஸ்டேஷன் போய் பேப்பர் வாங்கிக்கிட்டு வாறேன்னு சொல்லியிருக்காரு.''

''நம்பர் வேணுமா அத்தே.''

''அது ஏற்கனவே இருக்கு. மேலே என்ன படிக்கப் போறே சொல்லு''

''மேல படிக்கலாம்; ஆனா...''

''என்னடி இழுக்கிறே''

''இல்ல, அப்பா இருக்கிற நெலையிலே''

''என்ன, என்னமோ சொல்றே. நேத்து நாங்க பேசிக்கிட்டு இருந்தத கேட்டியா?''

''இல்ல; அந்தப் பழக்கம் எல்லாம் எனக்கு இல்லே. ஆனா நீங்க சீரியசா பேசிக்கிட்டு இருந்ததிலிருந்து அது என்னைப் பத்திய சமாச்சாரமாக இருக்கும்ண்னு நெனச்சேன். அது மாத்ரம் இல்லே. கல்யாணி இல்லே. நர்ஸ் பொண்ணு அவ வந்தா. அவளும் ரிசல்ட் வரப் போறதைச் சொன்னா. அவ அப்பா டெஸ்ட் பண்ணிக்கிட்டதைச் சொன்னா! அப்பாவுக்கு சக்கரை வியாதியும், ரத்தக் கொதிப்பும் இருக்காம். பயமா இருக்கு.''

''அப்புறம் அவ என்ன சொன்னா?''

''பயப்பட ஒண்ணும் இல்லே அப்படீன்னா''

''அப்ப மேல படிக்க வேண்டியது தானே''

''அப்பா மனசுலே என்னா இருக்குன்னு தெரியலே''

''இந்தாப்பாரு. ஒன் அப்பன் மனசுலே மரண பயம் தான் குதியாட்டம் போடுது. வியாதி வந்திடுச்சி செத்துடுவோம்கிறான். அதனாலே ஒன்னை ஒருத்தன் கையிலே புடுச்சிக் குடுத்திட்டா அவன் கடமை முடிஞ்சிடுமாம். அப்பறம் மேலோகம் போக அவன் தயாராம். எருமை மாட்டைப் பாத்தாலே அதில் எம தர்மராஜன் ஒக்காந்திருக்கிறதா நெனச்சிக்கிட்டு இருக்கான்''

''என்ன செய்றது; அப்பா மனசு ஒடைஞ்சி போயிருக்கு''

''அதனால இப்பவே கல்யாணம் கட்டிக்கிறியா. எவனாவது ஒருத்தனை புடிச்சிக்கிட்டு வரலாமா?

''அப்பா கல்யாணம் பண்ணனும்னு ஆசைப்பட்டாலும் இப்ப முடியாதே! பதினெட்டு வயசு ஆகணும் இல்லியா?

அப்பா இப்ப இருக்கிற மன நெலையிலே அப்பாவை விட்டுட்டு படிக்க வெளியூர் போறது சரியா இருக்காதுன்னு தோணுது. அப்பா மனசு மாறட்டும்; மேல படிக்கலாம்.

''என்ன பேசுறே; வெண்டக்காய வெளக்கெண்ணையிலே போட்டு ஒளப்புறே''

''யோசிச்சிதான் அத்தே பேசுறேன்''

''அடுத்த வருஷம் மனசு மாறாம ஒன் அப்பன் மாப்பிள்ளை பாத்திட்டா என்ன பண்ணுவே? இப்ப படிக்கலேன்னா, பொறவு படிக்க முடியாம போயிட்டா என்ன பண்ணுவே?

''விதியேன்னு போவ வேண்டியது தான்''

''மதிகெட்டா விதியும் கெட்டுதான் வரும்; வாங்கிக் கட்டிக்க!''

''என்ன அத்தே இப்பிடி பேசுறீங்க!''

''பொறவு எப்பிடிப் பேசச் சொல்றே''

ராஜம் எரிச்சலுடன் திரும்பிப் போய் விட்டாள். மங்களத்திற்குக் குழப்பம். விதி வழி போவதா; மதி வழி போவதா?

மாலை தியாகராஜன் திரும்பினார். ராஜம் பேசினாள். தியாகராஜன் சுற்றி வளைத்து மங்களத்தின் திருமணத்திலேயே வந்து நின்றார். ''அப்படி என்ன ஊரில் இல்லாத மரண பயம் இவனுக்கு'' என்று ராஜம் நினைத்தாள். மங்களமாவது தன் மனத்தில் இருப்பதைச் சொல்லக் கூடாதா?

ரெண்டும் ரெண்டாப்பை; ரெண்டும் கழண்டாப்பைன்னு சொல்லும் பழமொழி சரிதான் என்று சொல்லிக் கொண்டாள். இனி என்ன செய்வது? இவர்களை மாற்ற முடியாது என்று அப்படியே விட்டு விடலாமா? கூடாது. மீண்டும் பேச வேண்டும். பேசிப் பேசி மங்களத்தையும், தியாகுவையும் கரைக்க வேண்டும். தேர்வு முடிவுகள் வெளிவந்து மங்களம் நல்ல மதிப்பெண் பெற்றால் சிந்தனையில் மாற்றம் வரலாம் அல்லவா? கடைசி முயற்சியைச் செய்து பார்ப்போம். அதற்குப் பலன் இல்லாமல் போகுமா? பலன் இல்லாமல் போனால்? அதன் பலனை அனுபவிக்க வேண்டியது தான். ராஜம் சிந்தித்த அளவு மங்களம் சிந்திக்கவில்லை. மங்களம் சிந்தித்த அளவு தியாகராஜன் சிந்திக்கவில்லை.

7

மங்களத்திற்குத் திருமணமாகி ஒரு வாரம் போனதே தெரியாமல் போய் விட்டது. ஆரவாரங்கள் அடங்கி விட்டன. உற்றார் உறவினர் வந்து போவது முடிவுக்கு வந்தது. அண்ணனும் அத்தையும் மங்களத்தின் விழிகளைச் சந்திக்க முடியாமல் விடை பெற்றுக் கொண்டனர். மங்களத்தின் மவுனம் புரியாத மொழியாக இருந்தது.

அவள் வாழ்க்கை எதிர்பாராத நிகழ்வுகளின் ஆடுகள மாகப் போய் விட்டது.

"கலைந்திடும் கனவுகள்
கண்ணீர் சிந்தும் நினைவுகள்"

என்ற கண்ணதாசனின் கவிதை வரிகள் அவளுக்கு இப்போது புரிய ஆரம்பித்தன.

எஸ்.எஸ்.எல்.சி. தேர்வில் நல்ல மதிப்பெண்கள் பெற்று வெற்றி பெற்றாள் மங்களம். வீட்டின் நிலைமையைப் புரிந்து கொண்ட அவள் மேல் படிப்பு பற்றி வாய் திறக்கவில்லை. தன் தோழிகளிடமும் இது பற்றிப் பேச வேண்டாம் என்று கண்டித்துச் சொல்லி விட்டாள். தியாகராஜன் தன்னைத் தானே நொந்து கொண்டார். வடை பாயசத்தோடு சாப்பாடு செய்து கொடுப்பதற்கு மேல் தன்னால் ஆகக் கூடியது எதுவும் கிடையாது என்பது ராஜத்திற்குத் தெரியும். பேசிப் பார்த்து எந்தப் பலனுமின்றி தோல்வியைச் சுமந்து கொண்டாள்.

மங்களத்தை வீட்டில் இருக்கும் பெண்ணாக உற்றமும் சுற்றமும் பார்த்தனர். கல்யாணச் சந்தைக்கு வந்து விட்ட சரக்காக அவள் நிலை இருந்ததால் வரன்கள் மொய்க்கத் தொடங்கின. பதினெட்டு வயது எப்போது முடியும் என்று காலண்டரைப் பார்த்துக் கொண்டிருந்தார் தியாகராஜன். மங்களம் சமையலில் நிபுணத்துவம் பெற்றுக் கொண்டிருந்தாள். வார ஏடுகளில் வரும் சமையல் குறிப்புகள் அவளுக்குப் பாடத்திட்டங் களாயின. தன் மகளின் புதுமையான சமையலையும், பலகாரங்களையும் அனுபவித்துச் சாப்பிட்ட தியாகராஜன் தன் மகள் எதிர்கால வாழ்க்கைக்குப் பக்குவம் பெற்று விட்டாள் என்று ஒரு வகையில் நிறைவு கண்டார். சில சமயம் இந்த நிறைவின் பின்னால் ஒரு சோகம் குடியிருக்குமோ என்ற ஐயமும் அவருள் எழுந்து குத்தாமல் இல்லை. பட்டங்கள் ஆள வேண்டிய மங்களம் சமையல் கட்டை ஆள்கிறாளே என்ற ஆதங்கம் அத்தையைக் கண் கலங்க வைத்தது.

மங்களத்தைப் பெண் கேட்டு வந்தவர்களில் அரைக்காசு ஆனாலும் அரண்மனைக் காசு என்று கூவி வந்தவர்கள் மங்களத்திற்கு விலையை நிர்ணயம் செய்தார்கள். விலை அதிகம் என்றாலும் பணம் புரட்டி முடித்து விடலாம் என்று தியாகராஜன் நினைத்தார். ஆனால் அதே சமயம் தூரத்து மாப்பிள்ளைகளை அவர் விரும்பவில்லை. தன் மகள் பக்கத்துப் பக்கத்து ஊர்களைத் தாண்டி வாக்கப்படுவது அவருக்கு உடன்பாடாக இல்லை. ராஜத்தைப் பொருத்தவரை வரதட்சணை என்பது தவிர்க்க முடியாதது என்று புரிந்து கொண்டிருந்தாலும் கறாராக இருப்பவர்களிடம் சம்பந்தம் வைத்துக் கொள்ளக் கூடாது என்று முடிவெடுத்தாள். நடப்பவைகளை மங்களத்தின் கண்கள் பார்த்தன. காதுகள் கேட்டன. வாய் மட்டும் தன் வேலையைச் செய்யவில்லை.

கடைசியில் ஜாதகப் பொருத்தம் உட்பட எல்லாப் பொருத்தமும் பார்த்து, ஆறுமுகத்தைத் தன் மாப்பிள்ளையாக்கிக் கொள்ள தியாகராஜன் முடிவு செய்தார். ராஜம் முக்கால் மனத்தோடு தலையசைத்தாள். மங்களம் அரை மனத்தோடு சம்மதம் சொன்னாள்?

இரு வீட்டாரும் வெற்றிலைப் பாக்கு மாற்றிக் கொண்டார்கள்.

''எல்லாம் ஈசன் செயல்'' என்றார் தியாகராஜன்.

''ஈஸ்வரா, முருகா,'' என்று ராஜம் முணுமுணுத்துக் கொண்டாள்.

•••••

ஒருநாள் மாலை நேரம்!

அலுவலக வேலை முடிந்து மாடியிலிருந்து இறங்கிய தியாகராஜன், மூக்குக் கண்ணாடியை எடுத்து வர மறந்து விட்டோமே என்று அதை அறையிலிருந்து எடுத்து வர மீண்டும் மாடியில் ஏறினார். கடைசிப் படியிலிருந்து சம தளத்தில் கால் வைக்கும் போது, படி வழுக்கியது. யாரோ தண்ணீர் சிந்தி இருந்திருக்கிறார்கள். அதில் பட்டு செருப்பு வழுக்கியது. தடுமாறிய தியாகராஜன் மல்லாக்க சாய்ந்தார். படிகளில் மண்டை அடிபட படிகளில் உருண்டார். குப்புற விழுந்திருந்தால் அனிச்சைச் செயலாக கைகள் இரண்டும் முன்னால் அழுந்தி மண்டையைக் காத்திருக்கும். மல்லாக்கச் சாயும் போது, அதுவும் படிகளில் விழும் போது பின்புறமாகக் கைகள் செயல்பட முடியாமல் போவதுண்டு. பின் மண்டையில் சரியான அடி தியாகராஜனுக்கு. மண்டையிலிருந்து ரத்தம் கொட்டியது. மாடிப்படிகளில் உருண்டதால் சிராய்ப்புக் காயங்கள் கைகளிலும் கால்களிலும் ஏற்பட்டன. இடுப்புப் பகுதியில் வலி. சில இடங்களில் லேசான வீக்கம்.

''ஐயோ, அம்மா'' என்ற தியாகராஜனின் அலறல் சத்தம் கேட்டு சக அலுவலர்கள் ஓடி வந்து அவரைத் தூக்கினர். ரத்தப் போக்கைக் கட்டுப்படுத்த துணியைத் தண்ணீரில் நனைத்து, ஈரத்துணியை வைத்துக் கட்டுப் போட்டு, தங்களுக்குத் தெரிந்த முதல் உதவியைச் செய்தார்கள். அரசு பொது மருத்துவமனைக்கு தியாகராஜன் எடுத்துச் செல்லப்பட்டார். செய்தி அறிந்தவர்கள் மருத்துவமனையில் கூடினார்கள். கூட்டத்தைப் பார்த்த மருத்துவர்கள் தீவிர சிகிச்சையில் ஈடுபட்டார்கள்.

சிகிச்சை பலன் அளிக்கவில்லை.

அவருக்குத் தேவையான ரத்தம் கிடைக்கவில்லை.

மறுநாள் காலை தியாகராஜன் உயிர் பிரிந்தது!

சென்னையிலிருந்து சந்திரசேகரன் குடும்பத்தோடு புறப்பட்டு வந்தான். இறுதிச் சடங்குகள் நடந்து முடிந்தன. எதிர்பாராது நடந்த நிகழ்வுகளின் அதிர்ச்சி எல்லாரையும் பாதித்தது.

எல்லார் மனத்திலும் எழுந்தது ஒரே ஒரு கேள்வி தான்!

''மங்களத்தை என்ன செய்வது?''

மங்களம் அதிகம் பேசவில்லை. ஆனால் அழுதாள். அவளை அணுகி மற்றவர்கள் துக்கம் விசாரிக்கும் போது அவளுடைய விம்மல் அதிகமாகியது. ''அப்பா அப்பா'' என்ற சொற்களே அவள் வாயிலிருந்து அதிகம் வெளிப்பட்டன. தன்னுடைய தோழிகளிடம் மட்டுமே அவள் சற்றுப் பேசினாள். உற்றார் உறவினர் கூட்டம் மெல்ல மெல்லக் கலைய ஆரம்பித்தது. எல்லாரும் சந்திரசேகரனிடமும் ராஜத்திடமும் சேர்ந்தும் தனித்தனியாகவும் பேசிவிட்டுப் புறப்பட்டுச் சென்றார்கள். அவர்கள் என்ன பேசினார்கள் என்பது மங்களத்திற்குத் தெரியாது. ''என்ன சொன்னாங்க?'' என்று கேட்டுத் தெரிந்து கொள்ளும் ஆவல் அவளுக்கு இல்லை. ஆனால் எல்லாப் பேச்சும் தன்னைப் பற்றி தான் என்பதை மட்டும் அவளால் ஊகிக்க முடிந்தது. தன் எதிர்காலம் யார் கையில் இருக்கிறது? மாப்பிள்ளை வீட்டார் கையில் இருக்கிறது! தன் கையில் கூட இல்லை என்று நினைத்தாள். படிக்கும் போது தன் எதிர்காலம் தன் கையில் என்று பெருமை கொண்டது உண்டு! தான் பெண்ணல்லவா? புரிந்து கொண்டாள்.

எதிர்காலம் பற்றி மங்களத்திடம் பேசித்தானே ஆக வேண்டும்? பேச வேண்டிய வேளை வந்துவிட்டதை சந்திரசேகரனும், ராஜமும் உணர்ந்தார்கள்.

பின்கட்டுப் படிகளில் உட்கார்ந்திருந்த மங்களத்தை சந்திரசேகரனும், ராஜமும் அணுகினார்கள். தன்னிடம் முக்கிய மான விஷயம் பேச வருகிறார்கள் என்பதை உணர்ந்த மங்களம் எழுந்து நின்று கொண்டாள்.

''மங்களம், நான் என்ன நெனக்கிறேன்னா, இப்ப நீ பொறப் பட்டு என்னோட மெட்ராஸ் வந்திடு. மாப்பிள்ள வீட்லே பேசிட்டு மத்ததைப் பாக்கலாம். அப்பா போயிட்டாலும், அப்பா ஸ்தானத்துலே அண்ணன் நான் இருந்து பாத்துக் கிறேன். நீ மெட்ராஸ் வர்றதிலே அண்ணிக்கும் சம்மதம்தான்.

''அண்ணிக்கும் சம்மதம் தான்'' என்பதில் இருந்த அழுத்தம் மங்களத்திற்குப் புரிந்தது.

''கல்யாணம் பேசி வெத்தல பாக்கு மாத்தியாச்சி. சாவு சேதி தெரிஞ்சதும் மாப்பிள வீட்டுக் காரவங்க வந்துட்டுப் போயிட்டாங்க. அவங்களோட பேசாம மெட்ராஸ் போறது சரியா இருக்காது.'' ராஜம் குறுக்கிட்டுப் பேசினாள். தம்பி போனபின் தம்பி குடும்பத்தில் தன் பிடி தளர்கிறதோ என்று நினைத்தாள்.

சந்திரசேகரனும் ராஜமும் அமைதியாக கண்களால் மங்களத்தைப் பார்த்தார்கள். அவர்களின் பார்வையை எதிர் கொள்ளும் நிலையில் அவள் இல்லை. தயங்கிய மங்களம் ஒரே வரியில் சொன்னாள்.

''நீங்க என்ன முடிவெடுத்தாலும் சரி.''

மங்களத்திடமிருந்து இப்படித்தான் பதில் வரும் என்பது அவர்களுக்குத் தெரியும்.

இதுவரை எதுவும் பேசாமல் நடப்பதைக் கவனித்துக் கொண்டிருந்த மங்களத்தின் அண்ணி ராஜேஸ்வரி மங்களம் அருகே வந்தாள். அவளைத் தனது வலது கையால் சற்று அணைத்தவளாக ''ஒனக்கு ஒரு மாறுதல் நல்லது. எங்க கூட மெட்ராஸ் வா. மரம் வச்சவன் தண்ணி ஊத்துவான்''

மங்களத்திடமிருந்து பதில் வரவில்லை. லேசாகக் கலங்கிய கண்களுடன் அண்ணியைப் பார்த்தாள். அண்ணியின் வலது கை அவளை இறுக அணைத்தது. சந்திரசேகரன் கண்களில் ஒரு நிறைவு பளிச்சிட்டது. அவனுடைய குழந்தைகளும் அருகில் வந்தார்கள். அவளுக்கு இருளில் ஒரு அகல்விளக்கு எரிவது போல் தெரிந்தது.

சில வினாடிகள் நீடித்த நெகிழ்ச்சியான அமைதியை உடைத்துக் கொண்டு தீர்மானமான குரலில் ராஜம் பேசினாள். தம்பியின் குடும்பத்தில் தனக்கு இருக்கும் ஆத்மார்த்த நெருக்கம் வெளிப்படும் தொனியில் பேசினாள்.

''திரும்பவும் சொல்றேன். மொதல்ல மாப்பிள வீட்டுக் காரவங்கிட்டே பேசுவோம். மாமாவும் வர்றேன்னு சொல்லி இருக்காரு. மத்ததை நிதானமா பார்ப்போம். இதுதான் இப்ப

ரொம்ப முக்கியம். என்னக் கேட்டா மங்களம் இங்கேயே இருக்கட்டும். அவ எனக்கும் பொண்ணுதான். ரெண்டு வீடும் ஒண்ணுதான். குறுக்க இருக்கிற செவரு பிரிக்கிற செவரு இல்லே; ஒரு வசதிக்காகப் பண்ணிக்கிட்டது.''

ராஜத்தின் முடிவு சரியானதாக எல்லாருக்கும் பட்டது. ஒரு மாறுதலுக்காக சென்னைக்கு அழைத்துப் போவதில் பெரிய பயன் இல்லை என்பதை ராஜத்தின் தீர்க்கமான முடிவுக்குப் பிறகு சந்திரசேகரனும், அவன் மனைவி ராஜேஸ்வரியும் ஒப்புக் கொண்டார்கள். மங்களமும் அப்படித்தான் உணர்ந்தாள்.

''அத்தே''

மங்களம் அழைத்தது எல்லாருடைய புருவங்களையும் உயர வைத்தது. என்னதான் சொல்லப் போகிறாள் மங்களம்?

''சொல்லு''

''இல்ல அத்தே, அப்பா செத்துப் போனதை மாப்பிள வீட்டுக்காரவங்க அபசகுனமா எடுத்துக்கிட்டு இருப்பாங்களா?''

''ஒனக்கு எதுக்கு குழப்பம், பயம். நீ சும்மா இரு. யாராவது அப்பிடிச் சொன்னாங்களா?''

''யாரும் சொல்லலே; நானாதான் கேட்டேன்''

''இதுல அபசகுனம் என்ன இருக்கு? அவங்க வீட்லயா செத்தாங்க. அபசகுனம்ன்னு பாக்கணும்னா நாமதான் பாக்கணும். மாப்பிள வீட்டு ஜனம் மொத்தமா வந்து சகஜமாதானே பேசிப்புட்டுப் போயிருக்காங்க, அப்புறம் எதுக்கு ஒனக்கு இப்படி ஒரு பயம்?''

''இல்ல அத்தை, என்னமோ தோணுச்சி, அதான் கேட்டேன்''

''அது சரி, ஒன்னோட வரப்போகும் ஓரகத்திகள் ரெண்டு பேரும் ஒன்னைத் தொரத்தித் தொரத்தி வந்து பேசிக்கிட்டே இருந்தாளுகளே, என்ன சொன்னாளுக? ரெண்டு பேரும் சரியான தடிச்சிகள். எழவு வீட்லே எப்படி இருக்கணும்ன்னு கூட தெரியாத ஜென்மங்கள்''

''திட்டாதீங்க, அத்தே''

''ஓகோ; அவ்வளவு தூரம் சொக்குப்பொடி போட்டாளுகளா?''

சந்திரசேகரன் குறுக்கிட்டான்.

''நல்லது தானே ஒத்துமையா இருந்தா''

''நல்லவளுகளா இருக்கணும்ன்னுதானே நான் தெனமும் வேண்டிக்கிறேன். பேசின வரைக்கும் எனக்கும் அப்படிதான் படுது.''

''அவங்க ரெண்டுபேரும் நல்லாதான் பேசினாங்க. அன்பா இருந்தாங்க. ஆறுதல் சொன்னாங்க. படிச்சவ அப்படீன்னு என்னைப் பெருமையா பேசினாங்க. ஊரைப் பத்தியும், வீட்டைப் பத்தியும் கூட கொஞ்சம் சொன்னாங்க; ஆனா...''

''என்னடி ஆனா?''

''இந்த வீட்லே ஒனக்கும் பங்கு இருக்கில்லேன்னு கேட்டாங்க''

''நீ என்ன சொன்னே?''

''எனக்குத் தெரியாது. இப்படி எல்லாம் யோசிக்கத் தெரியாது''ன்னு பதில் சொன்னேன்.

''பதில் என்னமோ கெட்டிக்காரத்தனமாத்தான் சொல்லி இருக்கே. வாழ்க்கையிலும் அப்படியே இருக்கணும்.'' ராஜத்திற்கு அதிகம் பேச வேண்டிய அவசியம் ஏற்படவில்லை. தன் பேச்சைக் கேட்டு மங்களத்தை சென்னைக்கு அழைத்துச் செல்லும் முடிவை சந்திரசேகரனும் ராஜேஸ்வரியும் மாற்றிக் கொண்டது அவளுக்கு ஒரு நிறைவைத் தந்தது.

சந்திரசேகரன் தன் குடும்பத்துடன் சென்னைக்குப் புறப்பட ஆயத்தமானான். மாப்பிள்ளை வீட்டாருடன் பேச எப்போது அழைத்தாலும் வருவதாகச் சொல்லிவிட்டுப் புறப்பட்டான். மங்களம் இரவில் தனியாக வீட்டில் இருக்க முடியாது என்பதால், அத்தை தினமும் வந்து துணையாக படுத்துக் கொள்வதாகச் சொன்னாள். மங்களம் படிப்பதற்கு இன்னும் சில வாரப் பத்திரிகைகளை வாங்கிப் போட சந்திரசேகரன் ஏற்பாடு செய்தான்.

8

மங்களம் வாக்கப்பட்ட ஊர் கருப்பூர். திருவாரூர் - நாகப்பட்டினம் மார்க்கத்தில் செல்லும் புகைவண்டியில் ஏறி அடுத்த இரயில் நிலையமான அடியக்கமங்கலத்தில் இறங்கி சுமார் இரண்டு மைல் நடக்க வேண்டும். பிரதான சாலையில் பேருந்தில் வந்து இறங்கினால் இன்னும் கூடுதலாக ஒரு மைல் நடக்க வேண்டும். கருப்பூர் கிராமம் நகரத்தை ஒட்டியுள்ள கிராமம் என்று கிராமவாசிகள் பெருமையாகச் சொல்லிக் கொள்வார்கள்.

திருவாரூரையே நகரம் என்று நகரம் பற்றி அறிந்தவர்கள் ஒப்புக் கொள்வதில்லை. அந்தக் கிராமத்தில் உள்ள சில வசதியான வீடுகளில் மங்களம் வாக்கப்பட்ட வீடும் ஒன்று.

மங்களம் புகுந்த வீடு ஓட்டு வீடு. சதுர வடிவானது. வீட்டின் நுழைவாயில் தேக்கு மரத்தால் ஆன ஒற்றைக் கதவைக் கொண்டது. உள் கதவில் மூன்று தாழ்ப்பாக்கள் இருக்கும். நுழைவாயிலின் இருபுறமும் நீண்ட திண்ணைகள், பார்க்க வருபவர்கள் பெரும்பாலும் திண்ணையில் தான் உட்கார்ந்து பேசுவார்கள். யாராவது வந்துவிட்டால் உள்ளே இருந்து பாய் வரும். வெற்றிலைப் பாக்கு பெட்டி வரும். கூடவே குடிப்பதற்கு பானைத் தண்ணீர் நிரப்பிய கூஜா வரும். சிலருக்கு மோர் கிடைக்கும். இன்னும் சிலருக்குக் கருப்பட்டிக் காப்பி கிடைக்கும். சீனிக் காப்பி எல்லாருக்கும் கிடைக்காது. சீனிக் காப்பி கிடைப்பவர்கள் திண்ணையில்

உட்கார வைக்கப்பட மாட்டார்கள். உள்ளேதான் அவர்களுக்கு உபசரிப்பு. பெண்களுக்கு உட்கார பாய். ஆண்களுக்கு நாற்காலி. திண்ணையின் இரண்டு கோடியிலும் தட்டுமுட்டுச் சாமான்கள், சாக்குப் பைகள் இருக்கும். அறுவடைக் காலத்தில் நெல் மூட்டைகளையும் அடுக்கி வைப்பார்கள்.

வீட்டின் உள் கட்டில் பெரிய முற்றம். மழை, பனி, வெயில் அனைத்தையும் அது அனுபவிக்கும். அதிலிருந்து நிலாவையும், நட்சத்திரங்களையும் பார்க்கலாம். அமாவாசை இருட்டின் கனத்தையும் பார்க்கலாம். ஓடுகள் சரிவாக இருந்து மழைத் தண்ணீரை வாங்கிக் கொள்ளும். ஆனால் மழைத் தண்ணீர் முற்றத்தில் தேங்காது. மழை நீர் தோட்டத்திற்குப் போய் விடும். ஓட்டின் மீது ஏறி, முற்றத்தில் இறங்கி திருடர்கள் திருட வருவார்கள் என்ற பயம் முன்பெல்லாம் கிடையாது. சினிமா தியேட்டர் வந்த பிறகுதான் கிராமத்தில் திருட்டு அதிகமாகி விட்டதாக ஊரில் உள்ள வயதானவர்கள் சொல்வதுண்டு. முற்றத்தில் இறங்கி கிடைப்பதை எடுத்துக் கொண்டு போய் கடையில் போட்டு காசாக்கி, திருவாரூர் போய் பேபி அல்லது பிரபாத் தியேட்டர்களில் சினிமா பார்த்து வருபவர்கள் கிராமத்தில் தலை எடுத்து விட்டனர். அதனால் முற்றங்களுக்கு இரும்புக் கம்பி பாதுகாப்பு கிடைத்து விட்டது. நாலாபுறமும் இரும்புக் கம்பிகளை வைத்து முற்றத்தில் இறங்க முடியாமல் தடுக்கும் வேலை எல்லா வீடுகளிலும் நடந்து விட்டது. என்றாலும் முற்றத்தில் இறங்காமல், ஓட்டைப் பிரித்துக் கொண்டு வீட்டிற்குள் இறங்கும் நிபுணர்களும் களவாணிப் பயல்களில் உண்டு.

வீட்டின் உள் கட்டிற்குள் வந்தால் இடது புறமும் வலது புறமும் தலா மூன்று அறைகள் உண்டு. ஆக மொத்தம் ஆறு அறைகள். கிழக்கிலும் மேற்கிலும் ஊஞ்சல்களும் உண்டு. நெருங்கிய சொந்தக்காரர்கள் வந்தால், அவர்களுக்கு விருந்து உபச்சாரம் எல்லாம் ஊஞ்சலில் தான். மேற்குப் புறத்திலும் ஒரு கதவு உண்டு. அந்தக் கதவைச் சாத்துவதில்லை. எல்லாரும் வெளியூர் போனால் தான் சாத்திப் பூட்டுவார்கள். மேற்குக் கதவைக் கடந்தால் ஒரு கூடம். இடது புறத்தில் சாமி படங்கள். பண்டிகை நாட்களில் அங்குதான் விளக்கேற்றி, சூடம் காட்டி, சாம்பிராணிப் புகை போட்டு சாமி கும்பிடுவார்கள். எல்லாப் பெருந் தெய்வங்களின் படங்களும் அங்கே உண்டு. வலதுபுறம்

பெரிய பெட்டிகள் ஒன்றின்மேல் ஒன்றாக அடுக்கி வைக்கப் பட்டிருக்கும். சில பெட்டிகளில் நவராத்திரியின் போது வைப்பதற்கான கொலு பொம்மைகள் இருக்கும். மற்றும் பழங்காலப் பொருள்கள் இருக்கும். இந்தக் கூடமும் உட்கார்ந்து பேச வசதியான கூடம். இக்கூடத்தைத் தாண்டிப் போனால் வலது புறம் சமையல் அறை. கரி அடுப்பு, விறகு அடுப்பு இரண்டும் உண்டு. இடது புறம் இன்னொரு கூடம். இங்கே பாய் விரித்து உட்கார்ந்து சாப்பிடுவார்கள். சமையல் அறை பெரிதாக இருக்கும். பாத்திரங்களை அங்கேயே விளக்கிக் கொள்ளலாம். சமையல் கட்டைத் தாண்டினால் கீற்றுக் கொட்டகை. அங்கே அம்மி, உரல், குடக்கல் எல்லாம் இருக்கும். இந்தக் கொட்டகையையும் தாண்டிப் போனால் தோட்டம். வீட்டின் எல்லையைக் காட்டுவது போல் சுற்றிலும் தென்னை மரங்கள். கிணற்றடி, மாமரம், காய்கறி போட இடம். கடைசி மூலையில் கழிப்பறை. அதைப் பெண்கள் மட்டுமே பயன்படுத்துவார்கள். ஆண்களுக்கு ஆற்றங்கரை தான். பெண்களுக்கான கழிப்பறை கூட அண்மைக்கால ஏற்பாடுதான். எதிர் மூலையில் மாட்டுக் கொட்டகை. இதுதான் மங்களம் புகுந்த வீடு.

புகுந்த வீட்டின் திருமணக் கூட்டம் எல்லாம் கலைந்து விட்டது. இயல்பு வாழ்க்கையை அவரவர் மேற்கொள்ள ஆரம்பித்து விட்டார்கள். ஆறுமுகமும் அவரது சகோதரர்களும் வழக்கம் போல் வயலுக்குப் போய் விட்டார்கள். மாமனார், மாமியார் இல்லா வீடு. மங்களமும் மங்களத்தின் ஓரகத்திகளும் தான் இப்போது வீட்டில்!

ஓரகத்திகள் மங்களத்திடம் பேச்சுக் கொடுக்க ஆரம்பித்தார்கள்.

"என்ன மங்களம், வீடெல்லாம் எப்படி இருக்கு"

மூத்த ஓரகத்தி அன்னபூரணி கேட்டாள்.

"நல்லா இருக்கு"

"நீ பத்தாவது படிச்சவ, உன் புருஷன் கூட பத்தாவது படிச்சாலும் பாஸ் பண்ணல. நாங்கள்லாம் ஐந்தாம் கிளாஸ் தான். வீட்லேயே நீ தான் அதிகம் படிச்சவ. இருந்தாலும் இந்த வூட்டு வாழ்க்கையைப் பழகிக்கணும்"

அடுத்த ஓரகத்தி ராணி தன் பங்கிற்குச் சொன்னாள்.

ஓரகத்திகள் இரண்டு பேரும் ஒற்றுமையாக இருப்பதை மங்களம் புரிந்து கொண்டாள்.

''சொல்லுங்கக்கா, பழகிக்கிறேன்''

''ஏய், ஒரலுக்குள்ள தலைய வுட்டதும் ஒலக்கைக்குப் பயப்படலாமாங்கிற கதையிலே பேசறியா''

''இல்லக்கா, உண்மையா தான்''

''நம்ம மூணு பேரும் இந்த வீட்டு மருமகள்கள். நாம ஒத்துமையா இருக்கணும்.'' ராணி சொன்னாள்.

மங்களத்தின் முகத்தில் ஒரு சின்னப் புன்னகை. அந்தப் புன்னகைக்கு என்ன அர்த்தம் என்பதை இரண்டு ஓரகத்தி களாலும் புரிந்து கொள்ள முடியவில்லை. இருந்தாலும் அதை அவர்கள் வெளியில் காட்டிக் கொள்ள வில்லை.

''இந்தாப் பாரு, நீ வந்ததுலே இருந்து தெனம் காலமே இட்லி, தோசை, காப்பி குடிச்சமே, அதெல்லாம் இனிமே கிடையாது''

அன்னபூரணி மங்களத்தின் முகத்தைப் பார்த்தாள். மங்களம் பதில் சொல்லவில்லை. அவள் பார்வையில் ''ஏன்'' என்ற கேள்வி தொக்கி நின்றது.

''காலையில வெள்ளன எழுந்திருச்சி ஆம்பளைங்க எல்லாம் வயலுக்கும் தோட்டத்துக்கும் போயிருவாங்க. அந்த நேரத்துல எங்க இட்லி சுடுறது; சட்னி அரைக்கிறது. ஆம்பளைங்க வயலுக்குப் போனாதான் வெள்ளாமை வீடு வந்து சேரும். காலையில நீராகாரமும், பழைய சோறும், சுண்டக் குழம்பும் தான்.''

''அப்ப காலையில காப்பி கிடையாதா?''

மங்களம் மிரண்டு போய்க் கேட்டாள்.

''ஏய், நீராகாரமும் பழைய சோறும் தின்னுட்டு யாராவது காப்பி குடிப்பாங்களா?''

''அப்ப, காப்பியே கெடையாதா?''

"உண்டு; வெயில் உச்சிக்குப் போறதுக்கு முன்னாடி ஆம்பளைங்க வயல்லேந்து வந்திருவாங்க. அப்ப காப்பித் தண்ணி குடிச்சிட்டு, குளிச்சிட்டு சுடுசோறு சாப்பிடுவாங்க"

"அப்ப, எப்பவுமே இட்லி, தோசை கெடையாதா"

"இவ என்னடி, எப்பவுமே காப்பி, இட்லி தோசை யிலேயே இருக்கா. ஏய், எங்களுக்கெல்லாம் பசங்க இருக்காங்க. அவங்க பள்ளிக்கூடம் போகணுமில்ல. அவங்களுக்குப் பழைய சோத்தையும், சுண்டக் குழம்பையுமா கொடுக்க முடியும். அதனாலே அவங்களுக்கு பலகாரம் உண்டு காலையில. ஆம்பளைங்க காலையிலே பலகாரம் சாப்பிடாத போது, வீட்ல இருக்க பொட்டச்சிங்க நாம எப்பிடி பலகாரம் சாப்பிட முடியும்."

அன்னபூரணியின் பேச்சு மங்களத்தைப் பாதித்து விட்டதோ என்று நினைத்த ராணி சமாதானத் தொனியில் பேசினாள்.

"இல்ல, மங்களம். பண்டிகை நாள்ல எல்லாம் பலகாரம் தான் காலையில. விரதம் இருக்கிற நாள்ல எல்லாம் ராத்திரியில பலகாரம் தான். அறுடை முடிஞ்சிட்டா யாரும் வயலுக்குப் போக மாட்டாங்க. அப்ப நீராகாரமும் சாப்பிட லாம், பலகாரமும் சாப்பிடலாம். தெனம் சாயந்தரம் காப்பித் தண்ணி உண்டு"

"நாங்கள்லாம் கிராமத்தில பொறந்து கிராமத்திலயே வாக்கப்பட்டவங்க. ரொம்ப படிக்காதவங்க. நீ டவுனு; படிச்சவ; ஒன் வார்த்தை அம்பலம் ஏறலாம். நீ ஒன் புருஷன் கிட்ட சொல்லு. பழைய சோத்தை விட்டு பலகாரத்துக்கு மாறிடலாம். எங்களுக்கு மட்டும் பலகாரம் தின்ன ஆசையில்லையா என்ன?" அன்னபூரணியின் ஆலோசனையை புன் சிரிப்போடு ராணி ஆமோதித்தாள்.

"இதெல்லாம் எதார்த்தமான வார்த்தைகளா; தந்திர வலைகளா?"

மங்களத்தால் முடிவு செய்ய முடியவில்லை.

"ஒனக்குச் சமைக்கத் தெரியுமா?"

"தெரியும்"

"அடேயப்பா, நான் தெரியாதோன்னு நெனச்சேன்"

"அம்மா செத்த பிறகு நான் தானே சமையல் வேலயெல்லாம் பாத்தேன்"

"இனி வீட்டு வேலை எல்லாத்தையும் நாம சேத்துப் பாப்போம்."

அன்னபூரணி கூறினாள்.

"எல்லா வேலையும்ன்னா"

மங்களத்தால் தெளிவு பெற முடியவில்லை. புருஷன் தன்னிடம் எதுவும் சொல்லலியே என்று நினைத்துக் கொண்டாள்.

"இந்தா பாரு மங்களம். எல்லா வீட்டு வேலையும் எல்லாருக்கும் தெரிஞ்சிருக்கணும்.

காலையில வேலக்காரி வருவா. வீட்டைப் பெருக்கிடுவா. முத்தத்தையும் கூட்டி சாணி தெளிச்சிடுவா; ஆனால் கோலம் போடுறது நம்ம வேலை. தோட்டத்திலே பூ பறிக்கறதும் நம்ம வேலதான். நம்ம கிட்ட ஒரு எருமை மாடு; ஒரு பசு மாடு இருக்கு. ரெண்டிலயும் பால் கறக்கணும்."

"பால் கறக்கணுமா? அதான் மாட்டுக்காரன் இருக்கானே"

"மாட்டுக்காரன் புல் புடுங்கிப் போடுவான். வைக்கல் வைப்பான். புண்ணாக்கு கரைச்சி வைப்பான், மாட்டைக் குளுப்பாட்டுவான். எல்லாம் செய்வான். ஆனால் அவன் பற சாதி. மாட்டுக்கிட்டேந்து அவன் கையாலே பாலைப் பீச்சித் தந்து நாம சாப்பிட முடியுமா? அதனால பால் மட்டும் நாம் தான் கறக்கணும். எங்களுக்குப் பால் கறக்கத் தெரியும். நாளைக்கே நீயும் கத்துக்கணும்"

"ஐயோ, என்னால முடியாது. மாடு முட்டிடுமே"

"அதெல்லாம் இல்ல, மாடு எங்களை முட்டிடுச்சா? இல்லியே! மாட்டுக்குத் தெரியும் கண்ணுப் போட்ட அண்ணைக்கே மனுசங்க பால் கறப்பாங்கன்னு. அதுக்கு வேண்டியது கன்னுக்குட்டிக்கும் கொஞ்சம் இருக்கணும். நல்லா கேட்டுக்க. பால் கறக்கிறத்துக்கு முன்னாடி மாட்டுக்

காரன் கயத்தை வச்சி பின்னங்காலக் கட்டிடுவான். அதனால மாடு ஒண்ணும் ஒதைக்காது. நீ பக்கவாட்ல குதிகால் போட்டு உக்காந்துக்கணும். பால் சொம்பை ரெண்டு மொழங்கால் நடுவுல வச்சி அழுத்திப் பிடிச்சுக்கணும். கஷ்டமாயிருந்தா தொடப்பக்கம் கூட சொம்பை கொஞ்சம் நகத்திக்க. மாட்டோட மடியை தண்ணி தெளிச்சுக் கழுவிக்கணும். அப்புறம் மடியிலே இருக்கிற காம்பைப் பிடிச்சி மேலேந்து காம்பை உருவி பாலைப் பீச்சணும். பால் சொம்புலே மெல்லிசா வந்து விழும். பாலு கொறய ஆரம்பிச்சதும் மாடு மக்கார் பண்ணும். எல்லாப் பாலையும் நாமே எடுத்திட்டா எப்படி. கன்னுக் குட்டிக்கு விடணுமில்லே. அதனால கொஞ்சம் தட்டிக் கொடுத்து, கறந்திட்டு விட்டிடணும். அப்புறம் கன்னுக்குட்டிய அவுத்துவுட்டா பாஞ்சிக்கிட்டுப் போய் பாலைக் குடிக்கும். மாடும் குட்டியை நக்கி நக்கி தன் பாசத்தைக் காட்டும்.''

''பின்னங்கால கட்றது மாதிரி, மாட்டோட முன்னங் காலையும் கட்டிட்டா என்னக்கா? முன்னங்காலால ஒதைக்காம இருக்குமில்லே'' மங்களம் தன் பயத்தை வெளிப்படுத்தினாள்.

''ஏய், முன்னங்காலையும், பின்னங்காலையும் கட்டிட்டா மாடு தடுமாறி, சமயத்துல சாஞ்சிடும்''

''என்ன சொன்னாலும் பயமா இருக்கே''

''இருக்கும்டி, இருக்கும் மொதல்ல. அப்புறம் எல்லாஞ் சரியாயிடும். நாங்க மட்டும் பொறக்கும் போதே பால் கறந்துகிட்டா பொறந்தோம். நாளக்கி நாங்க பால் கறக்கறத நல்லாக் கவனிச்சிப் பாரு. அப்புறம் கறந்து பாரு. டவுன் காரின்னா மாட்டுக்கும் புடிக்கும்.''

●●●●●

மறுநாள் காலை!

அன்னபூரணியும், ராணியும் பால் கறந்து காட்டத் தயாராக இருந்தார்கள்.

எருமை மாடும் பசு மாடும் பால் சொம்புகளைப் பார்த்த வண்ணம் இருந்தன. கன்றுக்குட்டிகள் ஏக்கத்துடன் இருந்தன. மாட்டின் பின்னங் கால்களைக் கட்டி விட்டு, புல்லுக்கட்டை

அவிழ்த்து வைத்திருந்தான் மாட்டுக்காரன். படப் பிடிப்பு நடப்பது போல ஏற்பாடுகள் இருப்பதாக மங்களத்துக்குப் பட்டது.

''மங்களம் வா; நான் மொதல்ல எருமை மாட்ல பால் கறந்து காட்றேன்'' அன்னபூரணி சொன்னாள்.

ராணி சிரித்துக் கொண்டே குறுக்கிட்டாள்.

''மங்களம் அக்காவுக்கு எருமை மாடு ரொம்பப் புடிக்கும்; ஏன்னா சிவாஜி படம் பாக்கிறவங்களாச்சே''

''ஆமா, இவ எம்.ஜி.ஆரை பெரிய வீரன்ங்கிறா! கையில வச்சிருக்கிறது அட்டக்கத்தி''

''சிவாஜி வில்லனா நடிப்பார். ஆனா எம்.ஜி.ஆர். அப்படி எல்லாம் நடிக்க மாட்டார். நல்லவனாத் தான் நடிப்பார்.''

''நடிகன்னா எல்லா நடிப்பும் தான் தெரியணும். அப்பதான் நடிகன். உன் ஆளுக்கு நடிக்க வல்லே. அதான் நடிக்கலே; அவ்வளவு தான்.''

மங்களத்திற்கு என்ன சொல்வது என்று தெரியவில்லை. மெல்லச் சிரித்துக் கொண்டே ''வேடிக்கை பார்ப்போம்'' என்று நினைத்துக் கொண்டாள்.

''பாசமலர் பாத்திருக்கியோ'' அன்னபூரணி கேட்டாள்.

''உம்...''

''பாசமலர் படம் பாத்துதான் சிவாஜி படம் பாக்க ஆரம்பிச்சேன்.''

''அட அன்னபூரணி அக்கா, ஒங்க அண்ணன் ஒங்களயே திரும்பிப் பாக்க மாட்டார், அப்புறம் என்ன பாசமலர் வேண்டிக் கெடக்கு'' ராணி குத்திக் காட்டினாள்.

''வாழ்க்கையிலே கெடைக்கலேன்னா என்ன, சினிமாவுலே பாத்தாவது சந்தோஷப்படுவோமே; ஆறுதலா இருக்குமே''

''ஆறுதல் கெடைக்காது; அழுகை தான் கெடைக்கும். சிவாஜி படம்ன்னா அழுகை தான். எம்.ஜி.ஆர் படம்ன்னா ஜாலியா இருக்கும். கவலைய மறந்து படம் பாக்கலாம்.''

''எவ்வளவு நேரம் கவலய மறப்பே; படம் முடிஞ்சதும் கவலதான் தொரத்திக்கிட்டு வரும். எனக்குக் குடும்பப்படம், சாமிப்படம் தான் வேணும். அதுக்கெல்லாம் சிவாஜிதான் லாயக்கு.

''அக்கா, எம்.ஜி.ஆர் மூஞ்ச பாத்துக்கிட்டே இருக்கலாம். சிவாஜி மூஞ்ச பாக்க முடியுமா''

''ஏண்டி நீ மூஞ்ச பாக்கத்தான் சினிமாவுக்குப் போறியா? நடிப்பு, கதை எல்லாம் வேண்டாமா?''

''எம்.ஜி.ஆர் படத்திலே தான் கருத்து இருக்கும்''

''என்னாடி கருத்து. எல்லாம் ஒரே கருத்து. அதே மாவு தான். ஒரு சமயம் இட்லி, அப்புறம் தோசை. புளிச்சிப் போனா ஊத்தப்பம். இவன் கருத்தைக் கேட்டு எவன் உருப்பட்டான்?''

''கட்டபொம்மன் படம் பாத்து மட்டும் எல்லாம் உருப்பட்டானோ?''

எருமை மாடு மக்கார் செய்ய ஆரம்பித்தது. பால் கறப்பதை நிறுத்தினாள் அன்ன பூரணி. பால் சொம்பை எடுத்துக் கொண்டு எழுந்தாள். எதிலும் பட்டுக் கொள்ளாமல் இருக்கும் மங்களத்தைப் பார்த்தாள். ''அது சரி, மங்களம், நீ யார் படம் பாப்பே.''

''எனக்கு வேண்டாம் அக்கா, வம்பு.''

''ஏன், நீ படம் பாத்ததில்லியா''

''அதுக்கு இல்ல அக்கா. எம்.ஜி.ஆரே இப்ப சினிமாவை விட்டுட்டு அரசியலுக்கு வந்திட்டாரு. தனிக் கட்சி ஆரம் பிச்சிட்டாரு. ஆட்சியைப் பிடிப்பாருன்னு பேசிக்கிறாங்க.''

ராணி துள்ளிக் குதித்தாள். ''நீ பாரு. நல்லா எழுதி வச்சிக்கோ, அடுத்த முதலமைச்சர் எம்.ஜி.ஆர் தான். அவரே பாடிட்டாரே ''நான் ஆணையிட்டால், அது நடந்து விட்டால்''

''ஏய் நிறுத்துடி'', அன்னபூரணி குறுக்கிட்டாள். ''அது என்ன, நான் ஆணையிட்டால், அது நடந்து விட்டால்? நான்

ஆணையிடுவேன், அது நடக்கும்ன்னு பாட வேண்டியது தானே. சும்மா, பெருசா பேச வந்திட்டா.''

"இரு அக்கா, இரு. இன்னும் நாலு வருஷத்திலே தேர்தல் வரும். ஒன் முகத்துல கரிய பூசுறேன்.''

"எம் மூஞ்சியில கரியப் பூசினாலும் கடைசியில மாட்டுச் சாணிய எடுத்து ராட்டி தட்டத்தானே போறே.''

எருமை மாட்டையும், பசுமாட்டையும் மங்களம் மாறி மாறிப் பார்த்தாள். "பால் கறக்கும் வித்தை நமக்கு வராது'' என்று சொல்லிக் கொண்டே நகர்ந்தாள்.

9

அவர் உள்ளே எட்டிப் பார்த்தார்.

வழக்கறிஞர் அலுவலகத்தில் யாரும் இல்லை. ஆனாலும் திறந்து இருந்தது. மூன்று விளக்குகளும் எரிந்து கொண்டிருந்தன. ஆனால் மின் விசிறிகள் சுழலவில்லை. வழக்கறிஞர்கள் போகும் போது விளக்கை நிறுத்தாமல், மின்விசிறிகளை மட்டும் நிறுத்திவிட்டுப் போய் இருக்கிறார்கள். வந்தவர் யோசித்தார். இதற்கு என்ன பொருள்? "நாங்கள் நீதிமன்றத்திற்குத் தான் போய் இருக்கிறோம்; வீட்டிற்கு அல்ல; திரும்பி வந்து விடுவோம்" என்று வழக்கறிஞர்கள் சொல்லாமல் சொல்கிறார்கள் போலும். திறந்திருக்கும் அறையில் இன்னும் சில அடிகள் முன்னே வைத்தார் வந்தவர். "எவ்வளவு கேஸ் கட்டுகள்? எல்லாவற்றிலும் எவ்வளவு முக்கிய ஆவணங்கள் இருக்கும், இப்படியா திறந்து போட்டு விட்டுப் போவது?" யோசித்த அவர் உள்ளே நாற்காலியில் உட்கார்ந்து இருந்தால் என்ன என்று நினைத்தார். அது சரியாக இருக்காது என்று அவருக்குத் தோன்றியது. 'வெளியே போகலாம்' என்று நினைத்தார்.

அப்போது ஒரு குரல் கேட்டது!

"யார் சார், என்ன வேணும்?"

திரும்பிப் பார்த்தார். உள்ளே வந்தான் ஒரு பையன். இவன் தான் ஆபிஸ் பாயாக இருக்க வேண்டும் என்று முடிவு செய்தார். வழக்கறிஞர்கள் மட்டுமல்ல, ஆபீஸ் பையன்களும்

ஆபீசைத் திறந்து போட்டு விட்டுப் போய் விடுவார்கள் போலிருக்கிறது!

''வக்கீல் செல்வநாதனைப் பாக்க வந்திருக்கிறேன்.''

''சரி, வெளியில பெஞ்ச் இருக்கு; ஒக்காருங்க. சார் வர்ற நேரம் தான்''

''செல்வநாதன் எனக்கு வேண்டியவர்; அவரோட அண்ண னோட நான் வேலை பாக்கிறேன்''

''அப்ப உள்ளேயே ஒக்காருங்க; ஃபேன் போடுறேன்''

''வேண்டாம்பா; வெளியிலயே பெஞ்ச்சில் இருக்கேன்''

அதற்குள் மின் விசிறி சுழல ஆரம்பித்தது. ஆபிஸ் பையன் ஒரு நாற்காலியை இழுத்துப் போட்டான். வந்தவர் உட்கார்ந்தார்.

''ஒங்க பேரு என்ன சார்?''

''சந்திர சேகரன்''

''எம் பேரு பாபு சார். நான் தான் சாருக்கு எல்லாம்''

''...ம், பாத்தாலே தெரியுது''

''சார், வெளியே இருக்கிற பெஞ்ச் பத்தி ஒரு கதையே இருக்கு; அதை மட்டமா நெனச்சிடாதிங்க''

''அப்படியா''

''இந்த பெஞ்ச் ரொம்ப பழங்காலத்து பெஞ்ச். தேக்குமரம். தூக்கறதுக்கு நாலுபேர் பத்தாது. அவ்வளவு கனம். சாரோட தாத்தா செத்ததும், பொணத்தை இதில் தான் வச்சிருந்தாங்களாம். சாரோட அப்பாவையும் இதுலதான் வச்சிருந்தாங்களாம். சார் வேடிக்கையா சொல்வார், அவர் செத்ததுக்கு அப்புறம் அவரோட பாடியையும் இதுலதான் வைக்கப் போறாங்களாம்.''

பாபுவுக்கு ஒரே சிரிப்பு.

''வந்திருக்கிற கட்சிக்காரனுக்கு இதெல்லாம் ரொம்ப முக்கியமா?'' என்று சந்திரசேகரன் தனக்குள் கேட்டுக் கொண்டார்.

அலுவலகப் பையன் பாபு சந்திரசேகரனுக்கு வித்தியாசமான அலுவலகப் பையனாகக் காட்சியளித்தான். இது போன்ற பையன்கள் வந்தவர்களிடம் வக்கீலின் பெருமையைப் பேசலாம். இவன் வெளியே போட்டிருக்கும் பழைய பெஞ்சின் பெருமையைப் பேசுகிறானே, அதுவும் செத்த பொணத்தை வைக்கும் பெஞ்சைப் பற்றி. பாபு பக்கத்து அறையில் இருக்கும் வழக்கறிஞர்களிடம் கூட சர்வ சாதாரண மாகப் பேசி அரட்டை அடிக்கிறானே. இவனை வைத்துக் கொண்டு எப்படி காலம் தள்ளுகிறார் செல்வநாதன். சந்திரசேகரனின் பார்வை பாபு மேலேயே பதிந்திருந்தது. அப்போது ஒருவர் வந்தார். என்ன என்று விசாரித்தான். "நோட்டரி கையெழுத்து வேணும்" என்றார் வந்தவர். அவரை பெஞ்சில் "உட்காருங்கள்" என்று சொல்லி மரியாதை கொடுத் தான். "சார் ஆபிசை நான் தான் பாத்துக்கறேன்" என்று அவரிடம் தன்னை அறிமுகம் செய்து கொண்டான். "நோட்டரி கையெழுத்து உடனே வேணுமா?" என்றான். வந்தவர் "ஆமாம்" என்றார். நோட்டரி கையெழுத்துப் போட வேண்டிய ஆவணங்களைப் புரட்டிப் பார்த்தான். ஆறு பக்கங்கள் இருந்தன. "சார் நீங்க இங்கேயே இருங்க, நான் போய் நோட்டரி கையெழுத்து வாங்கிக்கிட்டு வர்றேன்" என்றான். வந்தவர் நானும் கூட வருகிறேன் என்றார். "வாங்க, எனக்கு ஒண்ணும் இல்லே. ஆனா கட்சிக்காரங்களைப் பாத்தா நோட்டரி கையெழுத்துப் போடுற வக்கீல் டபுளா பீஸ் கேட்பார். நான் மட்டும் போனா வக்கீல் அனுப்பி இருக்கார்ன்னு குறைவா கேட்பார். அதுக்கு மேலே உங்க இஷ்டம்" என்றான் பாபு. "சரியப்பா, நீயே போய்வா" என்றார். "240 ரூபாய் நோட்டரிக்கு. எனக்கு 10 ரூபாய். மொத்தம் 250 ரூபாய் தாங்க" என்றான், நோட்டரி கையெழுத்து வாங்க வேண்டிய ஆவணங்களைப் புரட்டிய படியே. "என்னப்பா அதிகமா கேக்கிறே" என்றார் வந்தவர். "அப்ப கூட வாங்க" என்று துருப்புச் சீட்டைத் தூக்கிப் போட்டான் பாபு. அவர் மறு வார்த்தை பேச வில்லை. 250 ரூபாயை எடுத்துக் கொடுத்தார். பத்து நிமிடத்தில் திரும்பி வந்தான். ஆவணத்தை அவரிடம் கொடுத்தான். நோட்டரி கையெழுத்தும், முத்திரையும் இருக்கின்றனவா என்று சரி பார்த்தார். பின்னர் பையில் வைத்துக் கொண்டார். பாபுவைப் பார்த்து தலையை

ஆட்டினார். ''ரூபாய் ரொம்ப கொடுத்திட்டோமோ'' என்ற நினைப்பில் இடத்தை விட்டு அகன்றார்.

நோட்டரி பப்ளிக்குக்குக் கொடுத்த 90 ரூபாய் போக மீதி இருந்த 160 ரூபாயை ஃபேண்டின் பின் பாக்கட்டில் பத்திரப்படுத்திக் கொண்டான். உள்ளே வந்து நாற்காலியில் உட்கார்ந்து கொண்டான்.

பின்னர் என்ன நினைத்தானோ பாபு வெளியே போய் பெஞ்ச்சில் அமர்ந்து கொண்டான்.

•••••

''சார் வர்றார்'' பாபு சொன்னான்.

செல்வநாதன் உள்ளே வந்தார். கூடவே ஜூனியர்கள் கிறிஸ்டோபரும், உதயகுமாரும் வந்தார்கள். சந்திரசேகரன் எழுந்தார். செல்வநாதன் சிரித்துக் கொண்டே சந்திரசேகரனை உட்காரச் சொன்னார். ஜூனியர் கேஸ் கட்டை பீரோவில் வைத்தார். கூட வந்த கட்சிக்காரர்கள் வணக்கம் சொல்லி விட்டுப் புறப்பட்டனர். சந்திரசேகரன் இல்லாவிட்டால் வக்கீலிடம் இன்னும் நாலு வார்த்தை பேசியிருப்பார்கள். அதில் ஒரு நிறைவு கிடைத்திருக்கும்.

செல்வநாதன் வேடங்களைக் கலைத்து விட்டுத் தன் நாற்காலியில் உட்கார்ந்தார். எதிரே மேஜை. அதன் எதிர்ப்புறம் சந்திரசேகரன்.

பாபு செல்வநாதனைப் பார்த்தான். அவர் தலையை மெல்ல ஆட்டினார். பாபு புரிந்து கொண்டான். இது போன்றவற்றைப் புரிந்து கொண்டு செயல்படுவதில் அவன் கில்லாடி. உள்ளே மறைவாக வைக்கப்பட்டிருந்த ஃபிளாஸ்கி லிருந்து தேநீர் கொண்டு வந்தான். வந்திருப்பவர் வேண்டிய வராக இல்லாமல் கட்சிக்காரராக இருந்தால் தேநீர் கொண்டு வர மாட்டான். செல்வநாதனுக்கு 'சைகை' காட்டுவான். அவர் பீரோ மறைத்துக் கொண்டிருக்கும் பகுதிக்குப் போய் தேநீர் குடித்துவிட்டு வந்துவிடுவார்.

தேநீர் குடித்த சந்திரசேகரன் கோப்பையை எங்கு வைப்பது என்று தடுமாறினார். அதற்குள் பாபு ஓடிவந்து பெற்றுக் கொண்டான்.

சந்திரசேகரன் தயக்கத்தோடு ''என்னைத் தெரியுதா?'' என்றார்.

''என்ன இப்படி கேட்டுட்டீங்க, சந்திரசேகரன் தானே? நீங்க வருவீங்கண்ணு அண்ணன் போன் பண்ணிச் சொல்லிட்டார்''

''என்ன நீங்க மன்னிக்கணும்''

''மன்னிப்பா? எதுக்கு?''

''சில வருஷத்திற்கு முன்னடி என் தங்கச்சி மங்களத்தை ஜீவனாம்சம் கேஸ் போட அனுப்பினேன். நீங்க தான் நோட்டீஸ் அனுப்பினீங்க. ஆனா கேசை வேற சொந்தக்கார வக்கீலை வச்சி போட்டுக்கிட்டோம்.''

''இதிலே மன்னிப்பு கேக்க என்ன இருக்கு. நாங்களும் எக்மோர் கோர்ட்டுக்கெல்லாம் இப்ப போறதில்லை; ரொம்ப கொறைச்சிக்கிட்டோம். கவனமெல்லாம் உயர்நீதி மன்றத்திலே தான். சொந்தக்கார வக்கீலை வைச்சி கேஸ் போட்டீங்கல. இதுல என்ன இருக்கு''

''இருந்தாலும் மனசுக்குச் சங்கடமா இருந்தது. நோட்டீஸ் காப்பியை வாங்கக் கூட நான் வல்லே. சித்தப்பா பையன் சிவராமனைத் தான் அனுப்பி இருந்தேன்''

''ஆமாம். ஞாபகம் இருக்கு; ஆனா நீங்க 'போன்' பண்ணீங்க.

''ஆமாம், ஆமாம்; நல்லா ஞாபகம் வச்சிருக்கீங்க.

''சரி, என்ன ஆச்சி?''

''கேஸ் டிஸ்மிஸ் ஆயிடுச்சி''

''அப்படியா? பொதுவா ஜீவனாம்சம் கேஸ் தோத்துப் போகாது. எவ்வளவு தொகை ஜீவனாம்சம் என்கிறதிலேதான் பிரச்சனை வரும். எதனால கேஸ் போயிடுச்சி''

''சார், நாங்க ஜீவனாம்சம் கேஸ் போடுறத்துக்கு முன்னாடியே, மங்களத்தோட புருஷன் திருவாரூர் கோர்ட்ல தன்னோட சேர்ந்து வாழ வரணும்ன்னு ஒரு கேஸ் போட்டிருக்கார். அதிலே சம்மன் வந்தது உண்மைதான். நாங்க அதைப் பெரிசா

எடுத்துக்கலே. கோர்ட்டுக்குப் போகலே. கேஸ் எக்ஸ் பார்ட்டி ஆயிடுச்சி. அந்த ஆர்டர் காப்பியைக் கொண்டு வந்து ஜீவனாம்சம் கேஸ்லே அவர் போட்டார். அதனால எங்க கேசைத் தள்ளுபடி செய்துட்டாங்க.''

''ஒரு தலைப்பட்ச தீர்ப்பை ரத்து பண்ணச் சொல்லி எப்ப அந்தத் தகவல் தெரிஞ்சிதோ அப்பவே மனு போட்டிருக்கலாமே? ஏன் விட்டுட்டீங்க''

''திருவாரூர் போய் யார் அலையிறதுன்னு இருந்திட்டோம்''

''ஜீவனாம்சம் கேட்டு நாம நோட்டீஸ் அனுப்பினதும் மங்களம் புருஷன் கேஸ் போட்டாரா அல்லது அதுக்கு முன்னாடியே போட்டாரா?

''சரியாத் தெரியலே. கேஸ் கட்டைக் கொண்ணாந்திருக்கேன். படிச்சிப் பாத்து, என்ன செய்யணுமோ அதைச் செய்யுங்க. இங்க உயர் நீதிமன்றத்தில் அப்பீல் போடணும்னா போடுங்க''

நீட்டிய கேஸ் கட்டை வாங்கினார் செல்வநாதன். ஜீவனாம்ச வழக்கின் தீர்ப்பு எங்கே இருக்கிறது என்று கேஸ் கட்டில் தேடினார். பின்னர் அதைக் கண்டுபிடித்துப் பார்த்தார்.

''என்ன, ஜீவனாம்ச வழக்கிலே போன வருஷமே தீர்ப்பு வந்திருக்கு. நீங்க தாமதமா வந்து மேல் முறையீடு செய்யச் சொல்லிறீங்க.''

''அப்பீல் டைம் முடிஞ்சி போச்சுதான். அப்பீல் தாக்கல் பண்றதுல ஏற்பட்ட தாமதத்தை மன்னிக்கக் கோரி மனு போடலாமே''

''அப்பீல்ன்னு பொதுவா சொன்னாலும் உண்மையில் இதிலே அப்பீல் வராது. ரிவிஷன்தான் வரும். அது சரி, தாமதத்தை மன்னிக்கச் சொல்றதுக்கு என்ன காரணம் சொல்றது?''

''ஒரு வருட தாமதம்ன்னா கோர்ட் ஒத்துக்காதா?''

''எத்தனை நாள் தாமதம்கிறது முக்கியம் இல்லே. தாமதத்துக்குக் காரணம் தான் முக்கியம். ஆயிரம் நாள் தாமதமா தாக்கல் செய்யப்பட்ட மனுக்களை நீதிமன்றம்

ஏற்றுக் கொண்டிருக்கிறது. அதே சமயம் அம்பது நாள் அறுபது நாள் தாமதத்தைக் கூட ஏற்றுக் கொள்ளாமல் தள்ளுபடி செய்திருக்கிறது.''

''நீங்கதான் எதாவது காரணம் கண்டுபுடிச்சி வழக்குக்கு உயிர் குடுக்கணும்''

''மொதல்ல கேஸ் கட்டைப் படிச்சிப் பாக்கிறேன். எதாவது தேறுமான்னு பாக்கலாம்.''

''தேறுமான்னு ரொம்பப் பாக்காதீங்க. கேசைப் போட்டு மங்களம் புருஷனை மெட்ராசுக்கு இழுங்க; மற்றதைப் பேசி முடிச்சிடலாம்.''

அதுவரை நடப்பதைப் பார்த்துக் கொண்டிருந்த ஜுனியர் ரகுபதி குறுக்கிட்டார்.

''சார் கேசைப் பாத்து எடுத்துக்கிட்டு வரணும். தாமதம் ரொம்ப இருக்கு. இப்ப மதன காமராஜன் உட்காருராரு. அவருகிட்ட கேஸ் வந்தா ஊத்திக்கும். பொறுமையா இருந்து சகாயம் உட்காரும் போது கொண்டு வரலாம். அவர் நல்ல ஜட்ஜ். ஜீவனாம்சம் வழக்குகள்லே சட்டம் பாக்காமல், பெண்களுக்கு உதவணும்ன்னு நெனப்பவர்''

ஜுனியர் சொல்லிவிட்டு சீனியரைப் பார்த்தார். சீனியர் முகத்தில் எந்தச் சலனமும் இல்லை. பதிலும் சொல்லவில்லை.

''நாம கேஸ் ஊத்திக்கும்கிறதை இப்படி வெளிப்படையாச் சொல்லி இருக்கப்படாதோ? அதுவும் கட்சிக்காரனை வச்சிக்கிட்டு.'' ரகுபதி தனக்குள் சொல்லிக் கொண்டார்.

சந்திரசேகரனுக்குப் புரிந்தது.

''கேஸ் என்ன ஆனாலும் ஆகட்டும் சார். மொதல்ல கோர்ட்லே வந்து சம்மன் போகட்டும். மங்களம் புருஷன் வரட்டும். ஒரு பிடிப்பு கெடைக்கும். அப்பறம் நாலு பேர வச்சி பேசி முடிச்சிடலாம்''

''அதெல்லாம் ஒங்க இஷ்டம். பேசி முடிச்சிக்கணும்ன்னு நெனச்சா, அதுக்குக் குறுக்கே நீதிமன்றம் இருக்காது. நாங்களும் இருக்க மாட்டோம். அது சரி அதை அப்பவே எழும்பூர் கோர்ட்டிலேயே பேசி முடிச்சிருக்கலாமே''

''அப்ப கேஸ்ல ரொம்ப நம்பிக்கை இருந்தது. இப்ப ஒங்க பேர்ல நம்பிக்கை இருக்கு. கோர்ட்லேந்து சம்மன் போய் அவர் வக்கீல் வச்சா நீங்க கூட அவங்க வக்கீல்கிட்ட பேசி ஒரு வழி காட்டினா நல்லது தான்.''

''சரி, செய்வோம்''

செல்வநாதனின் கடைசி இரண்டு சொற்களும் சந்திரசேகர னுக்கு நம்பிக்கையை ஊட்டியிருக்க வேண்டும்.

விடை பெற்றுக் கொண்டார்.

''சார்'' ரகுபதி, சீனியர் அருகே வந்தார்.

வாசலைத் தாண்டிய சந்திரசேகரன் மீண்டும் உள்ளே வந்தார்.

''என்ன?''

''எப்ப திரும்பப் பாக்கலாம்.''

''அடுத்த வாரம் பாக்கலாம்; போன் பண்ணிட்டு வாங்க''

சந்திரசேகரன் மீண்டும் விடை பெற்றுக் கொண்டார்.

சந்திரசேகரன் படியிறங்கி விட்டார். இனிமேல் அனேக மாக திரும்பி வர மாட்டார் என்பதை உறுதி செய்து கொண்டு லட்சுமணன் சீனியரிடம் வந்தார்.

''கேஸ் ஊத்திக்கிடும்ன்னு உண்மையைத்தானே சார் சொன்னேன்''

''ஆமாம், உண்மை சுடும்; நம்மை அல்ல; கட்சிக்காரரை.''

இன்னொரு ஜுனியர் ராமசாமி ராஜராஜன் ஆமோதிப்பது போல் பார்த்தார்.

10

"*சார் இல்லியா?*"

செல்வநாதன் அலுவலகத்தில் நுழைந்த வண்ணம் சந்திரசேகரன் கேட்டார். கூடவே சிவராமன் வந்தான்.

இவர்கள் வந்ததையே கவனிக்காமல் அலுவலகப் பையன் பாபு செல்போனை நோண்டிக் கொண்டிருந்தான். ஜூனியர் முருகபாரதி தான் பதில் சொல்ல வேண்டியிருந்தது.

"சார் கோர்ட்டுக்குப் போயிருக்கிறார். வர நேரமாகும்."

"எங்க கேசைப் படிச்சிட்டாரா? ரெடியாயிடிச்சா"

"தெரியல சார்; சார் வந்ததும் கேட்டுக்குங்க"

"சரி, நாங்க கோர்ட்டைச் சுத்திப் பாத்துட்டு வர்றோம்"

சந்திரசேகரனும், சிவராமனும் புறப்பட்டனர். பாபு அவசர அவசரமாக எழுந்து ஒரு அசட்டுச் சிரிப்பு சிரித்தான்.

"வக்கீல் என்ன பண்ணியிருக்கார்ன்னு தெரியலயே; ஜூனியரிடமிருந்து வார்த்தையை வாங்க முடியலே"

"மந்திரி பி.ஏ. கிட்டே இருந்து கூட விஷயத்தைக் கறந்திடலாம். சமயத்திலே வக்கீல் ஜூனியர்களிடமிருந்து நார் உரிக்க முடியாது" சிவராமன் சொன்னான்.

தம்புச் செட்டித் தெருவின் இடது கைப் பக்கம் திரும்பி, நேதாஜி சுபாஷ் சந்திர போஸ் சாலையைக் குறுக்காகக் கடந்து சென்னை உயர் நீதிமன்றத்தின் முதல் வடக்கு கேட்டிற்குள் நுழைய வேண்டும். தம்புச் செட்டித் தெருவும், சுபாஷ் சந்திரபோஸ் தெருவும் சந்திக்கும் இடத்தில் இடதுபுறம் ஒரு தேவாலயம்.

''இது தென்னிந்தியத் திருச்சபை; ஆண்டர்சன் சர்ச், வெள்ளைக்காரன் சுமார் 130 வருஷத்திற்கு முன்பு கட்டியது'' என்றான் சிவராமன்.

''வெள்ளைக்காரன் காலத்திலே தம்புச் செட்டித் தெருவெல்லாம் பெரிய தெரு. இப்ப பாத்தா பெரிய சந்து மாதிரி இருக்கு. அந்தாண்ட 'பிராட்வே' இருக்கில்லே. அது ரொம்ப அகலமான தெரு. அதனால தான் அதுக்குப் பேரு 'பிராட்வே.' இப்போ ஒரு வழிப் பாதை. அடுத்த தெரு இருக்கே, அரண்மனைக்காரத் தெரு, அது பற்றி பெரிய வரலாறே இருக்கு.

வலது கைப் பக்கம் கொஞ்ச தூரம் போனா பூக்கடை. கந்தசாமி கோயில். வள்ளலார் சின்ன வயசிலே முதல் பிரசங்கம் கந்தசாமி கோயில்ல தான் செஞ்சாரு.''

''சிவராமா, போதும். மொதல்ல ரோடை ஒழுங்கா கிராஸ் பண்ணுவோம்.''

சென்னை உயர்நீதி மன்றத்தின் முதல் வடக்கு வாயிலுக்குள் நுழைந்தார்கள் சந்திரசேகரனும் சிவராமனும்.

''சிவராமா, எனக்கும் சென்னை உயர்நீதிமன்றம் பத்திக் கொஞ்சம் தெரியும். ஆபீஸ் கேஸ் சம்பந்தமா வந்திருக்கேன்''

''சரி, அண்ணா''

''இந்த உயர்நீதி மன்றத்தை முறைப்படி 1862-ஆம் ஆண்டிலே தான் ஆரம்பிச்சி வச்சாங்க. இதுலே எது முக்கியம்ன்னா மாசம் தேதி தான். ஆகஸ்ட் மாதம் 15-ஆம் தேதி''

''அது நம்ப சுதந்திரதினம் ஆச்சே''

"ஆமாம், நமக்கு சுதந்திரம் இந்த மாசம், தேதியிலே கிடைக்கும்ன்னு தெரியாமலே உயர்நீதிமன்றத்தை ஆகஸ்ட் 15-லே ஆரம்பிச்சிருக்காங்க.'' சிவராமனுக்கு இது புதுச் செய்தி.

நீதிமன்ற வளாகம் பரபரப்புடன் காணப்பட்டது. வக்கீல்கள் அளவுக்கு வழக்காடிகள் நிறைந்திருந்தார்கள்; பல வக்கீல்கள் முகத்தில் பதற்றம்; வேகமான நடை. சில வக்கீல்கள் அங்கும் இங்கும் குழுமி நின்று அரட்டை அடித்துக் கொண்டிருந் தார்கள்; சில வழக்காடிகள் முகத்தில் குதூகலம். சிலர் முகத்தில் துக்கம். கண்களில் கண்ணீர் வராத நிலையில் சிலர். எந்தக் கோர்ட் எங்கே இருக்கிறது என்று தெரியாமல் அலையும் கூட்டம். வழக்கறிஞர் சேம்பருக்கு எப்படிப் போவது என்று தெரியாமல் தவிப்பவர்கள் ஒரு புறம். விவரம் கேட்டால் எந்த வக்கீல் ஒழுங்காகச் சொல்வார் என்று ஒவ்வொரு வக்கீல் முகத்தையும் தயக்கத்தோடு பார்த்துக் கொண்டிருக்கும் கிராம வாசிகள். புதிதாக நீதிமன்ற வளாகத்தில் நுழைபவர்களை மிரட்டும் வகையிலான கட்டடத் தோற்றங்கள்; சூழ்நிலைகள்.

இந்தப் பரபரப்பு சூழலில் எந்தப் பரபரப்பும் இல்லாமல் சந்திரசேகரனும், சிவராமனும் உள்ளே நுழைந்தார்கள். இடது புறத்தில் கருப்பு வண்ணத்தில் நாற்காலியில் உட்கார்ந்திருந்த நிலையில் ஒரு சிலையைக் கண்டார்கள். இருவரும் அருகே சென்றார்கள். அது பாஷ்யம் ஐயங்காரின் சிலை. பாஷ்யம் ஐயங்காருக்கு முன்னர் உயர்நீதிமன்றத்தில் தலைமை வழக் கறிஞர்களாக நியமிக்கப்பட்டவர்கள் எல்லாரும் வெள்ளைக் காரர்கள் தான். பாஷ்யம் ஐயங்கார்தான் 1897-ல் தலைமை வழக்கறிஞராக நியமிக்கப்பட்ட முதல் இந்தியர். அதன் பின்னர் அவர் உயர்நீதிமன்ற நீதிபதியாகவும் உயர்ந்தார். சிலையில் எழுதப்பட்டிருக்கும் வாசகங்களைப் படித்து இந்த விவரங்களைத் தெரிந்து கொண்ட அவர்கள், இவ்வளவு மனிதர்கள் நிறைந்த வளாகத்தில் தாங்கள் மட்டுமே சிலை எதிரே அனாதைகளாக நிற்பதைக் கண்டு நடையைக் கட்டி னார்கள். எதிரே இருந்த உயர்நீதிமன்றத்தின் படிகளில் ஏறினார்கள்.

சந்திரசேகரனும், சிவராமனும் முதல் மாடிக்கு வந்தார்கள். வழக்கறிஞர்கள் தெற்கு நோக்கி வேக வேகமாகப் போய்க் கொண்டிருந்தார்கள். சில வழக்கறிஞர்கள் தாங்கள் கோட்டுக்கு மேலே அணியும் கவுனை வேகமாக நடந்து கொண்டே போட்டுக் கொண்டார்கள். பக்கத்தில் வருகிறவர்கள் முகத்தில் அது லேசாக அடித்தாலும் கூட அதை எல்லாம் அவர்கள் பொருட்படுத்தவில்லை. சில இளம் வழக்கறிஞர்களும், அலுவலகப் பையன்களும், வக்கீல் கிளார்க்குகளும் புத்தகங் களையும், கேஸ் கட்டுகளையும் சுமக்க முடியாமல் சுமந்து கொண்டு, சுமையில்லாமல் வேகமாக நடக்கும் சீனியர் வக்கீல் களுக்கு ஈடு கொடுக்க முடியாமல் தவித்தார்கள். சந்திரசேகரனும், சிவராமனும் முதல் மாடியில் உள்ள 'நாற்சந்திக்கு' வந்தார்கள். கண்ணைப் பறிக்கும் வெண்மையில் திருவாரூர் முத்துசாமி ஐயரின் சிலை அங்கே இருந்தது. இருவரும் நின்று பார்த்தார்கள். அவர் பாதங்களில் மலர்கள். யாரோ உயர்நீதி மன்றத்திற்கு வந்த வழக்காடிகள் அவர் பாதங்களில் மலர்களைத் தூவி வழிபட்டிருக்க வேண்டும்.

"தெரியுமா, இவர் நம்ம ஊர்க்காரர். உயர்நீதி மன்ற நீதிபதியாக முதலில் நியமிக்கப்பட்ட இந்தியர்."

சந்திரசேகரன் கூறியதை சிவராமன் ஆமோதித்தான். சிலைக்குக் கீழேயும் திருவாரூர் முத்துசாமி ஐயர் என்று எழுதி யிருந்தது. முத்துசாமி ஐயர் சிலை கிழக்கு நோக்கி இருந்தது. கிழக்குக் கோடியில் கருப்பாக ஒரு சிலை இருப்பதை சிவராமன் பார்த்தான். இருவரும் அங்கே போனார்கள். உயர்நீதிமன்ற நீதிபதிகளாக இந்தியர்கள் வெள்ளைக்காரன் ஆட்சியில் ஆக முடிந்தாலும் தலைமை நீதிபதியாக எந்த இந்தியரும் ஆக முடியவில்லை. அந்த வாய்ப்பு கிடைக்கப் பெற்ற நீதிபதி பி.வி. ராஜமன்னார். அவர் சிலைதான் அங்கே இருந்தது. முழு உருவச் சிலை அல்ல. மார்பளவு சிலை. சிலைக்குக் கீழே 1948 முதல் 1961-ஆம் ஆண்டு வரை என்று குறிக்கப்பட்டிருந்தது. நீண்ட காலம் அவர் தலைமை நீதிபதியாகப் பணியாற்றி இருப்பது அவர்களுக்குத் தெரிய வந்தது. சுவர்களைப் பார்த் தார்கள். நீதிபதிகளாக இருந்தவர்களின் படங்கள் சுவர்களை அலங்கரித்தன. இன்னும் சிலைகள் இருக்கின்றனவா என்று

சிவராமன் வினவினான். ஏன், கிழக்கு மூலையில் ராஜாஜிக்கு ஒரு சிலை இருக்கிறது. மனுநீதிச் சோழனுக்கு சிலை இருக்கிறது. யார் கண்டது, இன்னும் பல பேருக்கு சிலைகள், வரலாம்.

"சரி, இப்ப எதாவது ஒரு கோர்ட்டுக்குப் போய் நீதிமன்ற நடவடிக்கைகளைப் பார்க்கலாமா?" சிவராமன் கேட்டான். சந்திரசேகரன் 'சரி' என்றார்.

பார்வையாளர்கள் அதிகம் இருக்கும் ஒரு நீதிமன்றத்திற்குள் நுழைந்தார்கள். பக்கத்தில் இருந்த ஒருவரை "இங்கு என்ன மாதிரி வழக்குகள் நடக்கின்றன?" என்று கேட்டான் சிவராமன். "ஜாமீன் வழக்குகள்" என்று சொல்லிவிட்டு, பதில் சொன்னவர் சிவராமனை ஒரு மாதிரியாகப் பார்த்தார். 'இது கூடத் தெரியாமல் இங்கு ஏன் வந்தாய்' என்பது போல இருந்தது அந்தப் பார்வை. சிவராமன் அதை எல்லாம் சட்டை செய்ய வில்லை.

நீதிபதி உயரமான மேடையில் நடுநாயகமாக ஒரு உயர்ந்த நாற்காலியில் உட்கார்ந்து இருந்தார். உட்கார்ந்திருந்த வழக்கறிஞர்களை விட உட்கார முடியாமல் நின்று கொண்டிருந்த வழக்கறிஞர்கள் தான் அதிகம். நீதிபதியின் மேடைக்குக் கீழே இருக்கும் பெஞ்ச் கிளார்க் ஒரு பட்டியலை வைத்துக் கொண்டு வழக்கு எண்ணையும், வழக்கறிஞர் பெயரையும் கூறிவிட்டு அந்த வழக்கின் கேஸ் கட்டை நீதிபதியின் முன்னிலையில் வைத்தார். இரண்டு நிமிடத்திற்கு ஒரு முறை இந்த வேலையை அவர் செய்து கொண்டிருந்தார். சிலசமயம் இரண்டு நிமிடத்திற்கு மேலும் அவருக்கு அவகாசம் கிடைத்தது. வழக்கறிஞர்கள் உட்கார்ந்து இருக்கும் நாற்காலிகளுக்கு முன்னர் முக்கால் வட்டத்தில் மேஜைகள் போடப்பட்டிருந்தன. தனித்தனி மேஜைகளாக இல்லாமல் எல்லாம் சேர்த்து வைக்கப்பட்டிருந்தன. இடதுபுறம் ஒருவர் உட்கார்ந்திருந்தார். அவர் பின்னால் போலீஸ் சப் இன்ஸ்பெக்டர் களும், சில காவலர்களும் நின்று கொண்டிருந்தார்கள். உட்கார்ந்திருப்பவர் தான் பப்ளிக் பிராசிகூட்டர் என்பதை சந்திரசேகரனும், சிவராமனும் புரிந்து கொண்டார்கள். அவர் போலீஸ் அதிகாரி களிடம் சில சமயம் கோபமாகப் பேசினார். அதை எல்லாம்

அவர்கள் தாங்கிக் கொண்டார்கள். ''இந்தப் பூனையும் பால் குடிக்குமா'' என்பது போல இருந்தது அவர்கள் செயல் பாடுகள். சில வழக்கறிஞர்கள் தங்கள் இருக்கையிலிருந்து எழுந்து நின்று வழக்கு கூப்பிட்டவுடன் பேசினார்கள். சில பேர் இருக்கையில் இல்லாமல் நீதிபதி அருகே சென்று பேசினார்கள். வழக்கறிஞர்கள் பேசுவதும் காதில் விழ வில்லை. நீதிபதி பேசுவதும் காதில் விழவில்லை. வழக்கு முடிந்ததும் சுருக்கு எழுத்தாளர் நீதிபதி சொல்லும் ஆணையை எழுதிக் கொண்டார். வழக்கு முடிந்து இருக்கையை விட்டு விலகும் வழக்கறிஞர்கள் சிலர் நீதிபதியை நோக்கி இருகரம் கூப்பி கும்பிட்டு விட்டுப் போனார்கள். சில பேர் நீதிபதி பார்த்தால் மட்டுமே கும்பிடு போட்டார்கள். சிலர் கும்பிடு போடாமலே போனார்கள்.

வக்கீல் குமாஸ்தா போல் இருந்த ஒருவரிடம் சிவராமன் கேட்டான். ''ஜாமீன் கெடச்சிட்டதால் கும்பிடு போடுறாங்களா''

''ஜாமீன் கெடைக்காவிட்டாலும் தூரத்தில் இருப்பவர்கள் ஜாமீன் கெடச்சி விட்டதாக நினைத்துக் கொள்ளட்டுமே என்று 'பாவலா' காட்டுபவர்களும் அப்படிச் செய்வார்கள்''

''ஜாமீன் கெடச்சிட்டான்னு தெரிஞ்சிக்க வேறு வழி இருக்கு, தெரியுமா?''

''என்ன''

''நீதிபதிக்குப் பக்கத்தில் கீழே இருக்கும் பியூன் ஜாமீன் குடுத்துட்டா ஒடனே வெளியே வந்து ஜாமீன் பெற்ற வக்கீலிடம் ''சுங்கவரி'' வசூலித்து விடுவார். எந்த வக்கீல் சிரித்துக் கொண்டே சுங்கம் செலுத்துகிறாரோ அவருடைய கட்சிக்காரருக்கு ஜாமீன் கிடைத்து விட்டது என்று முடிவு செய்து கொள்ளலாம்''

''ஓ இவ்வளவு நுணுக்கம் இருக்கா''

சந்திரசேகரனும், சிவராமனும் ஜாமீன் கோர்ட்டை விட்டு வெளியே வந்தார்கள்.

நீதிமன்ற நடவடிக்கைகளைப் பார்த்த சிவராமனுக்கு ஒரு சந்தேகம். கேட்கலாமா வேண்டாமா என்று ஒரு குழப்பம். இருந்தாலும் அருகில் இருந்த வழக்கறிஞரை பவ்யமாக அணுகி வணக்கம் போட்டான்.

''சார், ஒரு சந்தேகம் கேக்கலாமா''

''அதுக்குத் தானே வந்திருக்கீங்க, கேளுங்க''

''ஜாமீன் மனுவை எல்லாம் சில நிமிஷத்திலே கேட்டு உடனே உத்தரவு போடுறாங்களே, சாட்சிகளை எல்லாம் விசாரிக்க மாட்டாங்களா?''

''இது உயர்நீதி மன்றம். இங்கே ஜாமீன் வழக்குகளில் சாட்சிகளை விசாரிக்க மாட்டார்கள். இங்கு மட்டும் அல்ல செஷன்ஸ் கோர்ட்டுகள் மற்றும் மாஜிஸ்ட்டிரேட் கோர்ட்டு களிலும் ஜாமீன் வழக்குகளில் சாட்சிகள் விசாரிக்க மாட்டார்கள். ஜாமீன் வழக்குகளில் சாட்சிகள் விசாரணையைப் பார்க்க வேண்டுமானால் பெரிய திரை, சின்ன திரையைப் பாருங்கள். பொய்யைக் காட்டும் புரட்டர்கள் அவர்கள்''

அந்த வழக்கறிஞர் கோபமாகப் பேசினார். சிவராமனுக்கு வார்த்தைகள் வாயில் அடங்கி விட்டன.

சந்திரசேகரனுக்கு இன்னொரு நீதி மன்றத்தையும் பார்க்க லாம் என்று தோன்றியது. இருவரும் வேறு ஒரு நீதி மன்றத்திற்குள் நுழைந்தார்கள். பார்வையாளர்கள் பகுதியில் அதிகம் கூட்டம் இல்லை. அந்த நீதிமன்றத்தில் இரண்டு நீதிபதிகள் அமர்ந்து வழக்குகளை விசாரித்துக் கொண்டிருந் தார்கள். நீதிமன்ற அறையும் அகலமாக இருந்தது. பழைய காலத்து அறை. அதன் பொலிவு நீதி மன்றத்திற்கே பெருமை சேர்ப்பதாக இருந்தது.

''சிவராமா''

தன் பெயரைச் சொல்லி இங்கே யார் அழைப்பது என்று திகைப்புடன் திரும்பிப் பார்த்தான் சிவராமன்.

"ஏய் சுப்பிரமணி, நீயா?" சிவராமன் வியப்புடன் கேட்டான். பின்னர் சந்திர சேகரனிடம் "நம்ம ஊர் பையன்" என்றான்.

"சிவராமா, இங்கே நான் சுப்பிரமணி இல்லே. எஸ்.எஸ். மணி. அப்படித்தான் என்னை எல்லாருக்கும் தெரியும். வக்கீல் வெங்கட சுப்பிரமணியனிடம் டைப்பிஸ்ட்டாக இருக்கேன். அது சரி, நீ எங்க இங்க"

"நாங்க வக்கீல் செல்வநாதனைப் பாக்க வந்திருக்கோம். பாக்கிற வரைக்கும் கோர்ட்டைச் சுத்திப் பாக்கலாமேன்னு சுத்திக்கிட்டு இருக்கோம்."

"எங்க சார் கூட செல்வநாதனிடம் ஜூனியராக இருந்தவர் தான்.

"அப்படியா. அது இருக்கட்டும். இது என்ன கோர்ட், என்ன மாதிரி கேஸ் நடக்குது?"

"இந்த கோர்ட்லே ஹேபியஸ் கார்பஸ் மனுக்களையும், கிரிமினல் மேல் முறையீடுகளையும் விசாரிப்பாங்க. எங்க ஆபீஸ்கேஸ் ஒண்ணு இருக்கு. ரொம்ப இன்ட்டிரஸ்டிங் ஆன கேஸ். அதான் பாக்க வந்திருக்கேன்.

"என்ன கேஸ்?"

"எங்க கட்சிக்காரன் பேரு முகமது ராஜா. வாணியம்பாடி யிலே கடை வச்சிருக்கான். ஆள் நல்லா இருப்பான். அவனுக்கும் பக்கத்து கிராமத்திலே இருக்கிற தெய்வயானை என்கிற பொண்ணுக்கும் காதல் ஏற்பட்டிடுச்சி. பொண்ணு +1 படிக்கிற காலத்திலேயே காதல் போல இருக்கு. +2 விலே தவறிடுச்சி. வீட்ல இருக்கு. பையன் பத்தாவதோட சரி. குடும்பத்துக்குச் சொந்தக் கடை இருக்கு. அதைப் பாத்துக் கிறான். பொண்ணு பையனுக்குக் காதல் கடிதம் எல்லாம் எழுதியிருக்கு. இப்ப விஷயம் பொண்ணு வீட்டிற்குத் தெரிஞ்சி போச்சி. "நீ படிச்சது போதும்"ன்னு சொல்லி மாப்பள பாக்க ஆரம்பிச்சிட்டாங்க. பொண்ண வெளியில

விடுறதில்லே. பொண்ணு எப்படியோ லெட்டர் போட்டு பையனுக்கு நெலமையைச் சொல்லிடுச்சி. நான் கல்யாணம் பண்ணிக்கப் போற பொண்ண அவ விருப்பத்திற்கு விரோதமா, வீட்லேயே காவல் வச்சி புடிக்காதவனுக்குக் கல்யாணம் பண்ணி வைக்கப் பாக்கிறாங்கன்னு சொல்லி, ஹேபியஸ் சார்பஸ் மனு போட்டிருக்கோம்.

''அதாவது ஆள் கொணர்வு மனு போட்டிருக்கீங்க, அப்படித் தானே?'' சிவராமன் தெளிவுபடுத்திக் கொண்டான்.

''பொண்ணை கோர்ட்டிலே கொண்டு வந்து நிறுத்தும்படி போன வாரம் கோர்ட் உத்தரவு போட்டுது. அதான் பொண்ணக் கொண்டு வந்திருக்காங்க. பையனுக்கு ரொம்ப நம்பிக்கை. பொண்ணுக்கு 18 வயது முடிஞ்சிடுச்சி. பொண்ணை கோர்ட்ல நிறுத்தி நீதிபதி கேட்டா, அது தன்னோட வந்திடும்ன்னு பையன் உறுதியா நம்புறான்.''

''யார் பையன்''

''அதோ அங்கே வக்கீல் பின்னாடி மஞ்சள் சட்டை, வெள்ளைப் பேண்டோடு இருக்கானே; அவன் தான் பையன்''

''என்ன மாப்பிள்ளை மாதிரி டிரஸ் பண்ணிக்கிட்டு வந்திருக்கான்''

''அவனுக்கு அவ்வளவு நம்பிக்கை. அவன் கூட அவன் நண்பர்கள் சில பேரும் வந்திருக்காங்க. பொண்ணை கையோட அழைச்சிட்டுப் போக எல்லா ஏற்பாட்டோடவும் வந்திருக்கான். கோர்ட் பியூன்களுக்கெல்லாம் செம காசு கிடைக்கும்.

''இடது கோடியிலே செவர் ஓரமாக இருக்கே அதுதான் பொண்ணா?''

''ஆமாம்''

''கூட இருக்கிறவங்க அப்பனும் ஆயாளுமா?''

''ஆமாம்''

கையில் வைத்திருந்த வழக்குப் பட்டியலைப் பார்த்த எஸ்.எஸ். மணி ''நம்ம வழக்கு வரப் போவுது'' என்றான். மூன்று பேரும் வழக்கைக் கூர்ந்து கவனிக்கத் தயாரானார்கள்.

''இந்தக் கோர்ட்ல ஜட்ஜ் சத்தமா பேசுவார். எல்லாருக்கும் கேட்கும். வழக்காடிகள் நீதிமன்றத்தில் ஆஜரானால் சில நீதிபதிகள் அவர்களிடம் நேராகப் பேச மாட்டார்கள். சுருக் கெழுத்தாளரிடம் ஆங்கிலத்தில் சொல்ல, அவர்கள் வழக் காடிகளிடம் தமிழில் சொல்வார்கள். இந்தக் கோர்ட்ல அதெல்லாம் கெடையாது. நீதிபதியே நேராகப் பேசி விடுவார்.'' எஸ்.எஸ். மணி விளக்கம் சொன்னான்.

நீதிபதிகளுக்குக் கீழே இருக்கும் நாற்காலியில் உட்காரா மலே இருக்கும் பெஞ்ச் கிளார்க், வழக்கின் வரிசை, வழக்கின் எண் மற்றும் வழக்கறிஞர்களின் பெயரை சுமாரான குரலில் உச்சரித்தார். ராஜா முகமதுவின் வழக்கறிஞர், சென்றவாரம் இந்த வழக்கு வந்ததையும், அப்போது சட்ட விரோதமாக வீட்டில் அடைத்து வைக்கப்பட்டிருக்கும் பெண்ணை நீதி மன்றத்தில் நேர் நிறுத்த பெற்றோர்களுக்கும் காவல் துறைக்கும் நீதிமன்றம் ஆணையிட்டதையும் எடுத்துச் சொன்னார். அரசு தரப்பு வழக்கறிஞர் எழுந்து பெண் நீதிமன்றத்திற்குக் கொண்டு வரப்பட்டிருப்பதை நீதிபதிகளுக்குச் சொன்னார். பெஞ்ச் கிளார்க் தங்கள் முன்னால் வைத்திருக்கும் மனுக்களைச் சிறிது படித்துப் பார்த்தார்கள் நீதிபதிகள். அரசு வழக்கறிஞர் பின்னால் நிற்கும் பெண்ணையும் பார்த்தார்கள். அவர்களின் பார்வை பெண்ணையும் தாண்டி பெற்றோர்களிடமும் சென்றது. சில வினாடிகளுக்குப் பிறகு அரசுத் தரப்பு வழக்கறிஞரைப் பார்த்து, இரு நீதிபதிகளில் மூத்த நீதிபதி ''எஸ்'' என்றார். அதன் பொருள் புரிந்த அரசு வழக்கறிஞர் பெண்ணை நீதிபதிகளுக்கு எதிரே போய் நிற்கச் சொன்னார். இன்னும் முன்னால் வரச் சொல்லி ஜாடை காட்டினார் நீதிபதி. பெஞ்ச் கிளார்க் இடத்தைக் காட்டி நிற்கச் சொன்னார். இது போன்ற வழக்குகளை வழக்கறிஞர்களும், பார்வை யாளர்களும் மிகவும் உன்னிப்பாகக் கவனிப்பார்கள்.

''ஒன் பேரென்ன?''

மூத்த நீதிபதி கேட்டார். அந்தப் பெண் பவ்யமாக ''தெய்வயானை'' என்றாள். பெண்ணின் பெற்றோர்கள் பெண்ணுக்கு அருகே வர முயன்றார்கள். அரசு வழக்கறிஞரும் காவல் துறை ஆய்வாளரும் கண்களாலும், கைகளாலும் ஜாடை காட்டி அவர்களைப் பின்னே அனுப்பினார்கள். நீதிபதிகளின் கண்கள் இதைக் கவனிக்காமல் இல்லை. ஒரு கணம் பெண்ணை நீதிபதிகள் பார்த்தார்கள். அப் பெண்ணிடம் பரபரப்பு இல்லை. நீதிமன்றத்தில் நிற்கும் லேசான நடுக்கம் கூட இல்லை. முகத்தில் சோகமும் இல்லை; மகிழ்ச்சியும் இல்லை. ஆனால் பெண்ணின் பெற்றோர்களிடம் ஒரு பரபரப்பு காணப்பட்டது. பதற்றமுடன் நிற்பதாகத் தெரிந்தது. பெண்ணின் பெற்றோர்களுடன் சில உறவினர்களும் வந்திருந்தார்கள்.

மூத்த நீதிபதி நேராக, நன்றாகக் கேட்கும் வண்ணம் தமிழில் தெய்வ யானையைப் பார்த்துப் பேசினார். ''இது நீதி மன்றம். நீ யாருக்கும் பயப்பட வேண்டியதில்லை. உண்மையைப் பேசு; இந்த நீதிமன்றம் உன்னைப் பாதுகாக்கும்.''

நீதிபதி சொல்வதைப் புரிந்து கொண்டது போல் தெய்வயானை தலையை ஆட்டினாள்.

''உனக்கு வயசு என்ன?''

''19''

நீதிபதி வழக்கு தாக்கல் செய்திருந்த முகமது ராஜாவைச் சுட்டிக் காட்டி, ''இந்தப் பையனைத் தெரியுமா'' என்று கேட்டார்.

''தெரியாது''

நீதிபதிகள் அதிர்ச்சிக்கு ஆளானார்கள்; பல வழக்கறிஞர்களும் தான்; முகமது ராஜா அதிர்ச்சியின் உச்சத்தைத் தொட்டான். பெற்றோர்கள் முகத்தில் மட்டும் மகிழ்ச்சி களை கட்டி யிருந்தது. நீதிபதியிடமிருந்து அடுத்த கேள்வி புறப்பட்டது.

''இந்த நீதிமன்றத்தில் மனு போட்டிருக்காரே முகமது ராஜா, அந்தப் பையனுக்கு நீ காதல் கடிதங்கள் எழுதியதா

சொல்லி கடிதங்களை எல்லாம் தாக்கல் செய்திருக்கிறாரே, அந்தக் கடிதங்கள் எல்லாம் நீ எழுதியது தானா?''

''இல்ல, நான் எந்தக் கடிதமும் எழுதல''

''நீ உன் அப்பா அம்மாவோடு விருப்பப்பட்டுதான் இருக்கியா, இல்ல பயமுறுத்தி வச்சிருக்காங்களா?''

''விருப்பப்பட்டு தான் இருக்கேன்''

''நீ, உன் அப்பா அம்மாவுடன் போக விரும்புகிறாயா?''

''ஆமாம்; நான் அவங்க கூடப் போயிடுவேன்''

பெண்ணின் குரலில் உறுதி தெரிந்தது. இவ்வளவு உறுதியும், தெளிவும் எங்கிருந்து வந்தன? இரண்டு நீதிபதி களும் தம் முன்னே நின்று அச்சம் இல்லாமல் பதில் சொல்லும் பெண்ணை ஒரு நிமிடம் கூர்ந்து பார்த்தார்கள். பின்னர் அவர்கள் பார்வை முகமது ராஜாவின் பக்கம் திரும்பியது. ஆனால் அவன் முகத்தைப் பார்க்க மனம் இல்லாமல் பார்வையைத் திருப்பிக் கொண்டார்கள். நீதிமன்றம் சாதாரண மாக அமைதியாக இருக்கும். ஆனால் இந்த அமைதி அந்தப் பெண் தெய்வ யானையால் உருவாக்கப்பட்டது.

மூத்த நீதிபதி தன்னுடன் அமர்ந்து இருக்கும் சக நீதிபதியிடம் மெதுவாகக் கூறினார்.

''நான் இது போன்ற வழக்குகள் எத்தனையோ பார்த்திருக் கிறேன். பெண் யாரையாவது காதலிக்கும். அது தெரிந்த பெற்றோர்கள் காதலனை மறந்து தாங்கள் பார்க்கும் பையனை மணந்து கொள்ளச் சொல்லி வற்புறுத்துவார்கள். சாம தான தண்டம் எல்லாவற்றையும் பிரயோகிப்பார்கள். தற்கொலை செய்து கொள்வேன் என்று மிரட்டும் நிலைக்குப் போவார்கள். கடைசியில் பல பெண்கள் பெற்றோரின் வற்புறுத்தலுக்கு இணங்கி காதலனைக் கைவிட்டு விடுவார்கள். ஹேபியஸ் கார்பஸ் மனு போட்டால், தான் விருப்பப்பட்டு பெற்றோரிடம் இருப்பதாக நீதிமன்றத்தில் வாக்கு மூலம் கொடுப்பார்கள். நாமும் அதை ஏற்று வழக்கைத் தள்ளுபடி செய்வோம். ஆனால் இந்த வழக்கில் இந்தப் பெண் அவனையே தெரியாது

என்று சொல்கிறது. அந்த அளவுக்கு அதை மாற்றி இருக் கிறார்கள். கடிதமும் எழுதவில்லை என்று மறுத்து விட்டது. நாம் என்ன செய்ய முடியும். நாம் விசாரிப்பது ஹேபியஸ் கார்பஸ் வழக்கு. பெண் நான் பெற்றோரிடம் விரும்பித்தான் இருக்கிறேன். என்னை என் விருப்பத்திற்கு மாறாக கட்டுப் பாட்டில் வைத்திருக்கவில்லை என்றால் நீதிமன்றம் என்ன செய்ய முடியும். பெண்ணின் மனத்தை மாற்றியதில் வேறு ஒரு அம்சமும் அடங்கி இருக்கிறது என்று நினைக்கிறேன்.''

''ஆமாம், அந்தப் பையன் முஸ்லீம்'' என்றார் சக நீதிபதி.

நீதிபதி எப்போது தன் முகத்தைப் பார்ப்பார் என்று எதிர்நோக்கி இருந்த சுருக்கெழுத்தாளர், நீதிபதியின் பார்வை பட்டதும் நீதிபதிகள் அமர்ந்திருக்கும் மேடையின் எதிரே ஏறி, நீதிமன்றத்தின் தீர்ப்பை எழுதிக் கொள்ள தயாரானார். மனுவில் சொல்லப்பட்டிருப்பவைகளைச் சுருக்கமாகச் சொல்லி, தெய்வயானை நீதிமன்றத்தில் கூறிய பதில்களைப் பதிவு செய்து ஆட் கொணர்வு மனுவைத் தள்ளுபடி செய்தார் நீதிபதி. தெய்வயானையின் பெற்றோர்கள் பெரிய கும்பிடு போட்டார்கள். முகத்தில் மகிழ்ச்சியின் ஆரவாரம் தெரிந்தது. கூட வந்த காவல் ஆய்வாளர் தங்கள் பாணியில் கம்பீரமாக சலாம் வைத்தார். அன்று காலை தினப் பத்திரிகையில் ராசி பலன் பார்த்த போது அவருடைய ராசிக்கு ''நேரம் விரயம்'' என்று போட்டிருந்தது. பெண்ணின் பெற்றோர்கள் பேசியபடி கொடுக்காமல் போய் விட்டால் தான் செலவழித்த நேரம் விரயம்தானே என்று பெரிதும் விசனப்பட்டார். தலைகுனிந்த படி தெய்வயானை பெற்றோரைப் பின் தொடர்ந்தாள்.

முகமது ராஜாவின் முகத்தில் கடலின் கொந்தளிப்பு தெரிந்தது. உதடுகள் அலைகள் போல் ஆரவாரித்தன. சோகத்தையும், கலக்கத்தையும் கண்கள் காட்டிக் கொடுத்தன. துக்கத்தை விட அவமான உணர்வு மேலெழுந்தது. நீதிமன்றத்தின் முன் தான் ஒரு கோமாளியாக்கப்பட்டு விட்டோமே என்ற உணர்வு அவன் கால்களுக்கு வேகத்தை ஊட்டியது. நீதிமன்றத்தை விட்டு வேகமாக வெளியேறினான். தெய்வ யானையிடம் நீதி கேட்டு பிரச்சினை பண்ணிவிடுவானோ என்ற அச்சத்தில் அவனுடைய வழக்கறிஞரும், நண்பர்களும் அவனைப் பின்

தொடர்ந்தனர். நல்லவேளை தெய்வயானையும் அவள் குடும்பத் தாரும் கண்ணில் தென்படவில்லை. அவர்கள் அதிவேகமாய் நீதிமன்ற வளாகத்தை விட்டே வெளியேறி இருக்க வேண்டும்.

புத்தம் புது ஆடைகளுடன் மாப்பிள்ளை போல் வந்த முகமது ராஜா, காதலியால் கைவிடப்பட்டு கானகத்துக் காரிருளில் இருப்பது போல் உணர்ந்த முகமது ராஜா, காதலிக்கும் போது கணக்கில் எடுத்துக் கொள்ள வேண்டியதைக் கணக்கில் எடுத்துக் கொள்ளா விட்டாலும், நீதிமன்றப் படிகளை மிதிக்கும் போது கணக்கில் எடுத்துக் கொள்ள தவறிய முகமது ராஜா, கைக்கு எட்டியது வாய்க்கு எட்டாத நிலைக்குத் தள்ளப்பட்ட முகமது ராஜா அழுதான்.

அழுது அழுதுதான் அவன் குணமாக வேண்டும்.

11

"போன தடவை வந்தபோது எக்மோர் கோர்ட்லே மங்களத்தை குறுக்கு விசாரணை செஞ்சாங்க இல்லியா, அந்தச் சாட்சியத்தைக் கேட்டீங்க. கொண்டு வந்திருக்கேன்; இந்தாங்க."

வழக்கறிஞர் செல்வநாதனிடம் சந்திரசேகரன் காகிதக் கட்டை நீட்டினார்.

செல்வநாதன் வாங்கி புரட்டிப் பார்த்தார். "சார்" என்றான் கூட வந்த சிவராமன். பார்வையை அவன் மீது திருப்பினார் செல்வநாதன். சிவராமனைப் பார்த்தபோது செல்வநாதனுக்கு அவரையும் அறியாமல் இதழ்களில் ஒரு சிரிப்பு. சிவராமனுக்கு அந்தச் சிரிப்பு தைரியம் தந்தது.

"சார், நானும் அந்த குறுக்கு விசாரணையைப் படிச்சிப் பார்த்தேன். எதிர் வக்கீல் கேட்ட கேள்வியையே காணுமே! மங்களம் அக்கா சொன்ன பதில் மட்டும் தான் அதிலே இருக்கு. இது என்ன சார் இப்படி?"

"நீதி மன்றத்திலே சாட்சியத்தைப் பதிவு பண்ணும் போது, சாட்சி சொல்ற பதிலை மட்டும் தான் பதிவு பண்ணு வாங்க. கேள்வி அவசியமில்லை. அதனால பதிவு பண்ண மாட்டாங்க. பதிலை வச்சே கேள்வி என்னவா இருக்கும்ன்னு புரிந்து கொள்ளலாம். இப்ப மங்களத்தோட பதிலைப் பாருங்க; "நான் எஸ்.எஸ்.எல்.சி வரை படிச்சிருக்கேன்" அப்படீன்னு பதில்

பதிவாகியிருக்கு. இந்தப் பதிலைப் பார்க்கும் போது கேள்வி என்னவாயிருக்கும்ன்னு புரிந்து கொள்ள முடியும். எதிர்த்தரப்பு வக்கீல் என்ன கேட்டிருப்பார்ன்னா ''நீங்க என்ன படிச்சிருக்கீங்க'' அப்படீன்னு கேட்டிருப்பார். அதனால பதில்தான் முக்கியம். சில சமயங்களில் நீதிபதியே கேள்வி கேட்பது உண்டு. அப்ப நீதிமன்றத்தின் கேள்வியையும் பதிலையும் பதிவு செய்வதுண்டு.''

செல்வநாதனின் விளக்கத்தைக் கேட்டபின் சிவராமன் தலையை ஆட்டினான்.

''மேலே படிப்பதற்கு சிவராமனின் அனுமதி கிடைத்து விட்டது'' என்று செல்வநாதன் லேசாக கிண்டல் செய்தார். சிவராமன் சிரித்துக் கொண்டான். சந்திரசேகரனைத் திரும்பப் பார்த்தான். அவரும் சிரித்துக் கொண்டார். செல்வநாதன் ஜூனியர்களைப் பார்த்தார். அவர்களும் சிரித்தார்கள்.

''குறுக்கு விசாரணையில் கேட்ட கேள்வியையும் தனியா எழுதி டைப் செய்திருக்கிறோம்'' என்று சொல்லி டைப் செய்த சில தாள்களை எடுத்துக் கொடுத்தார் சந்திரசேகரன். செல்வநாதன் கேள்வி பதில் இரண்டையும் பக்கத்தில் வைத்துக் கொண்டு படிக்க ஆரம்பித்தார்.

''நீங்க என்ன படிச்சிருக்கீங்க?''

''எஸ்.எஸ்.எல்.சி வரை படிச்சிருக்கேன்''

''பாஸ் பண்ணிட்டீங்களா?''

''ஆமாம்''

''உங்க கணவர் என்ன படிச்சிருக்கார்?''

''பத்தாவது ஃபெயிலு''

''நீங்க மேல படிக்கணும்ன்னு ஆசைப்பட்டீங்களா''

''அப்பா வேணாம்ன்னு நெனச்சார். குடும்ப சூழ்நில காரணமா.''

''கேட்ட கேள்விக்குப் பதில் சொல்லணும். நான் கேட்டது, நீங்க மேல படிக்கணும்ன்னு ஆசைப்பட்டீங்களா?''

''அப்பா ஆசைப்படலே''

நீதிபதி: கேக்கிற கேள்விக்குப் பதில் சொல்லணும். விளக்கம் இருந்தா பதில் சொல்லிவிட்டுச் சொல்லலாம். பதிலே சொல்லாமல் விளக்கம் தரக் கூடாது.''

மங்களத்தின் வழக்கறிஞர்: ''இந்த வழக்கு ஜீவனாம்சம் கேட்டு போடப்பட்ட வழக்கு. அது சம்பந்தமான கேள்விகள் கேட்காமல் எதிர்த் தரப்பு வழக்கறிஞர் வேண்டாத கேள்விகளைக் கேட்கிறார்.''

குறுக்கு விசாரணை செய்யும் வழக்கறிஞர்: ''இந்தக் கேள்வி எவ்வளவு முக்கியமானது என்று பின்னர் தெரியும்''

''சரி, கேளுங்க''

''திரும்பவும் சொல்றேன். கேட்ட கேள்விக்குப் பதில் சொல்லுங்க. கல்லூரியில் சேர்ந்து படிக்க விரும்பினீர்களா, இல்லையா?''

''விரும்பினேன். அப்பா விரும்பாததால் படிக்கவில்லை.''

''கல்யாணம் நிச்சயம் செய்வதற்கு முன்னர் பெண் பார்க்க எதிர் மனுதாரரும், அதாவது உங்கள் கணவரும் மற்ற உறவினர்களும் வந்தார்களா?

''என்னைப் பெண் பாக்க வந்தாங்க''

''மாப்பிள்ளையைப் பார்த்தீர்களா?''

''பாத்தேன்''

''எப்படிப் பார்த்தீர்கள்?''

''எல்லாரும் உள் முற்றத்தில் ஒக்காந்து இருந்தாங்க. என்னைக் கூப்பிட்டாங்க. நான் மாப்பிள்ளை வீட்டார் அனைவருக்கும் வணக்கம் சொன்னேன். சில நிமிடங்கள் உட்கார்ந்திருந்தேன். பின்னர் என் அறைக்கு வந்து விட்டேன்.''

"அப்ப மாப்பிள்ளையைப் பார்த்தீர்களா?"

"பாத்தேன்; அதன்பிறகு அத்தை என்னை ஜன்னல் வழியாக மாப்பிள்ளையைப் பாக்கச் சொன்னாங்க. பாத்தேன்"

"மாப்பிள்ளை பிடிச்சிருக்கா என்று உங்கள் அப்பா கேட்டாரா?"

"அப்பா கேட்கல"

"பிறகு யார் கேட்டார்கள்"

"அத்தை கேட்டாங்க"

"என்ன சொன்னீர்கள்"

"அப்பாவுக்குப் புடிச்சிருந்தா, எனக்குச் சம்மதம்ன்னேன்"

"உங்கள் திருமணத்திற்கு முன்னரே உங்கள் தந்தை இறந்துவிட்டார் இல்லியா?"

"ஆமாம்"

"அதற்குப் பிறகு மேற் கொண்டு படிக்கலாம் என்ற எண்ணம் ஏற்பட்டதா?"

"இல்லை. அப்பா மறைஞ்சாலும் அவர் விரும்பியபடி செய்யலாம் என்பது தான் என் முடிவாக இருந்திச்சி"

"கணவர் வீட்டில் வாழ்க்கை எப்படி இருந்தது?"

"கேள்வி புரியலே"

மங்களத்தின் வழக்கறிஞர்: "இப்படிப் பொத்தாம் பொதுக்கா கேள்வி கேட்கக் கூடாது. குறிப்பாகக் கேட்க வேண்டும்"

எதிர்மனுதாரரின் வழக்கறிஞர்: "மனுதாரரின் வழக்கறிஞர் கேள்விக்குப் பதில் சொல்லாதே என்று சாட்சிக்கு மறை முகமாகச் சொல்லிக் கொடுக்கிறார். நீதிமன்றம் இதை அனுமதிக்கக் கூடாது"

நீதிபதி எதிர்த்தரப்பு வழக்கறிஞரைப் பார்த்து: "பொதுவான கேள்வி கேட்காதீர்கள். குறிப்பாகக் கேளுங்கள்"

''கணவர் வீட்டில் நீங்கள் வாழ்ந்த காலத்தில் உங்களுக்குப் பிடித்தது எது? பிடிக்காதது எது?''

''காலையிலே நீராகாரம், பழையது சாப்பிடறது எனக்குப் புடிக்கலே. ஆம்பளைங்க எல்லாம் சட்டை போடாம வெறும் ஒடம்போட இருக்கிறதும் எனக்குப் புடிக்கலே. மற்றபடி வீடு புடிச்சிருந்தது''

''இதைக் கணவர் கிட்டே சொல்றது தானே?''

''சொன்னேன். ரொம்ப காலமா காலயிலே நீராகாரம் பழையது சாப்பிட்டுக்கிட்டு இருக்கோம். இப்ப திடீர்ன்னு மாத்தினா பொண்டாட்டி தலையணை மந்திரம் போட்டுட் டாள்ன்னு பின்னாலே பேசுவாங்க. பொறவு பாக்கலாம்ன்னு சொல்லிட்டாரு. சட்டை போட்டுக்கிறது தானேன்னு சொன் னேன். நான் என்ன உத்தியோகமா பாக்கிறேன் அப்படீன்னார்.''

''உங்களை யாரும் கொடுமைப்படுத்தினாங்களா?''

''இல்லே''

''வேலை அதிகமா வாங்கினாங்களா?''

'இல்லே'

''உங்கள் ஓரகத்தி எல்லாம் உங்கள் கூட சண்டைப் போட்டார்களா?''

''அப்படி எல்லாம் ஒண்ணும் இல்லே''

''நீங்க தனிக் குடித்தனம் போகணும் என்று கேட்டீர்களா?''

''ஆமாம்''

''எதனால்''

''கருப்பூர்லே எனக்கு வாழ்க்கை ரொம்ப 'போர்' அடிச்சிது. வீட்லயும் ரொம்ப வேலை கெடையாது. பழகுவ தற்குப் பக்கத்திலே வீடுகள் கெடையாது. ரேடியோ அடிக்கடி மக்கார் செய்யும். பத்திரிக்கை யாரும் வாங்கிறது இல்ல. திருவாரூர்ல வீடு கட்டி கிடக்குது. அங்கே முன்னாடி ஒரு

கடையை வச்சிக்கிட்டுத் தனியா குடித்தனம் போகலாம்ன்னு புருஷன்கிட்டே சொன்னேன். அவர் அதை ஏத்துக்கலே''

''பிறகு என்ன பண்ணீங்க?''

''சில தடவை சொல்லிப் பாத்தேன். அவருக்குக் கோபம் வர ஆரம்பிச்சிடுச்சி. திட்ட ஆரம்பிச்சிட்டாரு. மனசுக்குக் கஷ்டமாக இருந்தது. திருவாரூர் போய் அத்தை வீட்டில் இருந்திட்டு வர்றேன்னு சொன்னேன். கொண்ணாந்து விட்டார். அப்புறம் அழைச்சிக்கிட்டுப் போக வரல.

''வரவில்லைன்னதும் நீங்க என்ன செய்தீங்க?''

''மெட்ராஸ்லேந்து அண்ணன் வந்திருந்தார். அவர் கூப்பிட்டார். நானும் அண்ணனோடு மெட்ராஸ் போனேன்''

''உங்க கணவருக்கு சென்னை போகிறேன் என்று சொன்னீர்களா?''

''அண்ணன் கடுதாசி எழுதிப் போட்டார்''

''வேற வகையில் முயற்சி செய்தீர்களா?''

''இல்லே. ஃபோன்லாம் இல்லே அங்கே.''

''உங்களை அழைத்துக் கொண்டு போக அவர் ஏன் வரவில்லை?''

''எனக்குத் தெரியாது''

''நீங்க தனிக் குடித்தனம் போக வேண்டும் என்பதற்காகத் தான் சென்னை புறப்பட்டுப் போய் விட்டீர்கள் என்று சொல்கிறேன்.''

''நீங்க சொன்னா சொல்லிக்கங்க''

நீதிபதி: ''இப்படி எல்லாம் பதில் சொல்லக் கூடாது. இது நீதிமன்றம். சொல்வது சரியில்லை என்றால் சரியில்லை என்று சொல்ல வேண்டும். சரி என்றால் சரி என்று சொல்ல வேண்டும்.''

''சரி இல்லே''

"நீங்க தனிக்குடித்தனம் போக வேண்டும் என்ற திட்டத்தை நிறைவேற்றிக் கொள்ளத்தான் திருவாரூர் வந்து, பிறகு சென்னை போய் இருக்கிறீர்கள்"

"அதுல என்ன தப்பு இருக்கு"

"கேட்ட கேள்விக்குப் பதில் சொல்லுங்க"

"திட்டமெல்லாம் போடல. சும்மாதான் போனேன்."

"சென்னை போனதும் உங்க வீட்டுக்காரருக்கு கடிதம் போட்டீர்களா?"

"அண்ணன் போட்டார்"

"நீங்க திரும்பி புகுந்த வீட்டிற்குச் செல்ல என்ன முயற்சி செய்தீர்கள்?"

"அண்ணன் முயற்சி செய்தார்"

"என்ன முயற்சி"

"என்னென்ன முயற்சின்னு ஞாபகம் இல்லை."

"வேறு யாரும் முயற்சி செய்யவில்லையா?"

"அத்தை கருப்பூருக்குப் போய் பாத்தாங்க. என்னை மெட்ராஸ் போய் அழைச்சிக்கிட்டு வாங்கன்னு சொன்னாங்க. எனக்கு மெட்ராஸ் தெரியாதுன்னு வீட்டுக்காரர் சொல்லிட்டாராம். அவ வந்தா வரட்டும், வராட்டி போகட்டும்ன்னு சொல்லிட்டாராம்."

"சரி நீங்க உங்கள் அண்ணனை அழைத்துக் கொண்டு கருப்பூர் போக வேண்டியது தானே?"

"அதுக்குள்ள அண்ணனுக்கு மதுரைக்கு டிரான்ஸ்பர் ஆயிடுச்சி. அதனால போக முடியல"

"இதெல்லாம் நொண்டிச் சாக்கு என்று நான் சொல்கிறேன்"

"நீங்க சொல்றது தப்பு"

"உங்களுக்கு உங்கள் கணவரோட வாழ விருப்பம் இல்லை என்று நான் சொல்கிறேன்"

"இல்லே, இல்லே, தனியாக குடித்தனம் வச்சுக்கலாமேன்னு தான் சொன்னேன்"

"நான் சொல்கிறேன், தனிக்குடித்தனம் வைக்க வேண்டும் என்பதற்காகத்தான் நீங்கள் உங்கள் கணவரைப் பிரிந்து வந்தீர்கள்"

"அப்படி எல்லாம் இல்லே. மனசு சரியில்லாமல் தான் வந்தேன்"

"இப்போது மனம் சரியாக இருக்கிறதா?"

"இல்லே. புருஷன் வீட்டுக்குப் போனா ஏத்துக்கு வாங்களான்னு சந்தேகமா இருக்கு"

"அவர் இப்போது அழைத்தால் போவீர்களா?"

"அழைச்சாதானே பேசி முடிவு செய்ய முடியும்"

"யார் யார் பேசி முடிவு செய்ய வேண்டும்?"

"அண்ணன், அத்தை எல்லாம் தான். இல்லேன்னா விதிப்படி நடக்கட்டும்ன்னு விட்டிட வேண்டியது தான்"

"உங்கள் கணவர் வழக்கறிஞர் மூலம் உங்களுக்கு ஒரு அறிவிப்பு அனுப்பினாரா?"

"எதுவும் அனுப்பல"

"நல்லா நினைத்துப் பார்த்து சொல்லுங்க அம்மா, பதிவுத் தபால் எதாவது வந்ததா?"

"நான் கடைக்குப் போயிருந்தப்ப ரிஜிஸ்டர் தபால் வந்ததா பக்கத்து வீட்லே சொன்னாங்க. அப்புறம் எதுவும் வல்ல"

"ஒரு முறை தான் பதிவுத் தபால் வந்ததா?"

"மூணு மாசம் கழிச்சி இன்னொண்ணு வந்திருக்கு. அப்பவும் நான் கடைக்குப் போயிட்டேன். பக்கத்து வீட்லே சொல்லிதான் எனக்குத் தெரியும்."

"இதைப் பற்றி உங்கள் அண்ணனிடம் பேசினீர்களா?"

"சொன்னேன். இருக்கும் போது வந்தா வாங்கிக்கோன்னு சொன்னாங்க"

"உங்கள் கணவர் தன்னோடு சேர்ந்து வாழ வேண்டும் என்று முதலில் வழக்கறிஞர் மூலம் அறிவிப்பு அனுப்பினார். அதை நீங்கள் வாங்கிக் கொள்ள வில்லை என்று சொல்கிறேன்"

"நான் இருக்கும் போது வந்தா வாங்கியிருப்பேன்."

"உங்கள் கணவர் திருவாரூர் நீதிமன்றத்தில் அவரோடு நீங்கள் சேர்ந்து வாழ வேண்டும் என்பதற்காக மனு தாக்கல் செய்து, நீதிமன்றத்தால் உங்களுக்கு சம்மன் அனுப்பப்பட்டது. அதையும் நீங்கள் வாங்கவில்லை என்று சொல்கிறேன்."

"நான் இருந்தால் வாங்கி இருப்பேன்."

"நீதிமன்றம் அனுப்பிய சம்மனையும் நீங்கள் வாங்காததால் நீதிமன்றம் வழக்கின் தேதியைக் குறிப்பிட்டு பத்திரிக்கை மூலம் அறிவிப்பு செய்யச் சொல்லியும், அந்த அறிவிப்பு தினத் தந்தியில் வெளியான பிறகும் நீங்கள் குறிப்பிடப்பட்ட தேதியில் நீதி மன்றத்தில் ஆஜராகாததால் ஒரு தலையாக, அதாவது 'எக்ஸ் பார்டி'யாக தீர்ப்பு வழங்கப்பட்டு விட்டது என்று சொல்கிறேன். நீங்கள் என்ன சொல்கிறீர்கள்?"

"ஒண்ணும் தெரியாதுங்க"

"உங்கள் கணவர் சேர்ந்து வாழ அழைத்தும் அவருடன் சேர்ந்து வாழாததால் உங்களுக்கு ஜீவனாம்சம் கேட்க அருகதை கிடையாது என்று சொல்கிறேன்."

"அப்படி எல்லாம் சொல்லாதீங்க"

நீதிபதி: "இப்படி எல்லாம் பதில் சொல்லக் கூடாது. அவர் சொல்வது சரி என்றால் சரி என்று சொல்லுங்கள். சரி இல்லை என்றால் சரி இல்லை என்று சொல்லுங்கள்."

"சரி இல்லை"

''உங்கள் இல்லற வாழ்க்கையில் குழந்தை பிறந்ததா?''

''இல்லை''

''உங்களை யாராவது கொடுமைப் படுத்தினார்களா?''

''இல்லை''

''வரதட்சணை கேட்டார்களா?''

''இல்லை''

''நீங்கள் கணவனைப் பிரிந்து பல ஆண்டுகள் ஆகி விட்டன அல்லவா?''

''ஆமாம்''

''திடீரென்று இப்போது ஏன் பராமரிப்புத் தொகை கேட்டு வழக்குப் போட்டீர்கள்?''

''அண்ணன் வீட்லே பசங்க எல்லாம் பெரியவங்களா யிட்டாங்க. படிப்பு செலவு அதிகமாகுது. ஒரு தடவ அண்ணி சொன்னாங்க, ''இப்பல்லாம் கணவன் கைவிட்ட பெண்களுக் கெல்லாம் கோர்ட்ல ஜீவனாம்சம் கெடைக்குதாம். ஒனக்கும் கெடச்சா நல்லது தானே? கைச் செலவுக்காவது ஆகும்'' நானும் யோசிச்சிப் பாத்தேன். அண்ணன், அண்ணி இருக்கிற வர எனக்கு ஒண்ணும் இல்லே. அதுக்கப்புறம் பசங்க காலத்தில் எப்படி இருக்குமோ. அதனால எதிர்காலத்தை நெனச்சிப்பாத்து ஜீவனாம்சம் கேக்கலாம்ன்னு முடிவு செஞ்சோம். அண்ணன் கிட்டேயும் சொன்னேன். அண்ணன் மொதல்ல தயங்கினிச்சி. அப்புறம் சரினிடுச்சி. அதான் கேஸ் போட்டேன்.

''கேஸ் போடுவதற்கு முன்னர் உங்கள் கணவருக்கு அறிவிப்பு அனுப்பினீர்களா?''

''வக்கீல் நோட்டீஸ் அனுப்பினோம்''

''பதில் கொடுத்தாரா?''

''நோட்டீசை வாங்கிக்கிட்டாரு. ஆனால் பதில் கொடுக்கல.''

''நீங்க நோட்டீஸ் அனுப்புவதற்கு முன்பே அவர் திருவாரூர் நீதிமன்றத்தில் சேர்ந்து வாழ வேண்டும் என்ற மனுவில் நீதிமன்றத்தின் தீர்ப்பாணையை வாங்கி விட்டார் என்பது தெரியுமா?''

''தெரியாது''

''நீங்க ஜீவனாம்சம் கேட்க நியாயமான காரணம் எதுவும் கிடையாது என்று சொல்கிறேன்''

நீதிபதி: ''பதில் சொல்லும்மா; மவுனமா இருக்கக் கூடாது''

''இருக்குங்க''

''தனிக்குடித்தனம் செல்ல உங்கள் கணவரை நிர்ப்பந்திப்ப தற்காகவே நீங்கள் உங்கள் கணவரிடமிருந்து விலகிச் சென்றீர்கள் என்று சொல்கிறேன்''

(யோசித்து) ''அப்படி எல்லாம் இல்லே''

''திருமணம் செய்து கொண்டு வாழ்வதை விட மேலே படிப்பதுதான் உங்கள் விருப்பமாக இருந்தது என்று சொல்கிறேன்''

மீண்டும் யோசித்து விட்டு ''அப்படி எல்லாம் இல்லே''

''உங்கள் கணவர் சேர்ந்து வாழ வேண்டி நீதிமன்றத்தில் வழக்குப் போட்டு, நீதிமன்றத்திலிருந்து சம்மன் வந்த பிறகும், நீதிமன்றத்திற்கு வராமல் இருந்து, சேர்ந்து வாழ நீதிமன்றம் தீர்ப்பாணை பிறப்பித்த பின்னர் உங்களுக்கு ஜீவனாம்சம் கேட்கும் அருகதையும், உரிமையும் கிடையாது என்று சொல்கிறேன்.

மீண்டும் யோசித்து ''அப்படி எல்லாம் இல்லே''

''உங்களுக்குச் சுயமா சிந்திக்கத் தெரியாது என்று சொல்கிறேன்''

மனுதாரரின் (மங்களத்தின்) வழக்கறிஞர் இக்கேள்விக்கு எதிர்ப்புத் தெரிவிக்கிறார்.

நீதிபதி: ''கேள்வியை மாற்றிக் கேளுங்கள்''

''உங்கள் முடிவுகள் எல்லாம் சுயேச்சையாக எடுக்கப்பட்ட முடிவுகள் அல்ல என்கிறேன்''

மீண்டும் யோசித்து விட்டு, ''அப்படி எல்லாம் இல்லே''

''நீங்கள் போட்ட மனுவைத் தள்ளுபடி செய்ய வேண்டும் என்று சொல்கிறேன்.''

''தள்ளுபடி பண்ணக் கூடாது''

எதிர்த்தரப்பு வழக்கறிஞர் தன்னுடைய குறுக்கு விசாரணையை முடித்துக் கொள்கிறார். மனுதாரரின் வழக்கறிஞர் மறு விசாரணை இல்லை என்கிறார்.

● ● ● ● ●

குறுக்கு விசாரணையைப் படித்து முடித்துவிட்டு கேஸ் கட்டை மேஜையில் வைத்தார் செல்வநாதன். பாபுவைப் பார்த்து தண்ணீர் வேண்டும் என்று சைகை காட்டினார். தண்ணீரைக் குடித்ததும் நாற்காலியில் சற்று சாய்ந்து கொண்டார். சந்திரசேகரனும், சிவராமனும் எதுவும் பேசவில்லை. செல்வநாதன் பேசுவார் என்று எதிர்பார்த்து அவரைப் பார்த்தார்கள்.

செல்வநாதனின் முகத்தில் எதாவது குறிப்பு கிடைக்கிறதா என்று சந்திரசேகரன் பார்த்தார். வக்கீல் உடனே பேசாதது அவருக்குச் சங்கடத்தைத் தந்தது. சிவராமன் பேச்சை ஆரம்பித் தான். ''கேஸ் எப்படி சார் இருக்கு?''

''பலவீனமான வழக்குதான்''

சந்திரசேகரனின் முகம் கவலையைக் காட்டியது. ''சார் எப்படியாவது மங்களம் புருஷனை ஐகோர்ட்டுக்கு இழுத் திடுங்க. அத செஞ்சிட்டா எப்படியாவது பேசி முடிச்சிடலாம். எனக்கு நம்பிக்கை இருக்கு.''

''நீங்க அப்பவே பேசி முடிச்சிருக்கலாமே?''

"ஜீவனாம்சம் வழக்கு தோக்கும்ன்னு நாங்க எதிர்பாக்கலே. மங்களம் புருஷன் சேர்ந்து வாழ மனு போட்டு டிகிரி வாங்கி, அதைக் கொண்டு வந்து இங்க தாக்கல் செய்வார்ன்னு தெரியாது. தெரிய வந்ததும் நாங்க குழம்பிப் போயிட்டோம். அதனால தான் அப்ப பேச முடியலே. இப்ப பேசி ஏற்பாடு பண்ணிடலாம்.''

''சரி பாப்போம். எந்தச் சூழ்நிலையில் எக்ஸ்பார்ட்டி ஆனாங்க என்றும் பார்ப்போம். அது சம்பந்தப்பட்ட ஆவணங்களையும் வாங்குங்க. அதையும் பார்ப்போம். திங்கள் வாங்க. எல்லாம் ரெடியா இருக்கும். தாக்கல் பண்ணிடலாம்.''

சந்திரசேகரனும், சிவராமனும் புறப்பட்டார்கள்.

சிவராமன் எழுந்ததும் ''சார் ஒங்ககிட்ட இன்னொரு ஜோலி இருக்கு. வரணும்.''

''ஜோலியா''

''ஆமாம் சார், ஒரு கேஸ். பார்ட்டியோட வர்றேன்''

12

"**சி**வராமன் வந்திருக்கார்"

செல்வநாதனின் மகன் சுந்தர் வந்து சொன்னார்.

"கீழ் வீட்லேயே உட்காரச் சொல். பேசிக்கிட்டு இரு. காப்பி குடிச்சிட்டு வந்திடுறேன்"

செல்வநாதன் சமையல் அறைக்குப் போனார். 'சிவராமன் ரொம்ப நேரம் பேசினாலும் பேசுவான். எதற்கும் நொறுக்குத் தீனி எதாவது சாப்பிடுவோம்!' என்று தனக்குள் சொல்லிக் கொண்ட செல்வநாதன் ரெண்டு பிஸ்கட்டையும், முறுக்கையும் சாப்பிட்டார். சாப்பிட்டு முடிக்கவும் மனைவி லட்சுமி தேநீர் போட்டு முடிக்கவும் சரியாக இருந்தது. சர்க்கரை இல்லாத தேநீர் குடிக்க சுகமாக இருந்தது. சர்க்கரை வியாதி இல்லாத மனைவியும் சர்க்கரை இல்லாமல் தேநீர் குடிக்கப் பழகிப் போனது அவருக்கு ஆச்சரியமாக இல்லை.

"கிளைன்ட் வந்திருக்காங்க, பாத்திட்டு வந்திடுறேன்" என்று சொல்லிவிட்டு முதல் தள ஃபிளாட்டிலிருந்து, தரைத்தள ஃபிளாட்டிற்கு வந்தார். மகனும் சிவராமனும் பேசிக் கொண்டிருந்தார்கள். கூடவே ஒருவர் இருந்தார். செல்வநாதன் உள்ளே வந்ததும் சிவராமனும் கூடவே வந்தவரும் எழுந்து நின்று வணக்கம் சொன்னார்கள். செல்வநாதன் இருக்கையில் அமர்ந்ததும், அமர்ந்தார்கள்.

''ஒங்க பிள்ளகிட்டதான் பேசிக்கிட்டு இருந்தேன். வக்கீலாகி ரெண்டு வருஷம் ஆகுதுன்னார். கல்யாணம் எப்ப?'' சிவராமன் 'குசலம்' விசாரித்தான்.

''அடுத்த மாசம் கல்யாணம். பொண்ணு பேரு காந்திமதி. அழைப்பிதழ் தர்றேன்; வந்திடுங்க.''

''சரி; சந்தோஷம்'' சிவராமன் பக்கத்தில் இருப்பவரைக் காட்டி ''இவர் பேர் தங்கவேல். நம்ம ஊர் பக்கம். சினிமாவிலே ரொம்ப ஆர்வம். சினிமான்னு கூட சொல்லக் கூடாது. உண்மையான கலை ஆர்வம் உண்டு. கதை, வசனம், பாட்டு, டைரக்ஷன் எல்லாம் தெரியும். தம்பிக்கு எல்லாம் நான் தான். நான் போட்ட கோட்டைத் தாண்ட மாட்டான். ஊர் பட்டுக் கோட்டைப் பக்கம். தென்னந்தோப்பு, வயல் வரப்புன்னு நெறைய இருக்கு. தம்பி சொந்தமா படம் எடுக்குது. என்னைத்தான் டைரக்ட் பண்ணச் சொல்லிச்சி. நான் சொன் னேன்; அசோசியேட் டைரக்டராகவே நான் இருந்திருக்கிறேன். பேர் தெரிஞ்ச ஆளை டைரக்டரா போட்டுக்குவோம். அப்பதான் வியாபாரம் ஆகுமின்னு. தம்பி சரின்னிச்சி. கண்மணியை டைரக்டரா போட்டுட்டோம். அட்வான்ஸ் குடுத் திட்டோம். பத்மபிரியா, ராகினி பிரியாவுக்கும் அட்வான்ஸ் கொடுத்திட்டோம். கதாநாயகன், கதாநாயகி எல்லாம் புது முகம் தான். அவங்கதான் வான்னா வருவாங்க, போன்னா போவாங்க.''

சொல்லிக் கொண்டே போன சிவராமனை செல்வநாதன் தடுத்து நிறுத்தினார்.

''ஆபிஸ் எதாவது போட்டிருக்கீங்களா?''

''என்ன அப்படி கேட்டுட்டிங்க. வளசரவாக்கத்திலே ஒரு பெரிய வீட்டை வாடகைக்கு எடுத்திட்டோம். இப்ப ஜாகையே அங்கே தான். தம்பியோட கதையைக் கேட்டதுமே டிஸ்ட்ரி பூட்டர்கள் பலபேர் அசந்திட்டாங்க. ரெண்டு பாட்டைப் படம் பண்ணிக்கிட்டு வாங்க, மத்ததை நாங்க பாத்துக்கிறோம்ன்னு சொல்லிட்டாங்க.''

''அப்ப சினிமா உலகிலே வெற்றிக் கொடி நாட்டிடுவீங்க''

''என்ன அப்படி கேக்கிறீங்க. சாதிக்கப் பொறந்தவங்க நாங்க. ஒங்களைப் பத்தியும் கேள்விப் பட்டிருக்கோம். நீங்க கலை இலக்கியவாதியாம். அதிலும் முற்போக்காம். சார் நாங்களும் முற்போக்குதான். கதை முழுக்கப் புரட்சிதான். படத்தோட 'மெசேஜ்' என்ன தெரியுமா? 'காதலிப்போம்; கல்யாணம் செய்யோம்'' இதைவிட என்ன சார் முற்போக்கு இருக்கு'' சிவராமன் உணர்ச்சியோடு பேசினான். தங்கவேலு உணர்ச்சியில்லாமல் பார்த்துக் கொண்டிருந்தான்.

''சிவராமன், ஒங்க முற்போக்கு ரொம்ப ரொம்ப ஓவர்'' சிரித்துக் கொண்டே சொன்னார் செல்வநாதன்.

''படம் வரட்டும் பாருங்க; தமிழ் நாடே பத்தி எரியும்''

''தமிழ்நாட்டின் மீது கருணை வைங்க சிவராமன்'' செல்வநாதன் சொல்வதைக் கேட்டு சிவராமன் பெருமிதம் கொண்டான்.

''சார், நீங்க நம்ம மாவட்டத்துக்காரர்; அதனால ஒண்ணு சொல்லணும்''

''சொல்லுங்க''

''இப்ப கோடம்பாக்கமே மதுரைக்குத் தெக்க இருக்கிறவன் கிட்டே இருக்கு. அதை சோழன் புடிக்கணும். அந்த வேலையையும் நாங்க பாக்கிறோம்.''

''அப்ப, நீங்க ராஜராஜ சோழன்''

சிவராமன் முகத்தில் என்னே பூரிப்பு!

''சினிமா ஒலகத்தைப் பத்தி பேசணும்ன்னா எவ்வளவு வேணுமானாலும் பேசிக்கிட்டே இருக்கலாம் சார். அவ்வளவு விஷயம் இருக்கு. இனி நாங்க வந்த விஷயத்துக்கு வருவோம்''

சிவராமன் சொல்லிவிட்டு தங்கவேலுவைப் பார்த்தான்.

''வந்தால் சரி'' என்று சொல்லிவிட்டு லேசாகச் சிரித்தார் செல்வநாதன்.

''வக்கீல் சார், ஒங்க கிட்டே எனக்கு ரொம்பப் பிடிச்சது நகைச்சுவை உணர்வு தான்''

''சரி; ரொம்ப நன்றி. வள்ளுவரே சொல்லி இருக்காரே, இடுக்கண் வருங்கால், நகுக''

சிவராமன் கொஞ்சம் தாழ்ந்த குரலில் பேசலானான். ''சத்தமா பேசுங்க சிவராமன், இங்கே யாரும் இல்லை''

''படம் எடுக்கிறதுலே தம்பி தங்கவேலுவுக்குக் கொஞ்சம் பண நெருக்கடி. சினிமா ஒலகிலே இதெல்லாம் சகஜம். எனக்குப் பழகிப் போயிருச்சி. தங்கவேலுவுக்கு எல்லாம் புதுசு. அதனால கொஞ்சம் பயம். நெருக்கடியைச் சமாளிக்க கடன் வாங்க வேண்டியதாயிருச்சு. எங்க ஊர்க்காரவங்க ரெண்டு பேர் இங்கே வியாபாரம் பண்றாங்க. அவங்களுக்கு இந்தக் கொடுக்கல் வாங்கலும் உண்டு. ரெண்டு பேர் கிட்டேயும் கடன் வாங்கினோம். ஒவ்வொருத்தரும் மூணு லட்சம் கொடுத்தாங்க. ஆனா வட்டியை எல்லாம் சேர்த்து மூணு லட்சத்திற்கு நாலு லட்சம்ன்னு எழுதி வாங்கிக் கிட்டாங்க. அது ஒரு பாதுகாப்புக்குன்னு சொல்லிட்டாங்க. பின் தேதி போட்டுக்கிறோம்ன்னு சொல்லி அதே தொகைக்கு காசோலை தரச் சொன்னாங்க. குடுத்தோம். எங்கள் கிட்டே எதுவும் பேசாம காசோலைத் தேதியிலே நேரா பாங்க்ல காசோலையைப் போட்டிருக்காங்க. பணம் இல்லே. காசோலை திரும்பி வந்திருச்சாம். இப்ப பணத்தைக் குடுடான்னு வக்கீல் நோட்டீஸ் வந்திருக்கு. பணத்தைக் குடுக்கலேன்னா கேஸ் போட்டிடுவாங்களாம்; மிரட்டுறாங்க''

தங்கவேலுவிடமிருந்து நோட்டீசை வாங்கி சிவராமன் கொடுத்தான்.

தங்கவேலு எதுவும் பேசவில்லை. நோட்டீசைப் படித்து முடித்த செல்வநாதன் ''என்ன, இதுக்குப் பதில் தரணுமா?'' என்று கேட்டார்.

சிவராமன் தங்கவேலுவைப் பார்த்துக் கொண்டே ''இல்ல சார்; பதில் அப்புறம் தரலாம். தம்பி ரொம்ப பயப்படுறான். மானம் மரியாதை எல்லாம் போயிடும்ன்னு புலம்புறான். ஊர்ப் பக்கம் எப்படி தலை வைக்கிறதுன்னு கேட்கிறான். இப்ப நாம அவனுக்குத் தைரியம் தரணும்; காப்பாத்தணும்'' என்று கூறினான்.

''சொல்லுங்க சிவராமன்; என்ன பண்ணணும்.''

''மொதல்ல தம்பிக்கு முன் ஜாமீன் எடுத்திடணும்''

''இதிலே முன் ஜாமீன் எடுக்க என்ன இருக்கு? அவங்க போலீசிலே புகார் கொடுத்திருக்காங்களா? போலீசிலே இவர் ஏமாத்திட்டார்ன்னு எதாவது வழக்கு பதிவாகி இருக்கா? போலீசிலே இவரைக் கூப்பிட்டாங்களா?''

''புகார் கொடுத்ததா தெரியல சார்''

''பிறகு முன் ஜாமீனுக்கு வேலை இல்லையே'' செல்வநாதன் தொடர்ந்தார். ''இந்தா பாருங்க, நோட்டீஸ் இப்ப வந்திருக்கு, அவ்வளவு தான். இவர் கொடுத்த காசோலைகளை அவர்கள் தங்கள் வங்கிக் கணக்கில் போட்டிருக்கிறார்கள். இவர் கணக்கில் போதிய தொகை இல்லை என்பதால் போட்ட காசோலை இரண்டும் திரும்பி வந்துவிட்டன. அதனால பணத்தை 15 நாட்களுக்குள் கொடுத்து கடனைப் பைசல் செய்யாட்டி கிரிமினல் கோர்ட்டில் வழக்குப் போடுவோம் என்று நோட்டீஸ் அனுப்பி இருக்கிறார்கள். நம்ப இதுக்குப் பதில் அனுப்பலாம். அவங்க வேணுமானால் பணம் தரலைங்கிறதால நிகோஷயபிள் இன்ஸ்ட்டுருமெண்ட் ஆக்ட் சட்டப் பிரிவு 138-ன் கீழ் சம்பந்தப்பட்ட கிரிமினல் கோர்ட்டில் வழக்குப் போடலாம். தமிழ் மொழியில் மாற்று முறை ஆவணச் சட்டம் என்பார்கள். மற்றபடி காவல் துறையில் புகார் இல்லை என்றால் முன் ஜாமீன் கேட்க வேண்டிய அவசியமில்லை. அதனால அதை மறந்திடலாம்.''

''சரி சார்; புரியுது. முன் ஜாமீன் அவசியமில்லே. ஆனால் கிரிமினல் கோர்ட்ல மாஜிஸ்ட்டிரேட்டுக்கிட்ட வழக்குப் போட்டு அரெஸ்ட் வாரண்ட் வாங்கிக்கிட்டு வந்து தம்பியைக் கைது பண்ணிட்டா என்ன பண்றது!

தான் ரொம்ப விவரமானவன் என்பதைக் காட்ட சிவராமன் தங்கவேலுவைப் பார்த்தான். தங்கவேலுவிடம் எந்தச் சலனமு மில்லை. அவன் வக்கீல் முகத்தையே பார்த்துக் கொண்டிருந்தான்.

''கவலைப்படாதீங்க. இந்தக் கேசுக்கெல்லாம் அரெஸ்ட் வாரண்ட் வராது. கிரிமினல் கோர்ட்டை குற்றவியல் நீதிமன்றம் என்பார்கள். மாஜிஸ்ட்டிரேட்டை நடுவர் என்பார்கள். காவல்துறை புகாரை ஏற்று எப்.ஐ.ஆர். என்னும் முதல்

தகவல் அறிக்கை நீதிமன்ற நடுவருக்கு அனுப்பி, பின்னர் விசாரணை செய்து சார்ஜ் ஷீட் எனப்படும் குற்றப் பத்திரிகையை நீதிமன்றத்தில் தாக்கல் செய்து, அரசு வழக்கறிஞர், அதாவது பப்ளிக் பிராசிகியூட்டர் வழக்கை நடத்துவார். காசோலை வழக்கு அப்படிப்பட்டது அல்ல. இதை பிரைவேட் கம்பிள யிண்ட் என்பார்கள். அதாவது தனியார் புகார். இதில் நீதி மன்றத்திலிருந்து அறிவிப்பு வரும். வந்ததும் வழக்கறிஞரை வைத்து வழக்கை நடத்தலாம். அதனால முன் ஜாமீன், அரெஸ்ட் வாரண்ட் இதை எல்லாம் மறந்திட்டு பதில் அனுப்புவோம்.''

தங்கவேலுவுக்கு வழக்கறிஞர் அனுப்பியிருக்கும் அறிவிப்பை செல்வநாதன் பார்த்தார்.

''ஆமாம், நீங்க வீரையன், கந்தசாமிக்கிட்டே கடன் வாங்கினதா சொன்னீங்க; ஆனா நோட்டீஸ் வேற ரெண்டு பேர் கோவிந்தராஜனும், வெங்கடாஜலமுமில்ல அனுப்பி இருக்காங்க?''

''சார், கடன் வாங்கும் போது அவங்க சொன்ன தொகையைப் போட்டு தங்கவேலு கையெழுத்து மட்டும்தான் காசோலையில போட்டிச்சி. தேதியையும், பேரையும் எழுத வேணாம்ன்னு சொல்லிட்டாங்க. நாங்க கடன் வாங்கினது என்னவோ வீரையன் கிட்டேயும், கந்தசாமிக்கிட்டேயும் தான். அவங்க ஒரு காசோலையில் வெங்கடாஜலம்ன்னு எழுதிக்கிட்டு, இன்னொரு காசோலையில் கோவிந்தராஜன்னு எழுதிக்கிட்டு, அவங்களே தேதி போட்டுக்கிட்டு வக்கீல் மூலம் நோட்டீஸ் அனுப்பி இருக்காங்க. எங்களுக்கு உண்மையிலே வெங்கடா ஜலத்தை யும் தெரியாது; கோவிந்தராஜனையும் தெரியாது''

வழக்கின் தன்மையைத் தெளிவுபடுத்திக் கொள்ளும் நோக்கத்தில் ''அதாவது, நீங்க என்ன சொல்றீங்கன்னா காசோலை களில் இருக்கிற கையெழுத்து தங்கவேலுடையது தான். தொகையும் அவரால் பூர்த்தி செய்யப்பட்டதுதான். வாங்கினது மூணு லட்சம்; காசோலையில் எழுதினது நாலு லட்சம். காசோலைகளில் தேதி எழுதப்படவில்லை. இன்னார் பெயர் என்றும் குறிப்பிடல. பேர் 'பிளாங்க்கா' இருந்ததைப் பயன்படுத்தி தங்களுக்கு வேண்டியவங்க பேரை அதில் எழுதி இப்போ வக்கீல் நோட்டீஸ் அனுப்பி இருக்காங்க. அதானே?

''கரெக்ட் சார், அதே தான்; ஒரு பாயிண்ட் சொல்லலாமா? கோபிக்க மாட்டீங்களே; அதிகப் பிரசங்கின்னு சொல்ல மாட்டீங்களே'' ரொம்பப் பணிவோடு சொல்லிவிட்டு சிவராமன் தங்கவேலுவைப் பார்த்தான். தங்கவேலு தனக்குச் சம்பந்தமில்லாத விஷயம் பேசப்படுவது போல உட்கார்ந்து இருந்தான்.

''சொல்லுங்க சிவராமன். நீங்கதான் ஐடியா மன்னனாச்சே. உங்களிடம் பேசுவதே ஒரு சுகமான அனுபவம்.''

செல்வநாதனின் பதிலை சிவராமன் வெகுவாக ரசித்தான். பின்னர் ''சார், காசோலையிலே இருக்கிற கையெழுத்தே நான் போட்டதில்லே, எல்லாம் போர்ஜரின்னு ஓங்கி அடிச்சா என்ன'' என்று கேட்டான்.

''நீங்க சொல்ற மாதிரி கையெழுத்து போர்ஜரின்னு சொன்னா 'செக் புக்' அவங்க கிட்டே எப்படிப் போனதுங் கிறதை எப்படிக் கொண்டு வர்றது. கேஸ் போட்டவங்களை நமக்குத் தெரியாது. கடன் குடுத்தவங்க கையிலே 'செக்புக்' எப்படிப் போச்சு? அதைச் சொல்லணு மில்லே. பிறகு காசோலையில் இருக்கிற கையெழுத்தையும், உங்கள் கையெழுத் தையும் சரிபார்க்க நீதிமன்றம் மூலம் நிபுணர்களுக்கு அனுப்பப்பட்டால், கேஸ் கந்தலாயிடும். அந்தக் கையெழுத்து உங்க கையெழுத்து தான் என்பது வெட்ட வெளிச்சமாயிடும். அதெல்லாம் வேண்டாம்.''

''பிறகு என்ன சார் செய்யலாம், சொல்லுங்க.''

''இந்தா பாருங்க, நோட்டீஸ் அனுப்பி இருக்கிற கோவிந்தராஜனையும், வெங்கடாஜலத்தையும் யார்ன்னு தெரியாதுன்னு சொல்றீங்க. அதுலேயே நில்லுங்க. அவங்க அனுப்பி இருக்கிற நோட்டீசிலே போதுமான விவரம் இல்லை. மூணு மாசத்துக்கு முன்னாடி அவசர செலவுக்காக பணம் கொடுத்தேன் என்றுதான் சொல்லி இருக்கு. மாதம், தேதி கூட குறிப்பிடப்படல. அவசரச் செலவுன்னு பொத்தாம் பொதுக்கா சொல்லி இருக்கு. என்ன அவசரச் செலவுன்னு சொல்லப்படல. நீங்க என்ன பண்றீங்கண்ணா அவங்களைப் பத்தி விசாரிங்க. இவ்வளவு பணம் கொடுக்க அவங்களுக்கு வசதி உண்டான்னு பாருங்க. அவங்க வங்கிக் கணக்கைப் பார்த்தா சாயம் வெளுத்

திடும். கடனா கொடுத்தா அதுக்கு வட்டி உண்டா என்கிற விவரம் தெரியலே. அதனால வழக்குன்னு வந்தா அதை ஒடைக்க வழியிருக்கு. அவர்கள் வழக்கு பொய்ன்னு சொல்றதுக்கு தவறென மெய்ப்பிக்கும் சான்று தரணும். அதை Rebuttal Evidence என்று சொல்வார்கள். எந்தச் சூழ்நிலையில் பெயர் எழுதாமல் காசோலையில் கையெழுத்துப் போட்டோம் என்பதை நீதிமன்றம் நம்பணும். நம்பினா வழக்கு நமக்குச் சாதகமா முடியும். நீங்க கடன் வாங்கினது வீரையன் கிட்டேயும், கந்தசாமி கிட்டேயும். அவங்கதான் தங்கள் வங்கியில் காசோலையைப் போட்டு, அது திரும்பி வந்ததும் நோட்டீஸ் அனுப்பி இருக்கணும். ஆனால் அவங்க அப்படிச் செய்யாமல் இன்னொருத்தரை வச்சி காசோலையை வங்கியில் அவர்கள் கணக்கில் போட வச்சி, ஏன் நோட்டீஸ் அனுப்பணும்? அதுதான் புரியலே. அதன் பின்னணியை நீங்க கண்டுபிடிக்கணும்.''

''எல்லாரும் ஒரே ஊர்ப்பக்கம்கிறதாலே, எங்ககிட்டே காசோலையை வாங்கிக்கிட்டு இன்னொருத்தர் பேரை எழுதி இப்படிச் செய்திருக்கலாம்.''

முதல் முறையாக வாய்திறந்து தங்கவேல் சொன்னான்.

பேச்சு முடிந்தது!

சிவராமன் தங்கவேலுவைப் பார்த்து கண்களால் பேசினான். தங்கவேலு தான் வைத்திருந்த கறுப்புநிறப் பையிலிருந்து, ஒரு கவரை எடுத்து செல்வநாதனிடம் பவ்யமாக நீட்டினான்.

''இது அட்வான்ஸ் தான். காப்பாத்திடுங்க'' இருவரும் கை கூப்பினார்கள்.

புறப்பட எத்தனித்த சிவராமன் ''சார்'' என்றான். பார்வையாலேயே ''என்ன'' என்று கேட்டார் செல்வநாதன்.

''கேசை ஒடைச்சிட்டா, வாங்கின கடனைத் திருப்பித் தர வேண்டியதில்லையே''

''கடன் கொடுத்த வீரையனும், கந்தசாமியும் ஒங்ககிட்டே வெறும் காசோலைதான் வாங்கிக்கிட்டாங்களா?''

''இல்ல, அச்சடிக்கப்பட்ட ஒரு காகிதத்தில் கையெழுத்துப் போடச் சொன்னாங்க. தம்பி போட்டுது''

‘‘அதுல ரெவின்யூ ஸ்டாம்ப் ஒட்டியிருந்ததா? அதுமேல கையெழுத்துப் போட்டீங்களா?’’

‘‘போட்டேன்’’

‘‘அதான் பிராமிசரி நோட்டு. இதுல காரியம் ஆகலன்னா அதை எடுத்துக்கிட்டு வருவான் சிவில் கோர்ட்டுக்கு’’

‘‘அப்ப என்ன பண்றது’’

‘‘படத்தை எடுத்து முடிங்க; எல்லாத்தையும் பைசல் பண்ணிடலாம். கடன் வாங்கினது உண்மை தானே.’’

‘‘நீங்க இருக்கும் போது எங்களுக்கு என்ன கவலை’’

இரண்டு பேரும் புறப்பட்டார்கள்.

13

கவிஞர். இரா.தெ முத்துவிடம் செல்வநாதன் பேசிக் கொண்டிருந்தார்.

"ஐயா, வணக்கம்" என்ற குரலுடன் சிவராமன் செல்வநாதன் அலுவலக அறைக்குள் நுழைந்தான். கூட வந்த மங்களமும் வணங்கினாள். உள்ளே நுழைந்த மங்களத்திற்கு மூச்சு வாங்கியது. தள்ளி இருந்த ஒரு நாற்காலியைக் காட்டி "அக்கா உட்காருங்க" என்றான் சிவராமன். உட்காருங்கள் என்று செல்வநாதன் சொல்வதற்கு முன் மங்களம் நாற்காலியில் உட்கார்ந்து விட்டாள். இரண்டு மாடி ஏறியதன் விளைவு அது. நாற்காலி அகலமான நாற்காலி. கை வைத்த நாற்காலி. மங்களத்திற்கு உட்கார அது வசதியாக இருந்தது.

"சிவராமன், இப்படி உட்காருங்கள்" என்று இரா.தெ. முத்துவிற்குப் பக்கத்தில் இருக்கும் இன்னொரு நாற்காலியைக் காட்டினார் செல்வநாதன்.

"இவர் இரா.தெ. முத்து. தமிழ்நாடு முற்போக்கு எழுத்தாளர் சங்கத்தின் தலைவர்களில் ஒருவர்" என்று சிவராமனுக்கு முத்துவை அறிமுகப்படுத்தினார் செல்வநாதன்.

"இவரை நான் பாத்திருக்கேன் கூட்டங்களில்" என்று சொல்லிவிட்டுக் கைகுலுக்கினான் சிவராமன். "இவர் பேர் சிவராமன். திரை உலகில் அசோசியேட் டைரக்டர். ரொம்ப விவரமானவர்; துடிப்பானவர். இன்ட்டிரஸ்டிங் பர்சனாலிட்டி"

என்று சிவராமனை முத்துவுக்கு அறிமுகப்படுத்தினார் செல்வநாதன். மேற்கொண்டு பேசி, சிவராமனை தர்ம சங்கடத்தில் முத்து ஆழ்த்தி விடுவாரோ என்று நினைத்து ''முத்து, அவ்வளவு தானே; பிறகு பார்ப்போம். சிவராமனைப் பற்றி நீங்கள் தெரிந்து கொள்ள வேண்டும். விவரங்களை அப்புறம் சொல்கிறேன்'' என்று முத்துவைப் பார்த்துச் சொன்னார் செல்வநாதன். முத்து புரிந்து கொண்டார். முத்துவும் சிவராமனும் மீண்டும் கை குலுக்கிக் கொண்டார்கள்.

முத்து இருந்த நாற்காலியில் இப்போது மங்களம். ''உங்களுக்குப் படி ஏறினா மூச்சு வாங்குது; அதனால தான் சிவராமன் கிட்டே சொன்னேன், நீங்க சிரமப்பட்டு வர வேண்டாம். மனுக்களில் கையெழுத்து வாங்கியாந்து குடுத்திடுங்கண்ணு.''

''இல்ல சார். நீங்க சொன்னதைத் தான் அக்கா கிட்டே சொன்னேன். அக்காதான் ஒங்களப் பாக்கணும்ன்னு பிடிவாதமா சொன்னாங்க. ஒங்களப் பாத்தா ஒரு திருப்தியாம்'' சிவராமன் விளக்கம் சொன்னான்.

மேஜையில் இருந்த மனுக்களை எல்லாம் செல்வநாதன் எடுத்தார். மங்களம் கையெழுத்துப் போட வேண்டிய இடங்களில் பென்சிலால் குறி வைத்தார். அந்த இடங்களைக் காட்டி மங்களத்தைக் கையெழுத்துப் போடும்படிச் சொன்னார்.

''கையெழுத்து மட்டும் போடுங்க; தேதி போடாதீங்க''

மங்களம் அவ்வாறே செய்தாள்.

மனுக்களில் இருக்கும் கையெழுத்தை ஒரு கணம் ஊன்றிப் பார்த்தார் செல்வநாதன். ஒவ்வொரு எழுத்தும் சின்னதாகவும் இல்லாமல் குண்டாகவும் இல்லாமல் அளவாக இருந்தது. திருத்தமாக இருந்தது.

''கையெழுத்து ரொம்ப நல்லா இருக்கு'' தன் பாராட்டுதல் களைச் சொன்னார்.

''கையெழுத்து நல்லாயிருந்து என்ன பிரயோஜனம். தலையெழுத்து நல்லா இல்லியே'' மங்களத்தின் குரலில் விரக்தி வெளிப்பட்டது.

ஜீவனாம்ச வழக்கில் மங்களம் குறுக்கு விசாரணை செய்யப்பட்ட போது, அவர் கூறிய பதில்களிலிருந்து மங்களத்தை செல்வநாதன் ஒருவாறு புரிந்து கொண்டிருந்தார். ஆனால் விரக்தி இவ்வளவு அதிகரித்திருக்கும் என்று எதிர்பார்க்கவில்லை. தன்னிடம் ஏதோ பேச வேண்டும் என்று வந்திருக்கும் மங்களத்திடம் சம்பிரதாய ரீதியில் பேசாமல், நம்பிக்கையூட்டும் வகையில் பேச வேண்டும் என்று முடிவு செய்தார்.

டாக்டர்கள், வக்கீல்கள் முதலியவர்களிடம் கடும் நோயாளிகளும், கட்சிக்காரர்களும் ஆறுதலான வார்த்தைகளை எதிர்பார்க்கிறார்கள். ஆனால் எல்லாச் சந்தர்ப்பத்திலும் அப்படி ஆறுதலாகப் பேச முடிவதில்லை. இயந்திர கதியில்தான் பார்க்கிறார்கள். என்ன செய்வது, வாழ்க்கை அவர்களையும் இயந்திரமாக்கி விட்டது. ஆறுதல் என்ற பெயரால் தவறான நம்பிக்கையை ஊட்டக் கூடாது. உண்மையை மறைக்கக் கூடாது.

"அப்படி விரக்தியோட சொல்லாதீங்க அம்மா; விதியை மதியால் வெல்லலாம்ன்னு பெரியவங்க எல்லாம் சொல்லி இருக்காங்க. அதை முயற்சியாலும், உழைப்பாலும், வாழ்க்கையின் எதார்த்தங்களைப் புரிந்து கொள்வதாலும் வெல்லலாம்."

"திருவள்ளுவர் கூடச் சொல்லி இருக்கார். "தெய்வத்தான் ஆகாது எனினும் முயற்சி தன் மெய்வருத்தக் கூலி தரும்" என்று, என்றான் சிவராமன்.

"இந்தக் குறள் எனக்குத் தெரியும்; படிச்சிருக்கேன்." இந்தப் பதிலை மங்களம் சொன்ன போது லேசாகத் தலையாட்டியதையும், மின்னல் வேகத்தில் ஒரு மிக மெல்லிய புன்னகை புறப்பட்டு உடனே அடங்கியதையும் செல்வநாதன் கவனித்தார்.

"நம்பிக்கைதாம்மா வாழ்க்கை"

"சார் நான் நம்பிதான் வாழ்ந்தேன். வாழ்ந்துகிட்டு இருக்கேன்."

"நான் அந்த நம்பிக்கையை மட்டும் சொல்லலே; நீங்க ஒங்களை நம்பணும். நடந்தவைகளைச் சுய விமர்சனமா பார்க்கணும்"

மங்களம் பதில் சொல்லவில்லை. தலையை லேசாக ஆட்டிக் கொண்டாள். சிவராமன் பேசாமல் பார்த்துக் கொண்டே இருந்தான். மங்களத்திடம் இப்படிப் பேச வேண்டும்; ஆனால் யாரும் பேசவில்லையே என்று நினைத்துக் கொண்டான்.

''சரி, திருவாரூர் போனீங்களா? அங்குள்ள வக்கீலைப் பாத்தீங்களா?''

''போனேன் சார். நீங்க சொன்ன மாதிரி தான் அவரும் சொன்னாரு. எக்ஸ் பார்ட்டி டிகிரி வாங்கி ரொம்ப நாளாச்சே. அதை ரத்து பண்ணி மறு விசாரணைக்கு கோர்ட்டை ஒத்துக்க வைக்க தக்க காரணம் வேணுமேன்னாரு. எப்படியாவது கேஸ்க்கு உயிர் குடுங்க. நாலுபேரை வச்சிப் பேசி மத்தியஸ்தம் பண்ணிடலாம்ன்னு சொன்னேன். வக்கீல் தெரிஞ்சவர் தான். எனக்கில்ல, அத்தைக்கும் மாமாவுக்கும் தெரிஞ்சவர் தான். ரெண்டு நாள் தங்கி இருந்தேன். மனுவை எல்லாம் தயார் பண்ணி எங்கிட்ட கையெழுத்து வாங்கிக்கிட்டாரு. அத்தை வேற, பாவம். அவங்களுக்கு ஆஸ்த்மா. ரொம்ப கஷ்டப்படுறாங்க.'' அத்தையைப் பற்றிப் பேசும் போது மங்களத்தின் குரல் தழுதழுத்தது. கண்களில் ஈரம் தெரிந்தது.

செல்வநாதன் சற்று தயங்கினார். கேட்கலாமா கூடாதா என்று யோசித்தார். கடைசியில் கேட்க முடிவு செய்தார்.

''தப்பா நெனைக்காதீங்க. ஒங்களுக்கு ஒங்க கணவரோட சேர்ந்து வாழணும்ன்னு ஆசையில்லையா?''

''கேளுங்க சார். தப்பில்லே. ஒங்கள நேர்ல பாக்க வந்ததே பேசத்தான். ஏற்கனவே நான் பேசியிருக்கணும்; பேசாம விட்டுட்டேன். அதன் பலனை நல்லா அனுபவிக்கிறேன். நான் யாரையும் கொற சொல்லலே. யாரும் எனக்குக் கெடுதி நெனக்கலே. நல்லதைத் தான் நெனைச்சாங்க. ஆனால் நல்லது நடக்கலே. நான் யாரை நொந்துக்கிறது. நீங்க சொன்னது மாதிரி சுய விமர்சனமா யோசிச்சிப் பாத்தா நான் என்னத்தான் நொந்துக்கணும். சரி, அது இருக்கட்டும். சேர்ந்து வாழ ஆசை யில்லையான்னு கேட்டீங்க. ஆசை தான். ஏதோ ஒரு நெனப்பிலே அவர் வந்து அழைச்சிக்கிட்டுப் போகட்டுமேன்னு நெனச்சேன். பாவி, நான் நெனச்சதையே எல்லாரும் நெனச்சாங்க. அது போலவே அவரும் நெனச்சாரு. 'சொல்லிக்கிட்டா

போனா பொட்டச்சி. சொல்லாம போனா, போனவ அவளே திரும்பி வரட்டும்'ன்னு அவரு நெனச்சாரு. அவரோட அண்ணன் மார்களும் மத்தவங்களும் அப்படியே நெனச்சாங்க. நெனப்பு தான் பொழப்பைக் கெடுக்குதுன்னு பெரியவங்க சொல்வாங்க. எதுக்குச் சொன்னாங்களோ; என் வாழ்க்கையில நடந்து போச்சி. நான் என்ன சொல்றது. அப்பா அம்மா இருந்தா இதெல்லாம் நடந்திருக்குமா? என் விதி அவங்க செத்துப் போனாங்க. இதனால என் அண்ணனைக் கொற சொல்லலே. சொன்னா நான் பெரிய பாவியாயிடுவேன். தவிச்ச வாயிக்குத் தண்ணி கூட கெடைக்காது.''

மங்களம் பேசிக் கொண்டே போனாள். இடம் வழக்கறிஞர் அலுவலகமாக இல்லாதிருந்தால், அழுது தீர்த்திருப்பாள். என்றாலும் அவளுக்குத் தொண்டை அடைத்தது. கன்னத்தைக் கண்ணீர் பார்த்தது. குரல் கம்மியது. மங்களம் இப்படிப் பேசுவாள் என்று எதிர்பார்க்காத சிவராமன் மவுனமாக இருந்தான். பிறகு சட்டென்று எழுந்து பெண் வழக்கறிஞர் ராதாவிடமிருந்து ஒரு டம்ளர் தண்ணீர் வாங்கி வந்து மங்களத்திடம் கொடுத்தான். முதலில் வேண்டாம் என்று சொன்ன மங்களம் பிறகு தண்ணீரை வாங்கி முழுவதும் குடித்தாள்.

''அக்கா, இன்னொரு டம்ளர் தரட்டுமா'' என்றான் சிவராமன். கைகளால் 'போதும்' என்றாள். மங்களம் இன்னும் பேச வேண்டியிருக்கிறது என்பதை உணர்ந்த செல்வநாதன், ''எல்லாம் சரி, கணவனோட சேர்ந்து வாழ இப்போதும் விருப்பமா?'' என்று கேட்டார்.

''ஆமாம் சார்; சேர்ந்து வாழ விருப்பம்தான். நான் வாழணும். அதுக்குத்தான் சரியான வழி தெரியலே. எப்படியாவது அவரைக் கோர்ட்டுக்கு வரவழைச்சா நேரா கால்ல விழுந்து, மன்னிப்புக் கேட்டு அழுது என்ன அழைச்சிக்கிட்டுப் போங்கன்னு சொல்லிடுவேன். புகுந்த வீட்லே எந்தக் கஷ்டமும் கிடையாது. வீடு, வாசல், தோட்டம், தொறவு, மாடு கண்ணு எல்லாம் இருக்கு. அது சுத்தப் பட்டிக்காடுங்கிறது தான் ஒரே குறை. ஏதோ மனசுல பட்டுது, திருவாரூர்ல தனிக் குடித்தனம் வச்சி வாழலாம்ன்னு. இந்தப் பாவிக்கு ஏன்தான் அப்படித் தோணிச்சோ, தெரியலே. எனக்குத் தான் பெண்

புத்தி பின் புத்தின்னா அவருக்கு முன் புத்தி இருக்கக் கூடாதா. புருஷன் பொண்டாட்டிக்குள்ளே என்ன வீம்புன்னு என்ன வந்து பாத்து பெருந்தன்மையா கூட்டிக்கிட்டுப் போயிருக்கக் கூடாதா?''

''கவலப்படாதே அக்கா; நல்லதே நடக்கும்ன்னு நம்புவோம்.'' சிவராமன் ஆறுதல் கூறினான்.

''சார், வெளிப்படையா சொல்றேன். மனசுக்குள்ளே ஒரு தயக்கமும் இருக்கு. அவரு ஏத்துக்கிட்டாலும் அவரோட அண்ணன்மார்களும், என்னோட ஓரகத்திகளும், சொந்தக்காரவங் களும் எனக்கு மரியாதை தருவாங்களான்னு சந்தேகமாகவும் இருக்கு.''

''இருந்தாலும் எல்லாத்தையும் சந்திக்கணும்கிற மன தைரியமும் இப்போ கொஞ்சம் உண்டாயிருக்கு. சேர்ந்து வாழ முடியலேன்னா என்ன செய்றதுன்னும் யோசிக்க வேண்டியிருக்கு.''

நல்லது; இந்தத் துணிவு உங்களுக்குத் துணையாக இருக்கும்.'' செல்வநாதன் மங்களத்தை உற்சாகப்படுத்தினார். ''இவ்வளவு பேசுறீங்களே, நீங்க எதுக்கு இவ்வளவு தாமதமா ஜீவனாம்சம் கேட்டீங்க.'' உண்மையைத் தெரிந்து கொள்ள கேட்டார்.

''அண்ணனை நம்பிதான் வந்தேன். அந்த நம்பிக்கைக்கு என்னைக்கும் பங்கம் வராது. அண்ணியும் நல்லவங்கதான். அவங்க எனக்கு எதிரா இருக்க மாட்டாங்க. ஆனால் குடும்பச் சூழ்நிலை காரணமா அவங்க மனசுல பெரிய மாற்றம் இல்லாட்டியும், சின்ன மாற்றம் வரலாம் இல்லியா. அண்ணன், அண்ணி மாதிரி அவங்க பசங்க இருப்பாங்கன்னு சொல்ல முடியாது. இப்ப அவங்களும் பெரியவங்களா யிட்டாங்க. பெரியவன் இன்ஜினீயரிங் முடிக்கப் போறான். பொண்ணு காலேஜ் போறா. செலவு அதிகமாயிடுச்சி. பசங்க என்ன உதாசீனப்படுத்தல. ஆனால் பள்ளிக் கூடத்தில் படிக்கிறபோது அவங்க எங்கிட்ட நெருக்கமா இருந்த மாதிரி இப்போ இல்லே. அண்ணனும் ரிட்டயராயிட்டா வாழ்க்கை எப்படி இருக்கும்ன்னு சொல்ல முடியாது. இதுக்கு மேல நான் சொல்ல விரும்பலே. நீங்களே புரிஞ்சுக்குங்க. ஜீவனாம்சம் வாங்கணும்ன்னு அண்ணன் இப்போதும் நெனைக்கலே.

ஆனால் ஜீவனாம்சம் வாங்கினால் நல்லதுதானேன்னு அண்ணி நெனைக்கிறாங்க.''

மங்களம் மேற்கொண்டு பேச விரும்பவில்லை என்பதை செல்வநாதன் புரிந்து கொண்டார். சில விஷயங்களை மங்களம் சூசகமாகச் சொல்லி இருப்பது அவளுடைய பண்பைக் காட்டுகிறது என்பதையும் புரிந்து கொண்டார்.

''சரிம்மா. நான் பாத்துக்கிறேன். கவலைப்படாதீங்க. வாழ்க்கையை காலம் கற்றுக் கொடுக்கும்'' என்றார் செல்வநாதன்.

மங்களமும் சிவராமனும் நிம்மதியை வெளிப்படுத்தும் வகையில் ஒரு கும்பிடு போட்டுப் புறப்பட்டனர். அலுவலகத்தில் இருக்கும் மற்றவர்களுக்கும் அவர்கள் வணக்கம் சொல்லத் தவறவில்லை. சிவராமன் வாயே திறக்கவில்லை.

14

மணி நாலரை. கெடிகாரத்தை மீண்டும் பார்த்துக் கொண்டான் தங்கவேலு. எப்போதும் நாலு மணிக்குமேல் அலுவலகத்தில் தன்னைப் பார்க்கலாம் என்று செல்வநாதன் ஒரு முறை கூறியது அவன் நினைவில் பதிந்து இருந்தது. அதனால் தான் நாலு மணிக்கு மேல் பார்க்கும் வகையில் அங்கு வந்து சேர்ந்தான்.

நேரம் ஆனாலும் பரவாயில்லை. காத்திருந்து வக்கீலைத் தனியாகப் பார்க்க வேண்டும் என்று தீர்மானித்துக் கொண்டான். படிகளில் ஏறி வந்தவன் உள்ளே பேச்சுக் குரல்கள் கேட்பதை வைத்து யாரோ பேசிக் கொண்டிருக்கிறார்கள் இப்போது உள்ளே போக வேண்டாம் என்று நினைத்து வெளியே போட்டிருந்த பெஞ்சில் உட்கார்ந்தான். கொஞ்ச நேரம் ஆயிற்று. நாம் வந்திருப்பது வக்கீலுக்குத் தெரிய வேண்டும் என்று உட்கார்ந்தபடியே தலையை மட்டும் உள்ளே நீட்டிப் பார்த்தான். இதைப் பார்த்த செல்வநாதன் மகன் சண்முக சுந்தரம் வெளியே வந்தார்.

"ஒருத்தர் ரொம்ப நேரமா சாரை அறுத்துக் கொண்டிருக் கிறார். போறேன் என்று கிளம்பியவர் இப்போது நின்று கொண்டே பத்து நிமிஷமா பேசிக் கொண்டிருக்கிறார். இப்ப நீங்க உள்ளே வந்தா சாரை விடுதலை பண்ணலாம். அவரை வெளியே அனுப்பலாம்." ஜூனியர் சொன்னதை உடனே நடைமுறைப்படுத்தினான் தங்கவேலு. அவனுக்கு அவ்வளவு

அவசரம். முகம் இறுக்கமாகவே இருந்தது. ஜூனியர் சொன்னதை அவனால் ரசிக்கக்கூட முடியவில்லை.

தங்கவேல் உள்ளே வந்ததால், பேசிக் கொண்டிருந்தவர் மனம் இல்லாமல் கை கூப்பி விடை பெற்றுக் கொண்டார்.

"என்ன தங்கவேலு தனியா வந்திருக்கீங்க. சிவராமன் வல்லியா?"

"இல்ல சார். வேற ஒரு வேலையா இந்தப் பக்கம் வந்தேன். அப்படியே பாக்கலாம்ன்னு வந்தேன்."

"ஒங்க காசோலை விவகாரத்திலே நோட்டீசுக்குப் பதில் அனுப்பியாச்சி. நோட்டீஸ் பதில் காப்பியை வாங்கிக்கிட்டுப் போங்க."

"அது இருக்கட்டும் சார். நான் அதுக்காக வல்லே"

"பிறகு?"

"என் அண்ணன் ஒரு கொலைக் கேசிலே மாட்டிக் கிட்டாரு" ரொம்பத் தாழ்வான குரலில் தங்கவேலு சொன்னான். சொல்லும் போதே சுற்றும் முற்றும் பார்த்துக் கொண்டான்.

"இங்கு யாரும் வெளியாட்கள் இல்லை; எல்லாரும் ஆபிஸ்தான்" என்று செல்வநாதன் கூறியதும் தங்கவேலுவின் குரல் சற்று உயர்ந்தது.

"என் அண்ணன் பேர் மாணிக்கவேல். அவர் பெண் எடுத்த ஊர் வாய்மேடு. அவர் பாகம் பிரிச்சிக்கிட்டு வாய்மேடு போய் அங்கேயே தங்கிட்டார். அண்ணிக்கி கூடப் பொறந்த ஆம்பிளங்க இல்ல. ஒரே ஒரு அக்கா இருந்திச்சி. அது வேற ஜாதிக்காரனோட ஓடிப்போச்சி. எங்க இருக்குன்னு தெரியாது. அண்ணிக்கி கொஞ்சம் சொத்து உண்டு. அதனால வீட்டு மாப்பிளையாகவே இருந்திட்டார். பாகம் பிரிச்சதிலே கெடச்ச ரூபாயை வச்சிக்கிட்டு வாய்மேட்லே மூணு ஏக்கர் நெலம் வாங்கிப் போட்டாரு. கடைத் தெருவிலே பலசரக்குக் கடை ஒண்ணு வச்சிக்கிட்டாரு. வசதியான வாழ்க்கை தான். வாய்மேட்லே ராஜப்பன்னு ஒருத்தன் இருக்கான். கட்டப் பஞ்சாயத்துதான் அவன் தொழிலு. எது ஆளும் கட்சியோ அதுதான் அவன் கட்சி. அண்ணனுக்கும் அவனுக்கும் கொஞ்சம் தகராறு. அண்ணனுக்கு நெலத்தை வித்தவனுக்கு

அப்போ பணமொடை, வித்திட்டான். அப்படி ஒண்ணும் அடிமாட்டு வெலக்கி வித்திடலே. இப்ப கையிலே காசு சேந்திடுச்சி. நெலத்தைத் திருப்பித் தான்னு நச்சரிக்க ஆரம்பிச் சிட்டான். ராஜப்பன் அதுக்கு ஒடந்தை. கட்டப் பஞ்சாயத்து பண்ண வந்தான். அண்ணன் முடியாதுன்னு சொல்லிடுச்சி. ரெண்டு பேருக்கும் விரோதமாயிடுச்சி. இருபது நாளைக்கி முன்னாடி ராஜப்பனை யாரோ கொலை பண்ணிப்புட்டாங்க''

''எப்படி நடந்தது கொலை?''

''உண்மையிலே எப்படி நடந்ததுன்னு தெரியலே. பாத்த சாட்சி யாரும் கெடையாது. ராவுல நடந்திருக்கு. சீர்காழி வரை போயிட்டு ராத்திரி வந்துடுறேன்னு வீட்லே சொல்லிப்புட்டு, கருக்கல்ல பஸ் ஏறிப் போயிருக்கான் ராஜப்பன். அன்னக்கி ராத்திரி கடைசி பஸ்ல வந்து வாய்மேடு கடைத் தெருவிலே இறங்கினதைச் சில கடைக்காரங்க பாத்திருக்காங்க. அவனோட வீடு பஸ் ஸ்டாப்பிலேந்து ஒரு கிலோ மீட்டர் இருக்கும். காலையிலே போறப்ப மாரிமுத்துங்கிறவர் கடையிலே மோட்டார் சைக்கிளை விட்டிட்டுப் போய் இருக்கான். பஸ்லேந்து இறங்கி மோட்டார் சைக்கிளை எடுத்துக்கிட்டுத் தான் வீட்டுக்குப் போயிருக்கான். ஆனால் ராத்திரி வீட்டுக்குப் போகல. அவன் வராததை வீட்லேயும் பெரிசா எடுத்துக்கலே. ஏன்னா அவன் வெளியூர் போயிட்டு ரா திரும்பாம பல தடவை இருந் திருக்கான். அதனால அவங்களும் அலட்டிக்கலே.

''பிறகு எப்படி கொலை பண்ணிட்டாங்கன்னு தெரிஞ்சுது?''

''ராஜப்பன் வீட்டுப் பக்கத்திலே வி.ஏ.ஓ. வீடு இருக்கு. அவரு கருக்கல்ல வீட்டை விட்டுப் புறப்பட்டு மோட்டார் சைக்கிள்ல போயிருக்காரு. வர்ற வழியிலே ரோடிலேந்து தள்ளி ஒரு புளிய மரம் இருக்கு. அதுக்குப் பக்கத்திலே ஒரு மோட்டார் சைக்கிள் விழுந்து கிடந்திருக்கு. அதைப் பாத்த வி.ஏ.ஓ. ஆச்சர்யப்பட்டு தான் வந்த வண்டியை நிறுத்திட்டுப் போய்ப் பாத்திருக்கிறார். நாலா பக்கமும் பாத்தா புளிய மரத்தடி யிலேந்து சுமார் 20 அடி தள்ளி ராஜப்பன் பொணமா கெடந்திருக்கான்.

கழுத்துப் பகுதியிலிருந்து ரத்தம் வடிஞ்சு சட்டை, மண்ணெல்லாம் ரத்தமா இருந்திருக்கு. யாரும் ஜன

நடமாட்டம் இல்லே. பொணமா கெடக்கிறது ராஜப்பன்னு தெரிஞ்சிக்கிட்டாரு. சுத்து முத்தும் பாத்தா உதவிக்கு ஆளைக் காணோம். கொஞ்ச தூரத்திலே மாட்டுக்காரன் குடிசை இருக்கு. அங்கே போய் அவனை எழுப்பி போலீஸ் ஸ்டேஷனுக்குப் போகச் சொல்லிட்டு, அவன் சம்சாரத்தை ராஜப்பன் வீட்டுக்குப் போய்த் தகவல் சொல்லச் சொல்லி விட்டு பொணம் இருக்கிற புளிய மரத்தடிக்குத் திரும்பி வந்து இருந்திருக்காரு. அப்புறம் போலீஸ் வந்தது. ராஜப்பன் சம்சாரம் அலறியடிச்சிக்கிட்டு ஓடியாந்தது. ஊரே தெரண்டு வந்தது. சப் இன்ஸ்பெக்டரும் சில கான்ஸ்டபிள்களும் மொத்தமா வந்தாங்க. அப்பறமாத்தான் இன்ஸ்பெக்டர் வந்தாரு. போலீஸ் ஏற்பாட்டிலே புகைப்படகாரர் வந்து எல்லாத்தையும் போட்டோ எடுத்தார். போலீஸ்லே பிரேத விசாரணை செய்வாங்களாமே, அதுவும் காவல் நிலையத்தில் வைத்து தான் தயார் செய்யப்பட்டதாம்.

பொணத்தை திருத்துறைப்பூண்டி பெரிய ஆஸ்பத்திரிக்கு போஸ்ட் மார்ட்டம் செய்ய அனுப்பி வச்சாங்க. அப்பறம் இன்ஸ்பெக்டர் ஒரு தாள்ல சம்பவ எடத்தைப் பத்தி ஏதோ எழுதினாரு. அது மாதிரி வரைபடமாம். ரத்தம் படிஞ்ச மண்ணு, ராஜப்பன் போட்டிருந்த சட்டை, மோட்டார் சைக்கிள் எல்லாத்தையும் கைப்பற்றினாங்க. அதுக்காக தயார் பண்ண மகஜர்ல கையெழுத்துப் போடணும்ன்னு சில பேரை கூட்டிக் கிட்டு காவல் நிலையத்துக்குப் போயிட்டாங்க. அங்க வச்சி எல்லாத்தையும் தயார் பண்ணிக்கலாம்ன்னு சொல்லிப் புட்டாங்க. ராஜப்பன் குடும்பத்தைச் சமாதானப்படுத்த ரொம்ப சிரமமா போயிட்டு. அவங்களை எல்லாம் பிறகு விசாரிச்சிக் கலாம்ன்னு சொல்லிப்புட்டு வி.ஏ.ஓ. வை அழைச்சிக்கிட்டு இன்ஸ்பெக்டர் கெளம்பினாரு.''

''இதெல்லாம் உங்களுக்கு எப்படித் தெரியும்''

''எல்லாத்தையும் பாத்தவங்களைக் கேட்டுத் தெரிஞ்சிக் கிட்டோம்.''

''சரி ஒங்க அண்ணன் வீடு எங்கே இருக்கு''

''ராஜப்பன் வீட்லேந்து ஒரு பர்லாங் தள்ளி இருக்கு''

''அப்ப அண்ணன் இருந்தாரா? என்ன பண்ணிக்கிட்டு இருந்தாரு.''

''அண்ணன் வீட்ல தான் இருந்திருக்கார். ஆனால் புளிய மரத்தடிக்கு அண்ணன் போகல. அண்ணி தான் ''நீங்க போக வேணாம், வம்பு வரும்ன்னு சொல்லிட்டாங்க. அவங்க மட்டும் போய் பாத்திட்டு வந்தாங்க.''

''காவல் நிலையத்திலே புகார் கொடுத்தது யார்ன்னு தெரியுமா?''

''வி.ஏ.ஓ. தான் கொடுத்திருக்காரு''

''புகார்ல யார் பேர்லயாவது சந்தேகம்ன்னு சொல்லி இருக்கா?''

''அப்படி எதுவும் இல்ல''

''அப்புறம் எப்படி போலீஸ் ஒங்க அண்ணனைப் புடிச்சுது?''

''போலீசுலே பல பேரையும் கடத் தெருவிலே விசாரிச் சிருக்காங்க. அதுல சில பேரு அண்ணனுக்கும் ராஜப்பனுக்கும் நெலத்தகராறு உண்டுன்னு சொல்லியிருக்காங்க. ஒரு வாரத் திற்கு முன்னே வாய்ச் சண்டை நடந்துதுன்னும் சொல்லியிருக் காங்க. அதை வச்சிக்கிட்டு சப் இன்ஸ்பெக்டர் அண்ணனை மாட்டி விட்டான். சப்இன்ஸ்பெக்டருக்கு ஏற்கனவே அண்ணன் மேலே கடுப்பு. அவர் வீட்லே ஏதோ கொண்டாட்டம்ன்னு அண்ணன் கடையில பல சரக்கு வாங்கி இருக்காங்க. கடனாத் தான் வாங்கினாங்க. ஆனா கடன ரொம்ப நாளா பைசல் பண்ணலே. அதனால அண்ணனுக்கு எரிச்சல். ஒரு தடவை சப் இன்ஸ்பெக்டரை வழியில பாத்த போது கேட்டுட்டாராம். அதுல தன் கவுரவம் போச்சுன்னு பொலம்பினாராம். உடனே போய் கடனைக் குடுத்து அனுப்பிச்சாராம். அதிலேந்து அவரும் கருவிக்கிட்டே இருந்திருக்காரு. என்ன இருந்தாலும் அண்ணன் அசலூரு. உள்ளூர்க்காரங்களுக்குப் பொறாமை. கொலையிலே துப்பு கெடைக்கலே. சப்இன்ஸ்பெக்டர், இன்னும் நெலம்வித்தவன், தூண்டுதல் பேர்லே இன்ஸ்பெக்டர் அண்ணனைக் கைது பண்ணிட்டார்.''

''கொலையிலே ஒங்க அண்ணனைச் சம்பந்தப்படுத்த எதாவது ஆதாரம் கெடச்சிருக்கா?''

''ஒண்ணும் கெடச்சதா தெரியல சார். முன் விரோதம் ஒண்ணுதான் அவங்களுக்கு ஒரே சாக்கு. அண்ணனை ஜாமீன்ல எடுக்க மனு போட்டோம். தள்ளுபடியாயிடிச்சி. விசாரணை இன்னும் முடியலேங்கறதுதான் கோர்ட் சொன்ன காரணம்.''

''அரசுத் தரப்பிலே என்ன சொன்னாங்கன்னு தெரியுமா?''

''அதான் சார் ஆச்சரியமா இருந்திச்சி. அண்ணன் காவல் நிலையத்தில் தன் குற்றத்தை ஒப்புக் கொண்டதாகவும் ஆத்தோரம் தான் வாங்கின நெலத்தைக் காப்பாத்திக்கிறதுக்காக ராஜப்பனைக் கொலை பண்ணதாகவும், அருவாளால் வெட்டியதாகவும், தடியால் அடித்ததாகவும் சொல்லி, அந்த அருவாளையும் தடியையும் அவர் புளிய மரத்துக்குப் பின்னாலே முன்னூறு அடிக்கு மேல் தள்ளி இருக்கிற குட்டையில் வீசிட்டதாகவும், தன் கூட வந்தா எடுத்துத் தருவதாகச் சொன்னதாகவும், அப்படியே கூட்டிகிட்டுப் போய் குட்டையிலேருந்து எடுத்துக் குடுத்ததாகவும் நீதிமன்றத்தில் அரசு தரப்பு வழக்கறிஞர் வாதம் பண்ணியிருக்கிறார்.''

''நீங்க உங்க அண்ணனைப் பாத்தீங்களா? அவர் என்ன சொன்னார்?''

''நான் ஜெயில்ல பாத்தேன். அண்ணன் அதெல்லாம் பொய்ன்னு சொல்றார். அவர் வாக்கு மூலமும் கொடுக்கலியாம்; அருவாள் தடிக் கம்பை எடுத்தும் கொடுக்கலியாம். என்ன சார் இப்படிக் கூடவா பொய்க் கேஸ் போடுவாங்க.''

செல்வநாதன் சிரித்தார்.

கேள்வி கேட்ட தங்கவேலுவுக்கு விடை கிடைத்தது.

''கேஸ் கட்டை எடுத்தாந்திருக்கேன். இங்கே உயர்நீதி மன்றத்தில் அண்ணனுக்கு ஜாமீன் மனு போடணும்''

தங்கவேலு தான் கொண்டு வந்திருந்த பையிலிருந்து ஒரு கேஸ் கட்டை எடுத்து செல்வநாதனின் கைகளில் கொடுத்தான். ''செஷன்ஸ் கோர்ட்லே ஜாமீன் தள்ளுபடியான உத்தரவு, எப்.ஐ.ஆர், போஸ்ட் மார்ட்டம் அறிக்கை பற்றிய குறிப்புகள்,

இன்னும் சில ஆவணங்கள் இதில் இருக்கின்றன'' என்றான் தங்கவேலு.

செல்வநாதன் கட்டைப் பிரித்துப் படிக்கும் முன்னர் ''சார்'' என்று அழைத்தான் தங்கவேலு. கேஸ் கட்டை அப்படியே வைத்துக் கொண்டு 'என்ன' என்றார் செல்வநாதன்.

''உங்க கிட்டே மறைக்கக் கூடாது. அது நல்லது இல்லே. சொல்லிடுறேன்'' என்று கூறி ஒரு கணம் தாமதித்த தங்கவேலு, செல்வநாதனின் தலையாட்டலுக்குப் பிறகு தயங்கியபடி கூற ஆரம்பித்தான்.

''நாகப்பட்டினம் வக்கீல் இங்கே உயர்நீதி மன்றத்திலே வேற ஒரு வக்கீலைப் பாக்க கடிதம் கொடுத்து அனுப்பினார். அவர் பேரச் சொல்ல விரும்பலே. அவரைப் போய்ப் பாத்தேன். கடிதத்தைக் கொடுத்தேன். கேஸ் கட்டையும் பார்த்தார். பிறகு இது கொல கேசு, ஜாமீன் கெடைக்கிறது ரொம்ப சிரமம். கொலைக்கு நேரடி சாட்சி இல்லேங்கிறதால வேற வழியிலே போனா ஜாமீன்ல எடுக்கலாம்ன்னார். அது என்ன வேற வழின்னு கேட்டேன். அதுக்கு அவர் இப்ப ஜாமீன் வழக்கைப் பாக்கிற நீதிபதிக்குக் கை நீளம். குடுத்து வேணும்ன்னா முடிச்சிடலாம். பப்ளிக் பிராசிகூட்டரை வேற கவனிக்கணும்னு சொன்னார்.''

''எவ்வளவு செலவாகும்ன்னு கேட்டேன்.'' 'ஆறு லட்சம் கொண்டா, முடிச்சிடலாம்' னார். எனக்கு அது சரியாப்படலே. வீட்லே கலந்து கிட்டு வர்றேன்னு சொன்னேன். 'பாருங்க, ஒண்ணு ரெண்டு கொறஞ்சா கூட பாத்துக்கலாம்ன்னு' சொல்லி அனுப்பினார். எனக்கு அந்த வக்கீல்கிட்டே போக விருப்பம் இல்லே. அதான் இங்கே வந்திட்டேன். ஏன் சார் இப்படி எல்லாம் உயர்நீதிமன்றத்திலே கூட நடக்குமா?''

தங்கவேலுவுக்கு உலகம் சரியாகத் தெரியாது என்று செல்வநாதன் முன்பே கணித்து வைத்திருந்தார். உலகம் தெரிந்திருந்தால் சில்லறைகளை வைத்துக் கொண்டு கோடம் பாக்கத்துக்கு வருவானா? சிவராமனுக்கு சிஷ்யனாக இருப் பானா? என்றாலும் நல்ல பிள்ளைதான் தங்கவேலு என்று நினைத்தார் செல்வநாதன்.

''இந்தா பாருங்க தங்கவேலு. ஒரு விஷயத்தை நல்லாப் புரிஞ்சிக்கணும். சமூகம் எப்படி இருக்கோ, அப்படித்தான் நீதித்துறையும் இருக்கும். சமூகத்தையும் நீதித்துறையையும் பிரித்துப் பார்க்க முடியாது. நல்லவங்க கெட்டவங்க எல்லா இடத்திலேயும் இருக்காங்க. வக்கீல்கள்லே நல்லவங்களும் இருக்காங்க; மோசமானவங்களும் இருக்காங்க. இந்த வக்கீல்கள்லேந்துதான் நீதிபதிகள் வர்றாங்க. நீதிபதிகள் ஆகாயத்திலேந்தா குதிக்க முடியும். நீதிபதிகளிலே காசு வாங்கிறவங்களும் இருக்காங்க; வாங்காதவங்களும் இருக்காங்க. கோர்ட் ஆபீஸ் வேணும்ன்னா சப் ரிஜிஸ்ட்டிரார் ஆபிசு போலவும், தாசில்தார் ஆபீசு போலவும் இருக்கலாம். ஆனால் நீதிபதிகள் சப் ரிஜிஸ்ட்டிராரோ அல்லது தாசில்தாரோ அல்ல. காசு குடுத்து உத்தரவு வாங்கித் தாரேன்னு சொல்லி காசு வாங்கிற வக்கீல்கள் எல்லாம் நீதிபதிகளுக்குக் காசு குடுக்கிறதும் இல்லே. சில பேர் என்ன பண்றாங்கன்னா ஜட்ஜுக்குக் குடுக்கணும்ன்னு காசு வாங்கிக்கிறாங்க. கேசு நல்ல கேசா இருக்கும். அதனால கேஸ்ல ஜெயிச்சிடுவாங்க. ஆனா ஜட்ஜுக்குக் காசு குடுத்திருக்க மாட்டாங்க. குடுத்ததா சொல்லி வாங்கின காசை முழுமையா எடுத்துக்குவாங்க. அதே சமயம் கேஸ் ஜெயிக்கலேன்னா, ஜட்ஜ் முடியலேன்னு காசைத் திருப்பிக் கொடுத்திட்டார்ன்னு சொல்லி திருப்பிக் கொடுத்திரு வாங்க. எந்தப் புத்துலே எந்தப் பாம்பு இருக்குன்னு யாருக்கும் தெரியாது. ''வக்கீல் தொழில் என்பது மகாத்மா காந்தி இருந்த தொழில். நீதிபதி பதவி என்பது கிருஷ்ணய்யர் வகித்த பதவி'' இதை வக்கீல்களும் ஞாபகம் வச்சிக்கணும். நீதிபதிகளும் ஞாபகம் வச்சிக்கணும்.''

''சார் உங்கள நம்பி வந்திருக்கேன். ஜாமீன் மனு போடுங்க. நீங்க என்ன பீஸ் கேக்கிறீங்களோ அதைத் தந்திருவோம்.''

''மொதல்ல நல்ல கேசா, பலவீனமான கேசா எப்படி இருக்குன்னு பார்ப்போம். எப்படி இருந்தாலும் கைதாகி 90 நாள் ஆயிட்டா ஜாமீன்ல வருவதிலே பொதுவாகச் சிரமமும் இல்லே. வழக்கை விசாரிக்கும் காவல் துறை ஆய்வாளர் 90 நாட்களுக்குள் விசாரணையை முடித்து வழக்கில் குற்றப் பத்திரிக்கையைத் தாக்கல் செய்ய வேண்டும். அப்படிச்

செய்யாவிட்டால் சுலபமாக ஜாமீனில் எடுத்திடலாம். கொஞ்சம் இருங்க, நான் எல்லாத்தையும் ஒரு முறை படிச்சிடுறேன்.''

செல்வநாதன் படிக்க ஆரம்பித்தார். படித்து முடித்ததும் அவரை ஆவலுடன் பார்த்தான் தங்கவேலு. நல்ல வார்த்தை நாலு அவர் வாயிலிருந்து வராதா என்று எதிர்பார்த்தான். ''அண்ணனை ஜாமீன்ல எடுத்திட முடியுமா? படிச்சீங்களே, என்ன சார் தோணுது'' என்று கேட்டான்.

''வாய்ப்பு இருக்கு''

இந்த இரண்டு சொற்களும் அவனைக் குதூகலத்தில் ஆழ்த்தின.

செல்வநாதன், வழக்கில் காணப்படும் சில பலவீனங் களைச் சுட்டிக் காட்டினார்.

''இந்த வழக்கிலே உங்கள் அண்ணன் கொலையைத் தான் செய்ததாக ஒப்புக் கொண்டு கொலைக்குப் பயன்பட்ட அருவாளையும், தடியையும் புளிய மரத்திற்குப் பக்கத்தில் இருக்கும் குட்டையில் வீசி விட்டதாகவும், அவற்றை தானே வந்து எடுத்துக் கொடுப்பதாகச் சொன்னதாகவும், அப்படியே எடுத்துக் கொடுத்ததாகவும் காவல்துறைத் தரப்பால் சொல்லப் படுகிறது, அருவாளையும், தடியையும் உங்கள் அண்ணன் காட்ட, அவற்றை இரண்டு சாட்சிகள் முன்னிலையில் மகசர் தயார் செய்து கைப்பற்றப்பட்டது என்பது காவல்துறை வழக்கு. நீதித்துறை நடுவர் முன்னால், அதாவது Judicial Magistrate முன்னால் உங்கள் அண்ணன் எந்த வாக்கு மூலமும் அளிக்கவில்லை. அவர் வாக்கு மூலம் அளித்ததாகச் சொல்லப்படுவது காவல் ஆய்வாளரிடம் தான். அந்த வாக்கு மூலத்தை நீதி மன்றம் குற்றவாளிக்கு எதிரான சாட்சியமாகக் கொள்ளாது. அதை நீதிமன்றம் சாட்சியமாக அப்படியே ஏற்றுக் கொள்வதாக வைத்துக் கொண்டால் காவல் நிலையத்தில் அடித்து, உதைத்து வாக்குமூலம் பெற்று விடுவார்கள். எனவே தண்டனையும் வாங்கிக் கொடுத்து விடுவார்கள். அந்த வாக்கு மூலத்தில் எதை நீதிமன்றம் கவனிக்கும் என்றால் கொலைக்குச் சம்பந்தப்பட்ட பொருள் களை கைப்பற்ற குற்றவாளி கொடுத்ததாகச் சொல்லப்படும் வாக்குமூலம் உதவும் வரை தான். பொருள்கள் கைப்பற்றப் பட்டது உண்மை அல்ல.

ஜோடனை என்பதை வழக்கு விசாரணைக்கு வரும் போது நிரூபிக்க முடியும். இந்த வழக்கிலே அருவாளும், தடியும் குட்டையில் கெடந்திருக்கு நாலஞ்சி நாட்கள். அருவாளிலும், தடியிலும் ரத்தக்கரை இருக்கா, இருந்தா அது மனித ரத்தமா, செத்துப் போன ராஜப்பன் ரத்தமா என்பதெல்லாம் இப்போது யாருக்கும் தெரியாது. அவை எல்லாம் ரசாயனப் பரிசோதனைக்குப் போயிருக்கும். அந்த ரசாயனப் பரிசோதனை அறிக்கை வந்த பிறகு தான் முடிவு செய்ய முடியும். செத்துப் போன ராஜப்பனின் ரத்தம் மண்ணில் கொட்டியிருக்கு. உடையில் பட்டிருக்கு. அவையும் அருவாளில் ரத்தம் இருந்தால் அதுவும் தடியில் ரத்தம் இருந்தால் அதுவும் ஒண்ணாயிருக்கணும். ஒண்ணா இல்லை என்றால் காவல்துறை வழக்கு கோவிந்தாவாக வாய்ப்பு அதிகரிக்கும்.''

''எனக்கு இன்னொரு சந்தேகம் உண்டு. இந்த வழக்கிலே சரியா துப்பு துலங்கல. அல்லது உண்மைக் குற்றவாளியைப் பணம் வாங்கிக் கொண்டோ அல்லது வேறு காரணத்திற்காகவோ பாதுகாக்க காவல்துறை விரும்புது. உங்கள் அண்ணனை முன் விரோதத்தை வைத்து பலிகடா ஆக்கியிருக்கலாம். கொலையில் சம்பந்தப்பட்ட ஆயுதத்தை மறைச்சிட்டு, அருவாளையும் தடியையும் இவங்களே குட்டையில் போட்டிட்டு, கைப் பற்றியது போல ஜோடனை செய்திருக்கலாம். அருவாளும், தடியும் தண்ணீரில் இருந்ததால், அதுவும் நாலு நாட்களுக்கு மேல் இருந்ததால் ரத்தக் கறை அழிஞ்சிடுச்சி என்று ரத்தக்கரை இல்லாததை நியாயப்படுத்த முயலலாம்.''

செல்வநாதன் சொல்லச் சொல்ல தங்கவேலுவின் உற்சாகம் அதிகமானது.

''இன்னும் இருக்கு, தங்கவேலு'' என்று சொல்லிவிட்டு செல்வநாதன் தொடர்ந்தார்.

''ராஜப்பனின் உடல் சடலக் கூராய்வு செய்யப்பட்டு, அதாவது போஸ்ட் மார்ட்டம் செய்யப்பட்டு கொடுக்கப்பட்ட அறிக்கை தற்போது இல்லைன்னாலும், அதில் என்ன சொல்லப்பட்டிருக்கிறது என்பதைப் பற்றிய குறிப்புகள் கேஸ் கட்டில் இருக்கிறது. அது காவல்துறை வழக்கிற்கு ஆதரவாக இல்லை. தடியால் அடித்து, அருவாளால் வெட்டி ராஜப்பன்

கொலை செய்யப்பட்டதாக போலீஸ் தரப்பிலே சொல்லப் பட்டிருக்கு. ஆனால் சடலக் கூராய்வு அறிக்கையில் என்ன சொல்லப்பட்டிருக்கிறதென்றால், ராஜப்பனின் கழுத்துப் பகுதியில் மூன்று குத்துக் காயங்கள் இருக்கின்றன என்று சொல்லப்பட்டிருக்கிறது. கழுத்தின் பின் பகுதியில் ஒரு குத்துக் காயமும் கழுத்தின் வலது பக்கத்தில் இரண்டு குத்துக் காயங்களும் காணப்படுகின்றன என்று சடலக் கூராய்வு மருத்துவரின் அறிக்கை கூறுகிறது. கத்தியால் குத்தினால் தான் இந்தக் குத்துக் காயங்கள் ஏற்படும். ஆனால் இந்த வழக்கில் கைப்பற்றப்பட்டிருப்பது கத்தி அல்ல, அருவாள். அருவாளால் வெட்டினால் இது போன்ற காயங்கள் ஏற்பட வாய்ப்பில்லை. அருவாளால் வெட்டினால் வெட்டுக்காயம் ஏற்படலாம். குத்துக் காயம் ஏற்படாது. அருவாளால் கொத்தியது போலவும் காயங்கள் அமையவில்லை. எனவே கைப்பற்றப்பட்ட அருவாள் இந்தக் கொலையில் பயன்பட்டிருக்க வாய்ப்பு கிடையாது"

"ராஜப்பனின் உடலில் கத்தியால் குத்தப்பட்ட காயங்கள் இருப்பது போலவே கட்டையால் அடித்த காயங்களும் இருக்கின்றன. உடலில் வீக்கமும், சிராய்ப்புக் காயங்களும் இருக்கின்றன. மருத்துவரின் சடலக் கூராய்வு அறிக்கை பற்றிய குறிப்பில் மூளையை மூடியுள்ள ஜவ்வு கிழிந்திருப்பதாகவும் தெரிகிறது. இரண்டு ஆயுதங்கள் பயன்பட்டிருப்பதைப் பார்க்கும் போது கொலையை ஒருவர் தான் செய்தாரா என்ற சந்தேகம் எழுகிறது. ஒருவர் தடியால் தாக்கி இருக்க வேண்டும். மற்றொருவர் கத்தியால் குத்தி இருக்க வேண்டும். ஆனால் போலீஸ் உங்கள் அண்ணன் ஒருவரைத்தான் குற்றவாளியாகக் காட்டி இருக்கிறது."

"கொலையில் நிச்சயமாக இரண்டு பேர் சம்பந்தப் பட்டிருக்க வேண்டும். முதலில் தடியால் தாக்கி இருக்க வேண்டும். மண்டையில் விழுந்த அடி அவனை நிலை குலையச் செய்திருக்க வேண்டும். அதன் பின்னர் தான் உயிரைப் போக்க கழுத்துப் பகுதியில் குத்தி இருக்க வேண்டும். தடியால் தாக்கிய போது ராஜப்பன் தடுத்திருக்க வேண்டும். அப்படித் தடுக்கும் போது வலது கையிலும், இடது கையிலும் அடி விழுந்திருக்க வேண்டும். கன்னிப்போன காயங்கள் இரண்டு முழங் கைகளிலும் காணப்படுகின்றன. தலையில்

விழுந்த தடிக் காயம் பலமானது. ராஜப்பன் ரத்தம் சொட்ட சொட்ட கீழே விழுந்திருக்க வேண்டும். ரத்தக்கரை படிந்த மண் போலீசால் புளிய மரத்தடியில் மட்டும் கைப்பற்றப் படவில்லை. சாலையின் ஓரத்திலும் சிறிது கைப்பற்றப் பட்டிருக்கிறது. இதைப் பார்க்கும் போது கொலை யாளிகள் ராஜப்பனை சாலையிலேயே தாக்க முயன்றிருக்க வேண்டும். ராஜப்பன் மோட்டார் சைக்கிளை விட்டு விட்டு புளிய மரத்தடி வழியாக தப்பிக்க முயன்றிருக்க வேண்டும். அதற்குள் கொலையாளிகள் தடியால் தாக்கி ஓட முடியாமல் செய்து கத்தியால் குத்தி வீழ்த்தி இருக்க வேண்டும். மோட்டார் சைக்கிளை புளிய மரத்தடியில் போட்டிருக்க வேண்டும். மோட்டார் சைக்கிளில் கொலையாளிகளின் கைரேகை பதிந்திருக்கிறதா என்ற விவரம் தெரியவில்லை.''

செல்வநாதன் சொல்வதை தங்கவேலு ஆடாமல், அசையாமல் கேட்டுக் கொண்டே இருந்தான்.

''தங்கவேலு இந்த வழக்கிலே இன்னொரு முக்கியமான அம்சம் இருக்கு. சடலக் கூராய்வு பரிசோதனையில் ராஜப்பன் வயிற்றில் இருந்த உணவு அதிகம் ஜீரணம் ஆகாமல் இருந்திருக்கிறது என்பதும் மரண மடைவதற்கு அரை மணி நேரத்திற்குள் இரவு உணவு சாப்பிட்டிருக்க வேண்டும் என்று மருத்துவர் கூறியிருக்கிறார். இது பல சந்தேகங்களை ஏற்படுத்தி உள்ளது. பஸ்சிலிருந்து ராஜப்பன் இறங்கும் போது அவன் வயிறு காலியாக இருந்திருக்க வேண்டும். சாப்பிடுவதற்கு அவன் வீட்டிற்குப் போகவில்லை. அப்படி என்றால் வீட்டிற்குப் போகாமல் இரவு யார் வீட்டிற்கோ போயிருக்க வேண்டும். அங்கு சாப்பிட்டிருக்க வேண்டும். அந்த வீட்டிலிருந்து கிளம்பி தன் வீட்டிற்குப் போகும் வழியில் தான் கொலை நடந்திருக் கிறது. அப்படியானால் ராஜப்பன் யார் வீட்டிற்குப் போனான் என்ற கேள்வி எழுகிறது. கொலைக்கும் அவன் சாப்பிட்ட வீட்டிற்கும் தொடர்பு இருக்கிறது.''

''சார் நீங்க தமிழ்வாணனின் சங்கர்லால் மாதிரி துப்பறிஞ்சிருக்கீங்க''

''இது துப்பறிதல் இல்ல. காவல்துறை ஆய்வாளரின் விசாரணையில் இருக்கும் ஓட்டைகள். யாரையோ காப்பாற்ற

அப்பாவி மேல் வழக்கு போட்டால் ஓட்டை இருக்கத்தான் செய்யும்''

''நூத்துக்கு நூறு சரிதான். ராஜப்பனுக்கு நெறய எதிரிகள் உண்டு. நடத்தையும் சரியில்ல. ஏதோ ஒரு கூத்தியா வீட்டுக்கோ தொடுப்பு வச்சிருக்கிறவ வீட்டுக்கோ போய் மூக்குப் பிடிக்க சாப்பிட்டுட்டு புறப்பட்ட பிறகு தான், இவனை யாரோ பின்பற்றி வந்து தீர்த்துக் கட்டியிருக்கிறார்கள். பொம்பள சமாச்சாரத்தால் தான் பொணமா ஆயிட்டான்'' தன் மனத்தில் பட்டதை தங்கவேலு பகிர்ந்து கொண்டான். அவனுள் ஒரு நம்பிக்கை துளிர்த்தது. இருந்தாலும் தன் சந்தேகத்தைப் போக்கிக் கொள்ள ''அண்ணனுக்கு பெயில் கெடச்சிடுமில்லே'' என்றான்.

''வாய்ப்பு இருக்கு; முயல்வோம். கொலை வழக்கு இல்லியா; அதனால தேவைப்பட்டா கேஸ் டைரியை நீதிமன்றம் வாங்கிப் பார்க்கும்.''

''கேஸ் டைரின்னா என்ன?''

''காவல் நிலையத்திலே இரண்டு வகையான டைரி வச்சிருப்பாங்க. ஒன்றை ஜெனரல் டைரி என்பார்கள். பொதுவாக வரும் புகார்கள் பற்றி எல்லாம் அதில் குறிக்கப் பட்டிருக்கும். கேஸ் டைரி என்றால் குறிப்பிட்ட கேசின் எல்லா தகவல்களும் அதில் எழுதப்பட்டிருக்கும். தகவல் எப்போது வந்தது, சம்பவ இடத்திற்கு எப்போது ஆய்வாளர் போனார், எந்தெந்த சாட்சியை எப்போது விசாரித்தார், வாக்கு மூலத்தை எப்போது பதிவு செய்தார், சான்றுப் பொருள்களை எப்போது கைப்பற்றினார், பிரேத பரிசோதனை எப்போது நடந்தது, குற்றவாளியை எப்போது, எங்கு கைது செய்தார்கள் முதலிய எல்லா விவரங்களும் கேஸ் டைரியில் இருக்கும். அதை வாங்கி நீதிமன்றம் பார்க்கும். அதாவது அவசியம் ஏற்பட்டால் மட்டும் தான்.''

''ஏன் சார் எல்லாரும் ஜாமீன் ஜாமீன் என்கிறார்களே. இதற்குத் தமிழ்ச் சொல் கிடையாதோ?''

''இருக்கு; பிணை. ஜாமீனில் வருதல் என்றால் பிணையில் வருதல். சரி உங்களை நான் ஒரு கேள்வி கேட்கணும்''

செல்வநாதன் என்ன கேள்வி கேட்கப் போகிறார் என்பதை ஊகிக்க முடியாமல் தங்கவேலு நின்றான்.

"நீங்க ஏன் தனியா வந்திருக்கீங்க? சிவராமன் எங்கே"

"சிவராமன், மங்களத்துக்கெல்லாம் செத்துப்போன ராஜப்பன் சொந்தக்காரன். அதான் சிவராமனை அழைச்சிக்கிட்டு வரல. மங்களம் அக்காவுக்கு ராஜப்பனைச் சுத்தமா புடிக்காது. அப்புறம் ஒரு சமயத்திலே எல்லாத்தையும் சொல்றேன் சார்."

தங்கவேலு பையிலிருந்து ஒரு கவரை எடுத்தான். "உங்கள் பீஸ் எவ்வளவு என்பதைச் சொன்னால் தந்து விடுகிறேன். இப்போ இதை வைத்துக் கொள்ளுங்கள்" என்று கவரை நீட்டினான்.

"இதில் ஆறு லட்சம் இல்லையே" என்றார் சிரித்துக் கொண்டே செல்வநாதன்.

15

அலுவலகத்தை விட்டு முன்னதாகவே புறப்பட்ட சந்திரசேகரன் நேராக வீட்டிற்குப் போகவில்லை. தனிமை தேவைப்பட்டது சந்திரசேகரனுக்கு. யோசிக்க வேண்டிய அவசியம் இருந்தது. நேராகக் கடற்கரைக்கு வந்தார். மாலை நேரத்தில் கடற்கரையில் எப்போதும் கூட்டம் தான். காந்தி சிலைக்குப் பின்னால் கூடுதலாகவே கூட்டம் இருக்கும். காந்தி சிலையிலிருந்து இருநூறு அடி தள்ளிப் போய் கலங்கரை விளக்கம் இருக்கும் திக்கில் கடலுக்கு அருகே செல்லாமல் உட்கார்ந்தார். கொண்டு வந்த கைப்பையை முன்னால் தரையில் வைத்தார். தனிமையில் உட்கார்ந்து யோசிக்க அது பொருத்தமான இடமாகப்பட்டது சந்திரசேகரனுக்கு. கடற்கரையில் ஆயிரக் கணக்கில் மனிதர்கள் கூடினாலும், ஒரு தனி மனிதன் தனியாக உட்கார்ந்து அங்கு யோசிக்க முடியும். எதிரே இருக்கும் நீல நிறக் கடலும் பரந்த மணற் பரப்பும் அப்படி ஒரு சூழ்நிலையை உருவாக்கித் தந்து விடும். தனிமையை அனுபவிக்க வருபவர்களின் தனிமையைக் குலைப்பவர்கள் சுண்டல் விற்பவர்களும், முறுக்கு விற்பவர்களும் தான். அவர்கள் சுற்றி இருப்பவர்களின் சூழ்நிலையைப் பற்றிக் கவலைப்படாமல் இயங்குவார்கள். அவர்கள் பார்க்கும் போது யார் கையில் சுண்டல் இல்லையோ அவர்கள் எல்லாம் சுண்டல் வாங்காத வர்கள் என்று முடிவெடுத்து ''சார் சுண்டல்'' என்பார்கள். சுண்டல்காரர்கள் தன் தனிமையைக் கெடுக்கக் கூடாது என்று

நினைத்த சந்திரசேகரன், ஒன்றுக்கு இரண்டாக சுண்டல், முறுக்கு இரண்டையும் வாங்கி, தான் கொண்டு வந்த மாலை செய்தித்தாளைப் பாதியாக மடித்து, தன் கைப்பை அருகே வைத்து சுண்டல் மற்றும் முறுக்குப் பொட்டலங்களை விரித்து வைத்தார். இப்படிச் செய்தால் சுண்டல் விற்பவர்கள் தன் அருகே வரும் போது, ஏற்கனவே சுண்டல் முறுக்கு இருப்பதைப் பார்த்து, ''இவர் ஏற்கனவே வாங்கி விட்டார், இனி வாங்க மாட்டார்'' என்று தொல்லை செய்யாமல் அகன்று விடுவார்கள் என்பது சந்திரசேகரனின் மதிப்பீடு. சந்திரசேகரனின் மதிப்பீடு பாதி சரி தான். பாதி சரியில்லை. முகத்தைப் பார்த்து 'சார் சுண்டல்' என்பவன் கீழே குனிந்து, செய்தித்தாளின் மேலே இருக்கும் சுண்டல் பொட்டலங்களைப் பார்ப்பதில்லை. என்றாலும் தொல்லை குறைவு.

திடீரென்று ஒரு சந்தேகம் சந்திரசேகரனின் மூளையைக் குத்தியது. தெரிந்தவர்கள் யாராவது வந்து விட்டால் என்ன செய்வது? 'ஏன் தனியே இருக்கிறாய்' என்று கேட்டால் என்ன சொல்வது? சூழ்நிலையைப் புரிந்து கொள்ளாமல் அரட்டை அடிக்க ஆரம்பித்தால் எப்படித் தப்புவது? தனக்குத் தெரிந்தவர் களைச் சமாளித்து விடலாம். ராஜேஸ்வரிக்குச் சொந்தக்காரர் களோ அல்லது தெரிந்தவர்களோ இப்படி சுண்டல் முறுக்குப் பொட்டலங்களை கடை விரித்துக் கொண்டு வீற்றிருக்கும் காட்சியைக் காண நேர்ந்து, அதை அவளுக்குச் சொல்லி விட்டால் ஏதாவது குழப்பம் வருமா? எதற்குப் போனீர்கள் என்று கேட்க மாட்டாளா? தெரியாமல் போனது ஏன் என்பாளோ?

கடற்கரைக்கு யோசிக்க வந்த விஷயத்தை விட கடற் கரைக்கு வந்ததையே யோசிக்க வைத்த பிரச்சினைகள் கடல் அலை போல் ஓசை எழுப்பின. பேருந்தில் ஜன்னல் ஓரமாக இடம் பிடித்து கண்ணை மூடிக் கொண்டு யோசித்திருக் கலாமோ என்றும் தோன்றியது. ஆனால் கவ்வும் இருள் கவலையைப் போக்கியது.

மங்களத்தின் எதிர்கால வாழ்க்கை பற்றிச் சிந்திப்பதற்குத் தான் சந்திரசேகரன் தனிமையை நாடியதற்குக் காரணம்.

சந்திரசேகரனை ஒரு குற்ற உணர்வு அடிக்கடி தாக்கிக் கொண்டே இருந்தது. ஊசியால் தொடையை வேகமாகக் குத்தினால் ஏற்படும் வலி போல் மனத்தில் வலி ஏற்பட்டது. நல்லெண்ணத்தில் தான் செய்ததெல்லாம் நல்ல பலனைத் தரவில்லையே என்ற உண்மை சுட்டுக் கொண்டே இருந்தது. மங்களத்தை குருட்டாம் போக்கில் சென்னை அழைத்து வந்தது இமாலயத் தவறு என்று பட்டது. தான் அண்ணன் என்ற முறையில் காட்டிய பாசம் மங்களத்தை வாழ வைக்க வில்லையே என்ற ஆதங்கமும் அவன் இதயத்தைக் கனக்க வைத்தது. இன்னொரு சமயம் மங்களத்தின் மீதும் கோபமாய் மாறியது. ''இவளுக்குச் சொந்தப் புத்தி இருக்க வேண்டாமா, நான் வா என்றால் வந்திருக்க வேண்டுமா? சரியான செம்மறி ஆடு'' என்று கோபத்தை அவள் மீது எய்து மனம் சமாதானம் காண முயன்றது. 'மங்களத்தையும் மாப்பிள்ளையையும் திருவாரூரில் தனிக்குடித்தனம் வைக்கலாம் என்று அத்தை எதனால் சொன்னார்களோ தெரியாது, ஆனால் அதனை அப்படியே ஏற்றுக் கொண்டிருக்கக் கூடாது; அதை ஏற்றுக் கொண்டதால் தான் இவ்வளவு பிரச்சினையும். அத்தை சொன்னால் என்ன, நான் சொன்னால் என்ன, மங்களத்திற்கு முன் யோசனை இருக்க வேண்டாமா? தனிக் குடித்தனத் திற்கான சூழல் என்ன இருந்தது; ஒன்றுமே இல்லை. சின்னச் சின்னப் பிரச்சனைகளுக்காக தனிக் குடித்தனத்தைத் தீர்வாகப் பார்த்திருக்க வேண்டுமா?' இப்படி எல்லாம் பல கேள்வி களைக் கேட்டுக் கொண்டே இருந்தார் சந்திரசேகரன். ஆனால் சரியான பதில் கிடைக்கவில்லை. மங்களத்தைத் தன்னால் புரிந்து கொள்ள முடியவில்லையோ என்றும் கவலைப் பட்டான். அம்மாவும் அப்பாவும் இல்லாவிட்டாலும் அத்தை சரியாக வழிகாட்டி இருக்கக் கூடாதா? மாமாவோ அதிகம் எதிலும் பட்டுக் கொள்ள மாட்டார். மங்களம் படிக்க வேண்டும் என்று உறுதியோடு பேசிய அத்தை மற்ற விஷயங்களில் ஏன் உறுதியோடு இல்லை? எல்லாரும் ஒவ்வொரு விதத்தில் தவறு செய்திருக்கிறோம். ராஜேஸ்வரி கூட மங்களத்திடம் நல்ல மாதிரிதான் நடந்து கொண்டாள். ஒரு கால் அவள் வேறு மாதிரி நடந்து கொண்டிருந்தால் மங்களம் கணவன் வீடே கதி என்று இருந்திருப்பாளோ? ராஜேஸ்வரியிடம் இப்போது கூட

பெரிய மாறுதல் தெரியவில்லை. குடும்பத்தின் நிலை அவளிடம் சில பாதிப்புகளை ஏற்படுத்தி இருக்கின்றது என்பது உண்மை தான். ஆனால் அது ஒன்றும் பெரிதல்ல. ஆனால் எதிர்காலத்திலும் இப்படியே இருப்பாளா? சந்தேகம் தான். அப்படி இருந்தால் மங்களத்தின் கதி?

குழந்தைகள் சின்னவர்களாக இருக்கும் போது, மங்களம் தேவைப்பட்டாள். இரண்டு பேரும் வேலைக்குப் போகும் போது, குழந்தைகளைப் பார்த்துக் கொள்ள பொறுப்பாக ஒருவர் வேண்டாமா? மங்களம் அந்தத் தேவையை நிவர்த்தி செய்தாள். இப்போது குழந்தைகள் குழந்தைகள் அல்ல. பெரிய வர்கள். மகன் பொறியியல் பட்டம் பெறப் போகிறான். மகள் கல்லூரியில் அடியெடுத்து வைக்கப் போகிறாள். அவர்களை அவர்களே பார்த்துக் கொள்ளும் நிலை. இன்னமும் சொல்லப் போனால் மற்றவர்கள் பார்த்துக் கொள்வதைத் தன் விஷயத்தில் தலையீடு என்று கருதும் பருவம். மங்களத்தைச் சுய நல நோக்கில் ராஜேஸ்வரி வீட்டில் தங்க வைத்துக் கொண்டாள் என்று சொல்ல முடியாது. அவளுக்கு மங்களத்தின் மீது அனுதாபம் இருந்தது. இருந்தாலும் குடும்பத்தின் நிதி நிலை மங்களத்துக்கு ஜீவனாம்சம் கிடைத்தால் நல்லது தானே என்று அவளை எண்ண வைத்தது.

சந்திரசேகரனின் மனம் மாறி மாறிச் சிந்தித்துக் கொண்டே இருந்தது. கடற்கரைக்கு வந்து அமர்ந்து சிந்தித்தாலும் பிரச்சினைக்கு அவனால் கரை காண முடியவில்லை.

இதற்கிடையில் சொந்தவீடு கட்ட வேண்டும் என்ற ஆசை சந்திரசேகரனுக்கும் ராஜேஸ்வரிக்கும் ஏற்பட்டது. நடுத்தரக் குடும்பங்களின் நியாயமான ஆசை தானே அது. சில ஆண்டுகளுக்கு முன்பே புறநகர் பகுதியாக இருந்த வளசரவாக்கத்தில் 1800 சதுர அடிகள் கொண்ட மனையை இரண்டு பேரும் கூட்டாக வாங்கி இருந்தார்கள். வீடு கட்டும் திட்டத்தை மட்டும் தள்ளிப் போட்டுக் கொண்டே வந்தார்கள். மனை காலியாக இருந்தால் அதற்கு ஆபத்து வரும் என்று சந்திரசேகரனை அவனுடைய நண்பர்கள் எச்சரித்தார்கள். எனவே ‘கனவு இல்லம்’ காண இருவர் மனமும் விழைந்தது.

ஆயுள் காப்பீட்டுக் கழகத்தின் வீட்டு வசதித் திட்டத்தில் கடன் வாங்கினார்கள். வீடு கட்டுவதற்குரிய செங்கல், சிமிண்ட், மணல், இரும்பு முதலிய அனைத்தையும் தாங்களே வாங்கித் தருவது என்றும், வீடு கட்டும் உழைப்புக்கு மட்டுமே ஒப்பந்தம் என்று ஏற்பாடும் செய்து கொண்டார்கள். ஆனால் நடைமுறை அனுபவம் வேறு மாதிரியாக இருந்தது. ''கல்யாணம் பண்ணிப் பார்; வீட்டைக் கட்டிப்பார்'' என்ற பழமொழியின் முழுப் பொருளும் அவர்களுக்கு விளங்கியது. இவர்களின் நிதி வரையறையை எல்லாமே மீறின.

இந்த நிலையை எப்படிச் சமாளிப்பது என்ற கேள்வி அவர்களை அழுத்திப் பிடித்த போது ராஜேஸ்வரியிடமிருந்து ஒரு யோசனை வந்தது. ''ஏங்க, திருவாரூர் வீட்டை வித்திட்டா என்ன? நாமோ மங்களமோ இனிமே இங்கே இருக்கப் போறதில்லியே''

ராஜேஸ்வரியின் யோசனை சந்திரசேகரனை 'கப்பென்று' கவ்வியது. மனைவி நமக்குச் சரியான மந்திரி தான் என்று நினைத்துக் கொண்டான். திருவாரூர் வீட்டை சந்திரசேகரன் வாடகைக்கு விடவில்லை. சென்னை போல் அல்ல திருவாரூர். வீட்டின் பின்னால் இருக்கும் கிணறும், தோட்டமும் பொது என்பதால் வாடகைக்கு விடுவது உசிதமாக இல்லை. மங்களம் தனிக்குடித்தனம் வந்தால் வீடு தேவைப்படும் என்றும் நினைத்தார்கள்.

கடைசியில் தனிக் குடித்தனக் கனவு பலிக்காமலே போய் விட்டது. இவர்கள் வீட்டிலும் அத்தை குடும்பத்தினர் புழங்கிக் கொண்டனர். நாளடைவில் அத்தையே இவர்கள் வீட்டையும் வாங்கிக் கொள்ள விருப்பம் தெரிவித்தாள். இந்தச் சூழ்நிலை யில் இந்த ஆலோசனையை நடைமுறைப்படுத்தலாம் என்று சந்திரசேகரன் முடிவு செய்தார். ஆனால் கிணறு வெட்ட பூதம் புறப்பட்டதை அவர் எதிர்பார்க்கவில்லை.

சில நாட்களுக்கு முன்பு ஒரு திருமணத்திற்காக திருவாரூர் போன சந்திரசேகரன் அத்தையிடம் இது பற்றிப் பேசினார்.

''இந்தா பாரு சந்துரு. இந்த வீட்டுக்கு ஒண்ணும் பெரிய மதிப்பில்லை. பழைய வீடு. நெலத்துக்குத் தான் மதிப்பு. நான் விசாரிச்சேன்; நீ வேணுமானாலும் விசாரிச்சிக்கோ. ரெண்டு, ரெண்டரை லட்சம் போகும்ண்ணு சொல்றாங்க. நான் வேற இந்த வீட்டை ரொம்ப காலமா அனுபவிச்சிக்கிட்டு இருக்கேன். எல்லாத்தையும் கணக்குப் போட்டுப் பாத்து, மூணு லட்சத்துக்கு எடுத்துக்கிறேன். ஒனக்கு ஒண்ணரை லட்சம்; மங்களத்துக்கு ஒண்ணரை லட்சம். ஒன் பணத்தைக் கையிலே கொடுத் திடுறேன். மங்களம் பணத்தை எதாவது பாங்கிலே டெபாசிட் பண்ணிடலாம். அவளுக்கு காலம் பூரா வட்டி கிடைக்கட்டும். அவ காலத்துக்குப் பிறகு அந்தப் பணத்தை நீ எடுத்துக்க; என்ன சொல்றே'' என்று அத்தை கூறினாள்.

அத்தை கூறியது சரி என்று பட்டது சந்திரசேகரனுக்கு. ஆனால் ராஜேஸ்வரிக்கு அப்படிப் படவில்லை. அதனால் தான் அவர் கடற்கரையை நாடி காற்று வாங்காமல், கவலையின் கண பரிமாணங்களை ஆய்வு செய்து கொண்டு இருந்தார்.

''இது என்னங்க கூத்து! இது என்ன நியாயம். நம்ப தான் மங்களத்தைப் பாத்துக்கிறோம். இதுவரை பாத்தோம்; இனிமேலும் பாப்போம். அப்புறம் எதுக்கு பாங்கிலே தனியா டெபாசிட். வட்டி எல்லாம் எதுக்குப் பிரிக்கணும். நமக்குப் பண முடை இருக்கு. வீடு கட்ட வேணும். திருவாரூர் வீட்டை வித்து மூணு லட்சத்தையும் நாமே எடுத்துக் கொண்டு கடனை அடைப்போம். நீங்களே சொல்லுங்க, மங்களத்துக்கு என்ன கொற வச்சோம். அவ கேட்காமலே நீங்க கைச் செலவுக்குக் காசு கொடுத்துக்கிட்டு தானே இருக்கீங்க.''

''நீ சொல்றது சரிதான், அத்தை சட்டப்படி செய்யணும்ன்னு நெனைக்கிறாங்களோ என்னவோ?''

''என்னங்க சட்டம்? எனக்கு ஒண்ணும் தெரியாதுன்னு நெனைக்கிறீங்களா? என்னோட வேல பாக்கிற சண்முகப் பிரியாவோட புருஷன் வக்கீல் தான். ஒரு தடவை நாங்க பேசிகிட்டு இருக்கிறப்ப சொன்னார், பரம்பரை சொத்திலே பெண்ணுக்கும் சம உரிமைங்கிற சட்டம் தமிழ்நாட்டிலே 1989-ஆம் ஆண்டு தான் வந்துச்சாம். திருவாரூர் வீடு பரம்பரைச்

சொத்து. ஒங்க அப்பா சொத்து இல்லே. மங்களத்துக்கு கல்யாணம் சட்டம் வர்றதுக்கு பல வருஷத்திற்கு முன்பே ஆயிடுச்சி. அதனால ஒங்க அத்தை நெனைக்கிறது மாதிரி சம பாகம் கெடையாது.''

''அப்ப மங்களத்துக்கு எதுவும் கெடையாதுன்னு சொல்றியா?''

''அப்படி இல்லீங்க. சொத்து பரம்பரைச் சொத்து. நீங்க தான் ஒங்க அப்பாவுக்கு ஒரே ஆண் வாரிசு. அதனாலேயே சொத்திலே ஒங்களுக்கு அரை பாகம்; ஒங்க அப்பாவுக்கு அரை பாகம். ஒங்க அப்பாவுக்கு வர்ற அரை பாகத்திலும் ஒங்களுக்குப் பாதி; மங்களத்துக்குப் பாதி. அதாவது முழுச் சொத்திலே மங்களத்துக்கு கால் பாகம்; ஒங்களுக்கு முக்கால் பாகம்.''

''இந்தச் சட்டம் எல்லாம் மங்களத்துக்கிட்டே பேசுறது நல்லா இருக்குமா? இல்லே அத்தை கிட்டே பேசுறது நல்லா இருக்குமா''

''நீங்க பேசாட்டி விடுங்க. நான் பேசிக்கிறேன். பணத்தை நாம எடுத்துக்குவோம். கடனை அடைப்போம். அது மங்களத்துக்கும் சொந்த வீடு மாதிரி தானே? எதுக்குப் பிரிச்சிப் பார்க்கணும்?'' அதற்குப் பிறகு சந்திரசேகரன் பேசவில்லை.

திக்குத் தெரியாமல் தான் கடற்கரையைக் கட்டிக் கொண்டு அழுதார். சொத்துப் பிரச்சினை உறவில் விரிசலை, மனத் தாங்கலை ஏற்படுத்தி விடுமா?

''வீட்டை வித்து எல்லாப் பணத்தையும் தானே எடுத்துக் கொண்டால், அண்ணன் காட்டிய பாசம் எல்லாம் காசுக்குத்தான் என்று மங்களம் நினைக்க மாட்டாளா? அண்ணன் தங்கை உறவின் ஆத்மார்த்தம் அஸ்தமனம் ஆகி விடாதா? அதன் பின் மங்களத்திற்கும் தனக்கும் இருக்கும் உறவு சம்பிரதாய ரீதியானதாக ஆகிவிடாதா? அவளுக்கு வரும் கால் பாகமோ

அரைபாகமோ அது அவளுக்குப் போகட்டுமே. ராஜேஸ்வரிக்குப் புத்தி ஏன் இப்படி போகிறது? மங்களத்தின் பங்கு வரா விட்டால் குடி ஒன்றும் முழுகி விடாது. கடனை அடைப்பது தள்ளிப் போகப் போகிறது; அவ்வளவு தானே? என்ன செய்யலாம்? எப்படிச் சமாளிக்கலாம்.''

சந்திரசேகரனின் எண்ண அலைகளுக்கு ஓய்வு கிடைக்க வில்லை. இன்னொரு முறை கடற்கரைக்கு வர வேண்டும் என்பது தான் சந்திரசேகரனால் எடுக்க முடிந்த ஒரே முடிவு!

16

மங்களத்திற்கு பட்டு டீச்சரின் நட்பு கிடைத்தது தற்செயலாகத் தான். மங்களம் வீட்டிலிருந்து ஒரு ஏழு அல்லது எட்டு நிமிடம் நடந்தால் முத்துமாரி அம்மன் கோயில் வரும். அதன் அருகே காய்கறி அங்காடி. ஞாயிற்றுக்கிழமைகளில் மங்களம் தவறாமல் முத்து மாரியம்மனுக்கு ஒரு கும்பிடு போட்டு விட்டு அங்காடிக்குப் போய் காய்கறி வாங்கி வருவாள். தேவைப்பட்டால் இடையிலும் போய் வருவாள். பல ஆண்டுகளாக அங்காடிக்குப் போய் வருவதால் மங்களத்திற்கு அவளைப் போல் காய்கறி வாங்க வரும் சில பெண்கள் அறிமுகமானார்கள். ஆனால் மங்களம் யாரிடமும் பழகுவ தில்லை. பழகினால் குடும்பம் பற்றிப் பேச்சுவரும். ஏன் கணவனுடன் வாழவில்லை என்று நோண்ட ஆரம்பிப் பார்கள். அவர்களைச் சமாளிக்க முடியாமல் போகலாம். எல்லாரும் நாகரீகமாக இருப்பார்கள் என்று சொல்ல முடியுமா. அதனால் நெருங்கிப் பழகுவதை மங்களம் தவிர்த்தாள். பெரும்பாலும் புன்னகையை மட்டுமே பழக்கத்தின் எல்லை யாக வைத்துக் கொண்டாள். எல்லையை மீறாமல் பக்குவமாக நடந்து கொள்வாள். யாரிடமாவது பேச்சுக் கொடுத்து மாட்டிக் கொள்ளக் கூடாது என்பதில் கவனமாக இருந்தாள். எதிர்பாராமல் யாராவது பேசிக் கொண்டே கூட வந்தால் எப்படியாவது சமாளித்துத் தனியே போவதற்கு வழி கண்டு விடுவாள். என்றாலும் ஒரு சிலருக்கு அரசல் புரசலாக தன் வாழ்க்கை

நிலை தெரிந்திருக்கலாம் என்று சந்தேகப்பட்டாள். அதன் காரணமாக தான் ஏதோ சோகமாக இருப்பது போலத் தோற்றமளிக்கக் கூடாது என்பதை உணர்ந்திருந்தாள். அதற்கு ஏற்ப தன் நடை உடைகளை வைத்துக் கொண்டிருந்தாள். அழுக்கான ஆடையுடனும் அங்காடிக்குச் செல்ல மாட்டாள். அதே சமயம் காய்கறிக் கடைக்குப் போக வேண்டும் என்றாலும் 'நீட்டாக'ச் செல்ல வேண்டும் என்று சில பெண்மணிகள் நினைத்து நடப்பது போல நடக்க மாட்டாள்.

மங்களத்திற்கு வேண்டியவர்கள், நெருங்கியவர்கள் என்று யாரும் கிடைக்கவில்லை. இப்படி மற்றவர்களின் நட்பைத் தவிர்த்து வாழ்ந்த, ஒதுங்கி ஒதுங்கிப் போன மங்களத்தின் வாழ்க்கையில் தவிர்க்க முடியாமல் ஒட்டிக் கொண்டார் பட்டு டீச்சர். நட்பு இப்படித்தான் ஏற்பட வேண்டும் என்று இலக்கணம் எதுவும் இல்லையல்லவா?

அங்காடிக்குப் போகும் போது பல தடவை அவள் பட்டு டீச்சரைப் பார்த்திருக்கிறாள். ஆனால் பேசியதில்லை. பட்டு டீச்சர் கூட அவளைப் பார்த்திருக்கலாம். பட்டு டீச்சருக்கு அந்தப் பகுதியில் நல்ல மதிப்பு உண்டு. கோபப்படாத குணம். ஆசிரியர் தொழிலில் ஒரு அர்ப்பணிப்பு. எதையும் உடன் மறையாகப் பார்க்கும் அணுகுமுறை. யாரும் மதிக்கும் தோற்றம். பளிச்சென்று இருக்கும் முகம். தெளிவான கண்கள். நிதானமான பேச்சு. எதையும் புரிந்து கொள்ளும் ஆற்றல்; இவை எல்லாம் பட்டு டீச்சருக்குப் புகழை அள்ளித் தந்தன.

காய்கறிக் கடையில் கூட்டம் அதிகம் இல்லை. மங்களம் போகும் போது, பட்டு டீச்சர் காய்கறிகளைப் பார்த்து, முத்தலாக இருப்பவைகளைத் தள்ளிவிட்டு, தேர்ந்தெடுத்து வாங்கிக் கொண்டிருந்தார். பட்டு டீச்சர் பக்கத்துத் தெருவில் இருக்கும் பரஞ்சோதி பதின் நிலைப் பள்ளியில் ஒரு ஆசிரியை. அது மகளிர் பள்ளி. சந்திரசேகரனின் மகள் அங்குதான் படித்தாள். இப்போது கல்லூரிக்குப் போய் விட்டாள். அதனால் பட்டு டீச்சரைப் பற்றியும் மங்களம் கேள்விப் பட்டிருக்கிறாள்.

காய்கறிக் கடைக்காரன் பட்டு டீச்சர் வாங்கிய காய்கறி களின் மொத்த ரூபாய் எவ்வளவு என்று கணக்கிட்டுக் கொண்டிருந்தான். கையளவு கிழித்து வைக்கப்பட்ட தாள்கள் அடுக்கி ஒரு கிளிப்பில் வைக்கப்பட்டிருந்தன. அதில் ஒரு சீட்டைக் கிழித்து அவரைக்காய் கால் கிலோ, வெங்காயம் அரை கிலோ, உருளைக் கிழங்கு அரை கிலோ என்று ரூபாயையும் வாய் விட்டுச் சொல்லி கூட்டினான். கூட்டி முடித்து விட்டு 102 ரூபாய் கேட்டான். பட்டு டீச்சர் தனக்குள் ஒரு மனக் கணக்கு போட்டு, ''102 ரூபாய் வராதே, நல்லா கூட்டிப் பார்; 96 ரூபாய் தான் வரும்'' என்றார். பட்டு டீச்சர் கணக்குப் போடும் போதே அருகே இருந்து கவனித்துக் கொண்டிருந்த மங்களம், தானும் கணக்குப் போட்டுப் பார்த்தாள். அவளுக்கு மொத்தம் 92 ரூபாய் தான் வந்தது. கடைக்காரனின் கணக்கும் தவறு, பட்டு டீச்சர் கணக்கும் தவறு என்று கண்டு கொண்ட மங்களம் ''தப்பா நெனச் சிக்காதீங்க, மொத்தம் 92 ரூபாய் தான் வரும்'' என்றாள். கடைக்காரன் திரும்பவும் கூட்டிப் பார்த்தான். மங்களம் சொல்வது சரி என்று ஒப்புக் கொண்டான். பட்டு டீச்சரின் பார்வை மங்களத்தை நோக்கியது. பட்டு டீச்சரின் முகத்தில் சுகம் நிறைந்த புன்னகை. தன்னை நோக்கி இப்படி ஒரு கனிவான பார்வை தழுவுவதை திருமணத்திற்குப் பின் இப்போது தான் மங்களம் அனுபவித்தாள்.

''உங்கள் மூளையில் கால்குலேட்டர் இருக்கு'' அதே புன்னகை மாறாமல் சொற்கள் வெளிவந்தன.

''அப்படி எல்லாம் ஒண்ணுமில்லை டீச்சர்''

''ஓ, நான் டீச்சர்ங்கிறது தெரியுமா?''

மங்களம் தலை அசைத்தாள். எங்கே பட்டு டீச்சர் தன் குடும்பம் பற்றி விசாரிக்கத் தொடங்கி விடுவாரோ என்ற அச்சம் மங்களத்திற்கு ஏற்பட்டது. அதனால் தான் வாங்க வேண்டிய காய்கறிகளில் கவனம் செலுத்த ஆரம்பித்தாள். அதிகம் பேசாத அடக்கமான பெண்மணி போலிருக்கிறது என்று பட்டு டீச்சர் நினைத்துக் கொண்டார். இப்படி வாயாலேயே சரியாகக் கணக்குப் போடும் பெண்மணியைப்

பற்றித் தெரிந்து கொள்ளும் ஆவலும் பட்டு டீச்சருக்கு ஏற்பட்டது.

மங்களம் காய்கறிகளை வாங்கிக் கொண்டு அங்காடியின் வாசலுக்கு வந்தாள். வாசலில் பட்டு டீச்சர்! மங்களத்திற்கு என்ன செய்வது என்று தெரியவில்லை. பட்டு டீச்சர் விட மாட்டார்கள் போலிருக்கிறதே என்று நினைத்துக் கொண்டாள். மெல்லிய புன்னகை மென்மையான இதழ்களில் மெதுவாகத் தவழ்ந்தது.

''வாங்க போகலாம், உங்க வீடு எங்கே'' பட்டு டீச்சரின் விசாரிப்பை மங்களத்தால் நிராகரிக்க முடியவில்லை.

இரண்டு பேரும் நடக்க ஆரம்பித்தார்கள். மங்களத்திற்கு இது புதிய அனுபவம். சந்திரசேகரனின் பெண் பட்டு டீச்சரிடம் படித்திருந்ததால் பட்டு டீச்சருக்கு சந்திரசேகரனைத் தெரிந்து இருந்தது. இரண்டு பேரும் சேர்ந்து கொஞ்ச தூரம் நடந்தார்கள். அதன் பிறகு இரண்டு பேரும் தத்தம் தெருவில் செல்வதற் காகப் பிரிந்தார்கள். பட்டு டீச்சர் அனுபவசாலி. மங்களத்தை ரொம்பவும் நோண்டி கேள்விகள் கேட்கவில்லை. சில கேள்விகள் கேட்டு மங்களத்தின் தர்ம சங்கடங்களைப் புரிந்து கொண்டார். மேலும் சில சந்திப்புகள் நடக்க வேண்டும். அப்போதுதான் நெருக்கம் ஏற்படும், நம்பிக்கை ஏற்படும் என்பதை பட்டு டீச்சர் உணர்ந்திருந்தார்.

மங்களமும் பட்டு டீச்சரும் ஞாயிற்றுக்கிழமைகளில் அங்காடியில் சந்தித்துக் கொண்டார்கள். மங்களத்திற்கு பட்டு டீச்சரைப் பார்க்க வேண்டும் என்ற ஆசை ஞாயிற்றுக் கிழமைகளில் ஏற்பட்டது. அதனால் அங்காடிக்குச் செல்லும் நேரத்தை அவள் மாற்றிக் கொள்ளவில்லை. பட்டு டீச்சரிடம் பேசுவது அவளுக்குப் புதிய அனுபவமாகவும், மனத்துக்கு இதமாகவும் இருந்தது. இருந்தாலும் தன் குடும்ப விஷயத்தைப் பேச மங்களத்திற்குத் தயக்கமாக இருந்தது. பட்டு டீச்சருக்கு மங்களத்தின் மன நிலை புரிந்தது. ''முதலில் நாம் நம்மைப் பற்றிப் பேச வேண்டும், அப்போது தான் மங்களத்திற்கு நம் மீது நம்பிக்கை ஏற்படும். அப்போது தான் மங்களம் மனம் திறப்பாள்.''

பட்டு டீச்சர் தன்னைப் பற்றிப் பேசத் தலைப்பட்டார்.

பட்டு டீச்சர் பெற்றோருக்கு மூன்றாவது பெண். வேறு ஆண் குழந்தைகள் பெற்றோருக்குப் பிறக்கவில்லை. பத்தாம் வகுப்பு வரை பட்டுவைப் படிக்க வைத்தார்கள். பத்தாம் வகுப்பில் தேறியவுடனேயே பட்டுவை ஆசிரியர் பயிற்சிக்கு அனுப்பி வைத்தனர் பெற்றோர். முதலில் பிறந்த இரண்டு பெண்களும் பத்தாவது படித்திருந்தாலும், வேலை பார்க்கும் எண்ணம் அவர்களுக்கும் இல்லை. பெற்றோர்களுக்கும் இல்லை. பட்டு பத்தாவது முடித்த போது, ''காலம் மாறி விட்டது. பெண்கள் எல்லாம் வேலை பார்க்கிறார்கள், சம்பாதிக்கிறார்கள், நம் குடும்பத்திலும் பெண் படிக்கட்டுமே, சம்பாதிக்கட்டுமே'' என்று பெற்றோர்கள் நினைத்தார்கள். உள்ளூரிலேயே ஆசிரியர் பயிற்சி முடித்த பட்டுவுக்கு ஒரு தனியார் பள்ளியில் வேலை கிடைத்தது. பெற்றோர்கள் நல்ல வரன் தேடினார்கள். தஞ்சாவூர் மாவட்ட ஆட்சியர் அலுவல கத்தில் எழுத்தராக இருக்கும் ராமநாதனைத் தேடிப் பிடித் தார்கள். மாவட்ட ஆட்சியர் அலுவலகத்தில் வேலை என்பதால் ராமநாதனுக்கு சம்பளத்தை விட கிம்பளம் அதிகம். ராமநாதன் சம்பாதிப்பதில் சுய மரியாதை எல்லாம் பார்க்க மாட்டான். பிழைக்கத் தெரிந்தவனாக இருக்க வேண்டும் என்பது அவனுடைய வாழ்க்கைத் தத்துவம். 'காசே தான் கடவுளடா' என்பது அவனுடைய தாரக மந்திரம். சம்பாதிக்கும் மனைவி தனக்குக் கிடைக்கிறாள் என்பதில் அவனுக்கு ரொம்ப திருப்தி. தான் மாவட்ட ஆட்சியர் அலுவலகத்தில் வேலை பார்ப்பதால் எப்படியாவது மனைவிக்கு தஞ்சாவூரிலேயே வேலை வாங்கி விடலாம் என்ற நம்பிக்கையும் ராமநாதனுக்கு இருந்தது. நாகப்பட்டினத்தில் தான் பார்த்து வந்த வேலையை பட்டு விட்டு விட்டு தஞ்சாவூரில் உள்ள ஒரு தனியார் பள்ளியில் ராமநாதன் முயற்சியால் வேலைக்குச் சேர்ந்தாள்.

ராமநாதன் ஒரு சந்தேகப் பிராணி. பட்டு வேலை பார்த்த பள்ளியில் ஆண், பெண் இருபாலரும் ஆசிரியர்களாக இருந் தனர். அந்தப் பள்ளியில் வேலை பார்த்த சங்கரன் நாகப்பட்டினம் காரன். பட்டு அதே ஊர் என்பதால் சாதாரணமாகப் பேசிக் கொண்டிருப்பான். ஒரு நாள் அலுவலகத்தி லிருந்து சீக்கிரம்

புறப்பட்ட ராமநாதன், பள்ளி முடியும் நேரம் என்பதால், பள்ளிக்கு வந்து பட்டுவை அழைத்துக் கொண்டு வீட்டிற்குப் போகலாம் என்று மோட்டார் சைக்கிளில் பள்ளிக்குள் வந்தான். பட்டுவும் சங்கரனும் ஒரு மரத்தடியில் நின்று பேசிக் கொண்டிருப்பதைக் கண்டான். சந்தேகப் பேய் அவனைப் பிடித்தது. எதுவும் பேசாமல் பட்டுவை அழைத்துக் கொண்டு மோட்டார் சைக்கிளில் திரும்பியவன் வீட்டிற்குள் போனதும் உடையைக் கூட மாற்றாமல் பட்டுவைக் குடைய ஆரம்பித்தான். "இரண்டு பேரும் என்ன பேசினீர்கள், முதலில் பேசியது யார், எவ்வளவு நேரம் பேசிக் கொண்டிருந்தீர்கள், தினமும் பேசுவீர்களா? அவனுக்குத் திருமணம் ஆகிவிட்டதா, அவன் ஜாதி என்ன, அவனுடன் மற்ற ஆசிரியைகள் பேசுவார்களா? நீ வேறு ஆண் ஆசிரியர்களிடம் பேசி இருக்கிறாயா? சிரித்துக் கொண்டு பேசுவாயா? சிரிக்காமல் பேசுவாயா? அவன் ஏதாவது ஜோக் சொல்வானா? காப்பி, டீ, வடை, போண்டா வாங்கிக் கொடுத்திருக்கானா'' இப்படி அடுக்கடுக்கான கேள்விகளால் வாட்டி எடுத்தான். பட்டுவின் மனம் உடைந்து போனது. இவ்வளவு வக்கிர புத்தியா கணவனுக்கு? எடுத்த எடுப்பிலேயே இவ்வளவு தாக்குதலா? என்ன மனுஷன் இவன்? பட்டுவால் தன்னைத் தேற்றிக் கொள்ள முடியவில்லை. இரவு உணவை அவள் தவிர்த்த போது கூட, ராமநாதன் ''ஏன் சாப்பிட வில்லை'' என்று ஒரு வார்த்தை கேட்கவில்லை. ராமநாதனுக்கு ஏற்கனவே பட்டுவின் மீது கோபம். "எல்லா டீச்சர்களும், வீட்டில் டியுஷன் எடுத்து சம்பாதிக்கிறாங்களே, நீ அப்படிச் செய்தால் என்ன?'' என்று அடிக்கடி இம்சைப் படுத்த ஆரம்பித்தான். ''நான் என்னங்க செய்றது. நான் ஊருக்குப் புதுசு. பள்ளிக்குப் புதுசு, டியூஷன் கெடைக்க நாளாகலாம்.'' பட்டுவின் இந்த விளக்கம் அவனுக்குப் போதுமானதாக இல்லை. ''மாணவர்களிடம் நைசாகப் பேசி டியூஷனுக்கு ஆள் புடிக்க ஒனக்குத் தெரியலே'' என்றான். ''அதெல்லாம் கவுரவமாக இருக்காது'' என்றாள் பட்டு. ''இதில் என்ன கவுரவம் பாக்கிறாய், காசு வந்தால் கவுரவம் வரும்'' என்றான் ராமநாதன்.

அன்று ஞாயிற்றுக்கிழமை. பட்டு வீட்டில் இருந்தாள். ராமநாதன் வெளியே போயிருந்தான். எதிர்பாராமல் சங்கரன்

பட்டுவின் வீட்டிற்கு வந்தான். தனக்குத் தெரிந்தவர்கள் வீடு பக்கத்தில் இருப்பதாகவும், இவ்வளவு தூரம் வந்தோம், உங்களையும் ஒரு எட்டு எட்டிப் பார்க்கலாமே என்று வந்தேன் என்றான். போன கணவன் திடீரென்று வந்தால் என்ன செய்வது என்பது பட்டுவிற்குப் பெரும் பிரச்சினையாகி விட்டது. சங்கரனைச் சீக்கிரம் அனுப்பிவிட வேண்டும் என்று உள்ளம் துடித்தது. இருந்தாலும் வந்த விருந்தாளிக்கு, தாகத்திற்கு எதாவது கொடுக்க வேண்டாமா? அவசர அவசரமாக காப்பி போட்டுக் கொடுத்தாள். சங்கரன் மெதுவாக காப்பியைக் குடித்துக் கொண்டிருக்கும் போதே ராமநாதன் வந்து சேர்ந்தான்.

சங்கரனையும், பட்டுவையும் மாறி மாறி முறைத்துப் பார்த்தான். கையிலிருந்த பையை வேகமாக நாற்காலியின் மீது வீசினான். ''வீட்டைத் தெறந்து வைச்சா, கண்ட நாயும் உள்ளே வருது'' என்று உயர்த்திய குரலில் பொதுப்படையாகத் திட்டினான். சங்கரனுக்குப் புரிந்து விட்டது. காப்பி டம்ளரை மேஜையில் வைத்தான். ''சார் கோபமாய் இருக்கார், வர்றேன்'' என்று சொல்லிக் கொண்டே வெளியேறினான்.

''அவன் எப்படி வந்தான்? எவ்வளவு நேரமா அவுத்துப் போட்டு ஆடிக்கிட்டு இருந்தே. களச்சிப் போயிட்டான்னு காப்பி கொடுத்தியா?''

''ஏங்க இப்படி நாக்கிலே நரம்பு இல்லாம பேசுறீங்க'' என்று பட்டு கூறி முடிப்பதற்குள், அவள் முடியைப் பிடித்தான் ராமநாதன். அவளைக் குனிய வைத்து முதுகில் குத்தினான். பின்னர் நிமிர வைத்து வயிற்றில் குத்த முற்பட்ட போது ''வயத்திலே ஒங்க புள்ளங்க'' என்று அலறினாள் பட்டு. இரண்டு மாதமாக முழுகாமல் இருந்தாள்.

''அதுக்கு அப்பன் நானா? அவனா?'' என்று கேட்ட ராமநாதன் என்ன நினைத்தானோ வயிற்றில் குத்தவில்லை. முடியை மட்டும் பிடித்து இழுத்து அருகே இருக்கும் சோபாவில் பட்டுவைத் தள்ளினான்.

"இனி நீ வேலைக்குப் போக வேண்டாம். உன் அப்பா அம்மாவை நாளக்கே வரச் சொல்றேன். அவங்க கூட பொறப்பட்டுப் போ''

கோபமாகப் பேசிய ராமநாதன் சிறிது நேரத்தில் புறப் பட்டுப் போனான். வெளியே சாப்பிட்டுவிட்டு இரவு வீடு திரும்பினான். எதுவும் பேசவில்லை. வீட்டில் சாப்பிட வில்லை. வயிற்றில் வளரும் குழந்தையை நினைத்து ஒரு குவளை பால் குடித்து விட்டு படுத்த பட்டுவிற்குத் தூக்கம் தொலைந்து போனது. துக்கம் குடி புகுந்தது.

மறுநாள் காலை சீக்கிரமே எழுந்த ராமநாதன் கடகட வென்று குளித்து விட்டு, பட்டுவை உள்ளே வைத்துவிட்டு, வீட்டின் வெளிக்கதவைப் பூட்டி சாவியைக் கையில் எடுத்துக் கொண்டு புறப்பட்டான்.

பதினோரு மணி இருக்கும்.

பட்டுவின் பெற்றோர்கள் ஊரிலிருந்து வந்தார்கள். வீட்டின் வெளியே பூட்டு தொங்கிக் கொண்டிருக்க உள்ளே மகளைச் சிறை வைத்திருந்த காட்சியைக் கண்டு அழுது புலம் பினார்கள். பட்டுவின் தந்தை புறப்பட்டுப் போனார். சிறிது நேரத்தில் ராமநாதனுடன் வந்தார். பூட்டைத் திறந்தான் ராமநாதன். உள்ளே வந்த பட்டுவின் தந்தை "எதுவும் பேச வேண்டாம். ஒன் துணிமணியை எல்லாம் எடுத்து பெட்டியில் வைத்துக் கொண்டு பொறப்படு'' என்றார். பேச எத்தனித்த பட்டுவை பேச வேண்டாம் என்று சொல்லிவிட்டு மகளுக்குப் புறப்பட உதவி செய்ய ஆரம்பித்து விட்டார். பத்துப் பதினைந்து நிமிடங்களில் புறப்பட்டார்கள். "வர்றேன் மாப்பிள்ளை'' என்றார் பட்டுவின் தந்தை. தாய்க்கு அழ மட்டுமே முடிந்தது. மின்னல் வேகத்தில் நடக்கும் நிகழ்வுகள் பட்டுவைத் திகைக்க வைத்தன. "எல்லாவற்றையும் பின்னர் கேட்டுத் தெரிந்து கொள்வோம்'' என்று பட்டு புறப்பட்டாள். பட்டுவின் முகத்தைப் பார்க்க விரும்பாத ராமநாதன் முகத்தைத் திருப்பிக் கொண்டான். "ஏங்க, ஏங்க'' என்ற பட்டுவின் வார்த்தைகள் சக்தி இழந்தன. தந்தை கண்களால் வா என்று அழைத்தார்.

ராமநாதனின் அலுவலகத்திற்குப் போய் அவனுடன் பேசி விட்டுத்தான், தன்னை அழைத்துப் போகிறார் தந்தை என்பதைப் புரிந்து கொண்டாள் பட்டு. இரவே எப்படியோ பெற்றோர்களிடம் தொடர்பு கொண்டு அவர்களை ராமநாதன் அழைத்திருக்கிறான் என்பதையும் புரிந்து கொண்டாள்.

பட்டு தாய் வீட்டிற்கு வந்த பின் ராமநாதன் தொடர்பைத் துண்டித்துக் கொண்டான். பட்டு கடிதம் எழுதினாள். பதில் இல்லை. அலுவலகத் தொலைபேசியில் தொடர்பு கொண்டாள். அவன் பேசவில்லை. அதைவிடப் பேரதிர்ச்சி, பட்டு பிரசவத்தை முன்னிட்டு தன் வேலையை ராஜினமா செய்வதாக, அவள் கையெழுத்தைப் போட்டு கடிதம் அனுப்பி, வேலைக்கு அவன் உலை வைத்ததுதான். உறவினர்கள் முயன்றும் ராமநாதன் மனம் மாறவில்லை. ''அவள் நடத்தை கெட்டவள்'' இதைத்தான் அவன் 'ஜபம்' பண்ணினான். ''ராமநாதன் ஏன் இவ்வளவு கடுமையாக இருக்க வேண்டும்? உண்மையைக் கண்டறிய முயலக் கூடாதா? பட்டுவின் விளக்கத்தைக் கேட்கக் கூடாதா?'' இந்தக் கேள்விகள் எல்லார் மனத்திலும் எழுந்தன. கேள்விக்குப் பதில் அப்போது யாருக்கும் கிடைக்கவில்லை. பின்னால் பதில் கிடைத்தது.

பட்டுவுக்குப் பெண் குழந்தை பிறந்தது. ராமநாதனுக்கு கடிதம் போனது; தந்தி போனது. அவன் எதற்கும் அசைய வில்லை. கீழ்வேளூரில் இருக்கும் ராமநாதனின் தங்கை கோமதி வந்து பட்டுவையும் குழந்தையையும் பார்த்தாள். அண்ணனைத் தொலைபேசியில் அழைத்து ''உன் பெண் உன் ஜாடையில் இருக்கிறாள்'' என்றாள். அப்போதும் ராமநாதன் தன் இதயம் இரும்பால் ஆனது என்பதையே வெளிப் படுத்தினான். குழந்தைக்குப் பெயர் வைத்த போதும், குழந்தையைப் பார்க்க அவன் வரவில்லை. இதற்கு மேலும் என்ன செய்வது என்று கலங்கி நின்றது பட்டுவின் குடும்பம். பழைய படி வேலைக்குப் போகலாமா என்ற எண்ணம் பட்டுவுக்குத் தோன்றியது. ''குழந்தை சற்று வளரட்டும்'' என்று பெற்றோர்கள் பட்டுவை அமைதிப்படுத்தினார்கள்.

இரண்டு ஆண்டு ஓடியதே தெரியவில்லை. ராமநாதன் இரண்டு ஆண்டு எப்போது கழியும் என்று காத்திருந்தான்

போலும். ராமநாதன் வழக்கறிஞர் அறிவிப்பு ஒன்றை மண முறிவு கேட்டு அனுப்பினான். பட்டு நடத்தை கெட்டவள் என்றும், எந்த நியாயமான முகாந்திரமும் இல்லாமல் இரண்டு ஆண்டுகளுக்கு மேல் பிரிந்து போய் இருப்பதாகவும் அறிவிப்பில் குற்றம் சாட்டினான். கொதித்தெழுந்தாள் பட்டு. ''நான் தூய்மையானவள் என்பதை நீதிமன்றத்தின் படிக் கட்டுகளில் ஏறி நிரூபிக்கப் போவதில்லை. இவனுடன் வாழ்வதை விட வாழாமலே இருக்கலாம். இவனுக்கு விவாகரத்து வேண்டுமானால் வாங்கிக் கொள்ளட்டும். இந்தக் குழந்தை அவன் குழந்தை. அதன் உரிமைக்காகப் போராடுவேன்'' என்று உறுதியாகச் சொன்னாள். பட்டுவின் கலங்காத நெஞ்சம் பெற்றோர்களுக்குக் கொஞ்சம் ஆறுதல் தந்தது. கீழ் வேளூரில் இருக்கும் ராமநாதனின் தங்கை கோமதி நாகப்பட்டினம் வந்தாள். தன் தம்பிக்கு மாவட்ட ஆட்சியர் அலுவலகத்தில் வேலை பார்க்கும் ஒரு இளம் விதவையுடன் தொடர்பு ஏற்பட்டு விட்டது என்றும், அதனால் தான் பட்டு தேவையில்லை என்று நினைக்கிறான் என்பதையும் சொன்னாள்.

''அந்த நாயைப் பற்றி எதுவும் எனக்குத் தெரிய வேண்டிய தில்லை. அவனுக்கு வைப்பாட்டி இல்லாவிட்டாலும் அவனோடு வாழப் போவதில்லை. ஆனால் என் மகளுக்கு அவன் பதில் சொல்ல வேண்டும். என் பெண் தகப்பன் பெயர் இல்லா தவளாக இந்தச் சமூகத்தில் வாழக் கூடாது. அவளுக்காக நான் நீதிமன்றம் போவேன். போராடுவேன். அவனை விட மாட்டேன்'' பட்டுவின் ஆவேசம் ராமநாதனின் தங்கையுடைய மனசாட்சியை உறுத்தியது. ''நான் அண்ணனிடம் பேசுவேன்'' என்று சொல்லிப் புறப்பட்டாள். அதே சமயம் பட்டுவின் மனத்தில் சில சந்தேகங்கள் எழுந்தன. ''கோமதி உண்மை யிலேயே நல்லவளா, அல்லது வைப்பாட்டி சங்கதியைச் சொல்லி, நாம் வெட்டிக் கொண்டு போகட்டும், அண்ணன் விருப்பப்படி இன்னொருத்தியைத் திருமணம் செய்து கொள் ளட்டும் என்ற நோக்கத்தோடு தலையிடுகிறாளா? எப்படி இருந்தாலும், அவனுடன் வாழ மனம் சம்மதியாது. நம்மைக் கேவலப்படுத்தி விட்டான். சரியான சிறு மதியாளன். இருந் தாலும் நான் நடத்தை கெட்டு எவனுக்கோ பெற்ற குழந்தை இந்தக் குழந்தை என்ற அவப்பெயர் அதற்கு ஏற்படக் கூடாது.

குழந்தைக்கு இவன் தான் தகப்பன் என்பதை இவன் ஊர் அறிய ஒப்புக் கொள்ள வேண்டும்.''

ஒரு வாரம் கழித்து கோமதி மீண்டும் வந்தாள். "உனக்கும் அண்ணனோடு வாழ விருப்பம் இல்லை. அவனும் அப்படியே. வக்கீல் நோட்டீஸ் வேறு கொடுத்து விட்டான். ஒருவரை ஒருவர் பரஸ்பரம் குற்றம் சாட்டி, கவுரவத்தைக் காற்றில் பறக்க விடுவதை விட, ரெண்டு பேரும் குற்றச்சாட்டின் அழுக்குகளை எல்லார் முன்னிலையிலும் அலசாமல், வாழ்க்கைச் சக்கரம் முறிந்து விட்டது என்று இரண்டு பேரும் சேர்ந்து நீதிமன்றத்தில் மனு கொடுத்து, குழந்தைக்குத் தகப்பன் என்ற முறையில் இரண்டு லட்ச ரூபாய் உதவித் தொகை கொடுத்து முடித்துக் கொள்ளலாமே. நீ என்ன சொல்கிறாய், அண்ணனிடம் பேசிவிட்டேன், சம்மதம் பெற்றுவிட்டேன்'' என்றாள் கோமதி.

பட்டு யோசித்தாள். பெற்றோர்களிடமும் உறவினர்களிடமும் கலந்து பேசினாள். கோமதியின் ஆலோசனையை ஏற்றுக் கொண்டாள்!

எல்லாம் முடிந்தது. உறவு முறிந்தது. குழந்தைக்காக இரண்டு லட்சம் கொடுத்துவிட்டு, ராமநாதன் சூர்ப்பநகையைத் தேடிப் போனான்.

பட்டுவுக்கு இனி எல்லாம் மகள் இலக்கியா தான். பட்டுவின் தாய் மாமன் சென்னையில் பதின் நிலைப் பள்ளிகளின் இயக்குநர் அலுவலகத்தில் கண்காணிப்பாளராக இருந்தார். அவருடைய முயற்சியில் பரஞ்சோதி பதின்நிலைப் பள்ளியில் பட்டுவுக்கு ஆசிரியை வேலை கிடைத்தது. பட்டுவின் பெற்றோர்கள் சென்னைக்குப் புறப்பட்டு சென்னை வாசிகள் ஆனார்கள். வேலை பார்த்துக் கொண்டே பட்டு மேல் படிப்பை முடித்து, அனைவரின் அன்பைப் பெற்று "பட்டு டீச்சர்'' ஆனார். மகள் இலக்கியா இப்போது மருத்துவக் கல்லூரி மாணவி.

பட்டு டீச்சர் தன் வாழ்க்கை வரலாற்றைச் சொல்லிக் கொண்டே போனார். நேரம் போனதே தெரியவில்லை. "நேரம்

ஆயிடுச்சி, பிறகு பாப்போம்'' என்று பட்டு டீச்சர் ஒரு நல்ல விதையை மங்களத்தின் வாழ்க்கையில் விதைத்திருக்கிறோம் என்ற நம்பிக்கையில் புறப்பட்டார். பட்டு டீச்சர் தன் சொந்த விஷயங்களை அதிகம் பழகாத தன்னிடம் ஏன் இவ்வளவு தூரம் சொல்ல வேண்டும் என்று மங்களம் நினைத்துக் கொண்டாள். என்ன காரணம் என்று தன்னையே கேட்டுக் கொண்டாள். உடனே அவளுக்குப் புரியவில்லை. ஆனால் பின்னர் புரிந்தது.

காய்கறிக் கடைக்குப் போய் இவ்வளவு தாமதமாகத் திரும்பும் மங்களத்தை சந்திரசேகரனும் ராஜேஸ்வரியும் வியப்பு பொங்க பார்த்தார்கள்.

• • • • •

அடுத்த ஞாயிற்றுக் கிழமை வந்தது!

பட்டு டீச்சரைப் பார்க்க வேண்டும் என்று ஒரு இனம் புரியாத ஆவல் மங்களத்திற்கு ஏற்பட்டது. அங்காடிக்கு வழக்கமாகக் கிளம்பும் நேரத்தை விடச் சற்று முன்னதாகவே புறப்பட்டாள். ''நமக்கு முன்னால் வந்து காய்கறி வாங்கிக் கொண்டு பட்டு டீச்சர் போய் விடக் கூடாது. நாம் சரியான நேரத்திற்குப் போய் விட வேண்டும்.''

மங்களம் அங்காடிக்குள் நுழைந்து தான் அதிகம் வாங்கும் கடைக்காரனிடம் செல்ல நெருங்கும் போது, முன்னதாகவே வந்த பட்டு டீச்சர் காய்கறி வாங்கிக் கொண்டிருந்தார். பட்டு டீச்சரின் கண்கள் அடிக்கடி திரும்பிப் பார்த்தன. திரும்பிப் பார்த்த கண்களுக்கு ஏமாற்றம் தொடரவில்லை. மங்களத்தைப் பார்த்து மகிழ்ச்சியை வெளிப்படுத்தும் பரந்த புன்னகையை பட்டு டீச்சர் மங்களத்தின் மீது படர விட்டார்.

காய்கறி வாங்கும் வேலை சீக்கிரமாகவே முடிந்தது.

''பட்டு டீச்சர் தன்னைப் பற்றி மனம் திறந்து பேசிய பிறகு, தன் மனத்திற்கு திண்டுக்கல் பூட்டுப் போட்டு பத்திர மாய்ப் பாதுகாப்பது உசிதமாக இருக்காது'' என்று நினைத்தாள் மங்களம். நினைத்ததைச் செய்தாள்.

மங்களம் சொன்னதை எல்லாம் பொறுமையாக பட்டு டீச்சர் கேட்டுக் கொண்டார். குறுக்குக் கேள்வி எதுவும் கேட்கவில்லை. மங்களம் ஆத்மார்த்தமாகப் பேசி முடித்து விட்டாள். இனி அவள் மேற்கொண்டு விளக்கம் தர எதுவுமில்லை என்பதை உறுதி செய்து கொண்ட பின், பட்டு டீச்சர் பேசினார்.

"மங்களம், நான் சொல்றதை யோசிச்சிப் பார். நான் மூணாவது மனுஷி தான். இல்லேங்கல. ஆனா நான் வாழ்க்கையில் அடி பட்டவ. அடிபட்டு புத்தி வக்கரிச்சிப் போகாதவ. புருஷனோடு வாழ முடியாத பெண்கள் பற்றி எனக்குத் தெரியும். அதனால சொல்றேன். ஒன்னோட அண்ணன் வீட்லே பசங்க பெரியவங்களாகி காலேஜ் போயிட்டாங்க. இனி அவங்களுக்கு உன் உதவி தேவையில்லே. சாப்பாட்டிலே கூட உன் பக்குவம் அவங்களுக்குப் புடிக்காமல் கூட போகலாம். உன் அண்ணனும் அண்ணியும் உனக்கு நிழல் தரும் மரம். நான் மறுக்கலே. மரம் பட்டுப் போனா என்ன செய்வே. நீ சொந்தக் காலில் நிக்கணும்."

"கால் இருந்தாதானே டீச்சர் நிக்க முடியும்?"

"உனக்குக் கால் இல்லைன்னு யார் சொன்னா. குனிந்து பார், கால் தெரியும். யோசிச்சிப் பார், ஒளி தெரியும்"

"இப்ப நான் வேலை பார்க்கிற பள்ளியிலே நான் பிரின்சிபலாகப் போகிறேன். மெட்ரிகுலேஷன் பள்ளிகளில் தலைமை ஆசிரியரை இப்படித்தான் பிரின்சிபல்ன்னு சொல்வாங்க. எனக்கு மாணவிகள், சக ஆசிரியர்கள், நிர்வாகம் எல்லாரிடமும் நல்ல பேர் இருக்கு. உனக்கு நான் வேலை வாங்கித் தருகிறேன். நீ வேலை பார்த்துக்கிட்டே மேல் படிப்பு படிக்கலாம். இப்ப எவ்வளவோ வசதிகள் படிக்க வந்திருக்கு. நீ வேலை பார், படி, சொந்தக்காலில் நில்"

பட்டு டீச்சரின் கடைசிச் சொற்களில் இருந்த கறார்த் தன்மை மங்களத்தைச் சிந்திக்க வைத்தது!

17

அன்று ஞாயிற்றுக் கிழமை!

சந்திரசேகரன் வீட்டில் எல்லா வேலைகளும் தாமதமாக நடந்து கொண்டிருந்தன. சந்திரசேகரன் வீட்டில் மட்டும் அல்ல, எல்லா நகரவாசிகளின் வீட்டிலும் இப்படித்தான் வேலைகள் நடக்கும். ஞாயிற்றுக்கிழமை என்ற சிந்தனையே ஒரு இயல்பான சோம்பேறித்தனத்தை, இயந்திர வாழ்க்கை வாழும் நகரவாசிகளுக்குக் கொடுத்து விடுகிறது. இது ஒரு அனிச்சை செயல். பல் விளக்குவதில் துவங்கும் தாமதம் இரவு படுக்கைக்குப் போகும் வரை நீடிக்கும்.

சந்திரசேகரன் காலையில் சற்றுத் தாமதமாக எழுந்து, காப்பி குடித்துவிட்டு, காலைக் கடனை முடித்து செய்தித் தாளைப் படிக்க ஆரம்பித்தார். வேலை நாட்களில் செய்தித் தாளைப் புரட்டிப் பார்ப்பதோடு சரி. விடுமுறை நாட்களில் அப்படி அல்ல. எல்லாச் செய்திகளையும் முழுமையாகப் படிக்க வாய்ப்பு உண்டு. செய்தித் தாள்களோடு வாரப் பத்திரிகைகளும் அடுத்தடுத்துப் படிக்க தயாராக இருக்கும்.

ஆனால் அன்று செய்தித்தாளை முழுமையாக சந்திரசேகரனால் படிக்க முடியவில்லை. வீடு கட்டும் ஒப்பந்தக்காரர் 'ஆளைப் பிடிக்க இதுதான் சரியான நேரம்' என்று புரிந்து கொண்டு காலையிலேயே சந்திரசேகரன் வீட்டில் ஆஜராகி விட்டார். வீடு கட்டுவதைத் துரிதப்படுத்த அவருக்கு உடனே பணம்

வேண்டுமாம். சந்திரசேகரன் இன்னும் நான்கு நாட்கள் 'வாய்தா' வாங்கி அனுப்பி விட்டார். இருந்தாலும் அடுத்த வாய்தாவைப் பற்றிய கவலை இருக்கத்தான் செய்தது.

அவருடைய மகனும் மகளும் காலையிலேயே தொலைக் காட்சிப் பெட்டியிடம் சரண் அடைந்து விட்டார்கள். ஏதோ அவங்களுக்குப் பிடித்தது காண்பிக்கப்படுகிறதாம். அப்படி வயசுக்காரர்கள் பார்க்க காலை நேரத்தில் என்ன நிகழ்ச்சி இருக்கும்? மங்களம் காய்கறி வாங்க பக்கத்தில் இருக்கும் சந்தைக்குப் போயிருந்தாள். பெரும்பாலும் ஒரு வாரத்திற்கு வேண்டியதை வாங்கி வந்துவிடுவாள். ராஜேஸ்வரியிடம் பக்கத்து வீட்டு மாமி பார்வதி அம்மாள் வந்து பேசிக் கொண்டிருந்தாள். பார்வதி அம்மாளின் மகனும் மருமகளும் குழந்தைகளை அழைத்துக் கொண்டு ஒரு திருமணத்திற்குப் போய் விட்டார்கள். பார்வதி அம்மாளுக்குத் தனியாக வீட்டில் இருக்க முடியவில்லை. தன் மனத்தில் இருப்பதை யாரிட மாவது சொல்லி ஆறுதல் பெற வேண்டும் என்பது மட்டும் அல்ல. தன் பக்க நியாயத்திற்கு ஆதரவு வேண்டும் என்பதையும் கருத்தில் கொண்டு ராஜேஸ்வரியிடம் பேச வந்துவிட்டாள். ராஜேஸ்வரிக்கு இப்படி நியாயம் சொல்வது ரொம்ப பிடிக்கும். விலா வாரியாகக் கேட்டு ஒரு முடிவு சொல்லி விடுவாள்.

பார்வதி அம்மாளுக்கு ஊரில் கொஞ்சம் சொத்து இருக்கிறது. கணவர் இறந்து சில ஆண்டுகள் ஆகிவிட்டன. பார்வதி அம்மாளுக்கு இரண்டு மகன்கள்; இரண்டு மகள்கள். இரண்டு மகள்களுக்கும் திருமணம் செய்து கொடுத்து, வரதட்சணை கொடுத்து, நகை நட்டுப் போட்டு, எல்லா சீர்வரிசையும் செய்து முடித்து ஆண்டுகள் பல ஓடி விட்டன. மகன்கள் இரண்டு பேரும் ''இனிமேல் ஊரில் எதுக்குச் சொத்து விற்று எடுத்துக் கொள்ளலாம்'' என்று சொல் கிறார்கள். மகள்களோ தங்களுக்கும் சொத்தில் பங்கு வேண்டும் என்கிறார்கள். மகன்களோ வரதட்சணை கொடுத்து, 20 பவுன் நகை போட்ட பிறகு சொத்தில் பங்கு கிடையாது என்கிறார்கள். பார்வதி அம்மாளுக்கு தர்ம சங்கடம். பெண்களுக்கும் ஏதாவது கொடுத்து சமரசம் செய்து கொள்ளலாம் என்பது பார்வதி

அம்மாளின் எண்ணம். ஆனால் விவகாரம் முற்றி, மகள்கள் இரண்டு பேரும் கூட்டாக சொத்தில் பாகம் கேட்டு பதிவுத் தபாலில் கடிதம் அனுப்பி விட்டார்கள். இது இப்படியே போனால் அடுத்தது வக்கீல் நோட்டீஸ் வரலாம். வக்கீல் நோட்டீசையும் வாங்கிக் கொண்டு, அலட்சியமாக இருந்தால், மகள்களின் உள்ளே இருக்கும் "தான்" வெடித்துக் கிளப்பி நீதிமன்றத்தில் வழக்கு போடலாம். அதை பார்வதி அம்மாள் விரும்பவில்லை. அதனால் பார்வதி அம்மாள் மெதுவாக "ஏதாவது கொடுத்து அவளுக வாய அடைச்சிடலாமே" என்று சொன்ன போது மூத்த மகன் முரட்டுத் தனமாகப் பதில் சொன்னான்.

"ஒன்ன வச்சி அவளுக காப்பாத்துவாள்களா சொல்லு; நீ சொல்றபடி கொஞ்சம் சொத்துல பணம் கொடுக்கலாம்."

பார்வதி அம்மாளுக்கு நன்றாகத் தெரியும். தான் மகள்கள் வீட்டில் நிரந்தரமாக இருக்க முடியாது என்று. மகள்கள் நல்லவர்கள். ஆனால் மருமகன்கள் அப்படி அல்ல! மகள்கள் வீட்டிற்கு விருந்தாளியாகப் போக முடியுமே தவிர குடும்பத்தில் ஒரு அங்கமாக இருக்க முடியாது. பார்வதி அம்மாள் மூத்த மகன் வீட்டில் தான் சிரமம் இல்லாமல் இருக்க முடியும். மருமகள் சொந்தக்காரப் பெண். அவளோடு பெரிய நெருக்கம் இல்லாவிட்டாலும், எந்த உரசலும் இல்லை. சொத்து விஷயத்தில் அவளும் தன் நாத்தனார்களுக்கு எதுவும் தர விரும்பவில்லை. மகள்களுக்கு எதுவுமே கொடுக்கக் கூடாது என்று சொல்வதை பார்வதி அம்மாளால் சுத்தமாக ஏற்றுக் கொள்ள முடிய வில்லை. அதனால் தான் நியாயம் கேட்க ராஜேஸ்வரியிடம் வந்தாள். ஞாயிற்றுக்கிழமை வசதியாக இருக்கும் என்பதும் பார்வதி அம்மாளுக்குத் தெரியும். அதுவும் வீட்டில் யாரும் இல்லை என்றால் நிதானமாகப் பேசிவிட்டு வர முடியும்.

ராஜேஸ்வரியின் மனநிலை வேறு மாதிரியாக இருந்தது. தன் வீட்டுப் பிரச்சினை அவள் மனத்தில் நின்றது. அந்த அம்மா பக்கம் நியாயம் பேசினால், அந்த நியாயம் மங்களத் திற்கும் பொருந்தி விடுமே என்று நினைத்தாள். அதனால் பிடி கொடுத்துப் பேசவில்லை. மழுப்பலாக பட்டும் படாமல்

பேசிக் கொண்டிருந்தாள். எதைச் சொல்லி பார்வதி அம்மாளை அனுப்புவது என்று யோசித்துக் கொண்டிருந்தாள். பார்வதி அம்மாளுக்கு ராஜேஸ்வரியின் போக்கு பிடிபட வில்லை.

தொலைபேசி மணி அடித்தது!

முன் அறையில் செய்தித்தாள் படித்துக் கொண்டிருந்த சந்திரசேகரன் 'பேப்பரை' மேஜையின் மீது வைத்து விட்டு தொலைபேசியை எடுத்தார். பேசுவது யார் என்று தெரிந்து கொள்ள உள் அறையை விட்டு வெளியே வந்து முன் அறையை எட்டிப் பார்த்தாள் ராஜேஸ்வரி.

"ஐயோ" சந்திரசேகரனின் குரல் வேகமாய் ஒலித்தது.

மறுமுனையில் என்ன சொல்கிறார்கள் என்று ராஜேஸ்வரிக்குத் தெரியவில்லை. பேசுவது யாராக இருக்கும் என்றும் ஊகிக்க முடியவில்லை. பார்வதி அம்மாளுக்கு இருப்பதா போவதா என்று புரியவில்லை. தொலைபேசியின் மறுமுனையில் யாரோ பேசிக் கொண்டிருந்தார்கள்.

....

....

"எத்தனை மணிக்கு, எங்கே?" சந்திரசேகரனின் குரலில் பதற்றம் தொடர்ந்தது. அருகே வந்து நின்றாள் ராஜேஸ்வரி. சந்திரசேகரனின் முகத்தில் கலவரம் காணப்பட்டது.

"பாடி வந்திருச்சா; எப்ப எடுக்கிறாங்க"

ஒரு நிமிடம் கழித்து தொலைபேசி பேச்சு நின்றது. கலங்கிய கண்களோடு சந்திரசேகரன் ராஜேஸ்வரியைப் பார்த்தார்.

"என்னங்க, யார் போன்ல, என்ன சமாச்சாரம்"

சந்திரசேகரனின் குரல் தழுதழுத்தது. "மங்களத்தோட புருஷன் செத்திட்டாரு."

"மங்களம் புருஷனா?"

"ஆமாம்"

''யார் சொன்னா''

''ஆறுமுகத்தோட பெரிய அண்ணன் மகன் வடிவேலு. அவன் இங்கே தானே வேல பாக்கிறான் அவன் தான் சொன்னான். ரெண்டு மூணு நாளாவே மங்களம் புருஷனோட முகம் பயந்தவன் மாதிரி இருந்ததாம். ஊர்ல இருக்கிறவங்க ராத்திரி தனியா வர்றப்ப முனீஸ்வரன் கோயில் கிட்டே இருக்கிற புளிய மரத்திலே இருக்கிற பேய் அடிச்சிருக்கும்ன்னு பேசிக்கிட்டு இருந்தாங்களாம். இன்னக்கி காலையிலே ஆறுமுகம் எழுந்திருச்சதும் நெஞ்சை வலிக்குதுன்னு சொல்லி இருக்காரு. நீலகிரி தைலத்தை எடுத்து மார்பிலே தேச்சிருக் காங்க. வலி கொறயல. வேர்க்க ஆரம்பிச்சிருக்கு. உடனே வாடகைக் கார் ஏற்பாடு பண்ணி திருவாரூர் பெரிய ஆஸ்பத்திரிக்குப் போயிருக்காங்க. அங்க டாக்டர் பாத்திட்டு உயிர் போய் இருபது நிமிஷம் ஆயிருக்கும்ன்னு சொல்லி விட்டாராம். அப்புறம் என்ன, 'பாடி'யை எடுத்துக்கிட்டு கிராமத்திற்கு வந்திட்டாங்க. வடிவேலுவுக்கு 'போன்' போட்டு சொல்லி இருக்காங்க. வடிவேல் நமக்குச் சொல்லி இருக்கான். அவன் உடனே பொறப்படுறானாம்.''

சந்திரசேகரன் தனக்குத் தொலைபேசியில் சொல்லப்பட்ட தகவலை அப்படியே சொன்னார்.

பார்வதி அம்மாள் நிலைமையைப் புரிந்து கொண்டாள். அங்கு இருப்பது சரியாகாது என்று தெரிந்தது. ''பாவம் மங்களம், கடவுள் ஏன் தான் இப்படிச் செய்கிறாரோ'' என்று சொல்லிக் கொண்டே புறப்பட்டாள்.

காய்கறிக் கடைக்குப் போயிருக்கும் மங்களம் இன்னும் சிறிது நேரத்தில் திரும்பி விடுவாள். இந்தச் செய்தியை அவளிடம் எப்படிச் சொல்வது. சந்திரசேகரன் வார்த்தைகளைத் தேடினார். அதே சமயம் துரித கதியிலும் இயங்க வேண்டிய அவசியம் இருந்தது. மகனையும், மகளையும் சாவு வீட்டிற்கு அழைத்துக் கொண்டு போவது உசிதமாக இருக்காது என்பதால் மச்சினன் வீட்டிற்கு இருவரையும் அனுப்ப ஏற்பாடு செய்தார். மங்களம் கிராமத்திற்குப் போனால் அங்கு புகுந்த வீட்டில் 'வரவேற்பு' எப்படி இருக்குமோ என்று சந்திரசேகரனும்

ராஜேஸ்வரியும் திருடிவிட்டு மாட்டிக் கொண்ட திருடன் போல் அச்சம் கொண்டார்கள். உரலுக்குள் தலையை விட்டவன் உலக்கைக்குப் பயப்பட முடியுமா? நிலைமையை எதிர் கொள்ள தங்களைத் தயார் செய்து கொள்ள வேண்டியது தான் என்ற முடிவுக்கு வேறு வழியின்றி வந்தார்கள். பல கேள்விகளும், சந்தேகங்களும் சப்பாத்திக்கு மாவு பிசைவது போல் அவர்கள் இதயத்தைப் பிசைந்தன. ''போறத்துக்குள்ளே பொணத்த எடுத்திட்டா என்ன பண்றது? மங்களம் வரும் வரை வச்சிருப்பார்களா? தூரத்திலிருந்து வர வேண்டியவர்கள் வேறு யாரும் இல்லியே? பஸ் பிடித்துப் போனால் நேரம் ஆகி விடுமே''

சந்திரசேகரன் தன் நண்பனுக்கு 'போன்' செய்து வாடகைக் காரை ஏற்பாடு செய்தார். ''எப்படியும் சீக்கிரம் போக வேண்டும்; தாமதிக்கக் கூடாது'' என்று தனக்குள் சொல்லிக் கொண்டார்.

வீட்டுக்கு வெளியே இருக்கும் இரும்புக் கதவு திறக்கப் படும் ஓசை கேட்டது. சந்திரசேகரன் வாயிலை நோக்கினார். இரண்டு கைகளிலும் இரண்டு பைகளுடன் மங்களம் உள்ளே நுழைந்து கொண்டிருந்தாள்.

''ராஜேஸ்வரி'' என்று அழைத்தார் சந்திரசேகரன். கிளம்புவதற்குத் தயார் செய்து கொண்டிருந்த ராஜேஸ்வரி, மங்களம் கடையிலிருந்து திரும்பி வந்து கொண்டிருக்க வேண்டும் என்பதைப் புரிந்து கொண்டு முன் வாசலுக்கு விரைந்து வந்தாள்.

அண்ணனும் அண்ணியும் தன்னை எதிர்நோக்கி இருப்பது போல் நின்று கொண்டிருப்பது அவளுக்கு வியப்பைத் தந்தது. அதே சமயம் துக்கம், பயம், பதற்றம், கவலை அனைத்தும் கலந்த கலவையாக அவர்கள் முகம் இருந்தது மங்களத்தைக் கலவரப்படுத்தியது. மங்களத்தின் கைகளில் இருந்த பை களை நாலடி முன்னால் போய் ராஜேஸ்வரி வாங்கிக் கொண்டாள்.

''என்ன அண்ணா? என்ன ஆச்சி, மொகமெல்லாம் ஒரு மாதிரியா இருக்கு'' மங்களத்தின் குரலே தடுமாறிதான் எழுந்தது, வார்த்தைகள் சரளமாக வரவில்லை.

''ஐயோ, என்ன சொல்வேன், ஒம் புருஷன் தவறிட்டார்''

அதிர்ச்சி ஈட்டி மங்களத்தின் மீது ஆழமாக இறங்கியது. மங்களத்தின் வாயிலிருந்து ஒரு 'ஐயோ'' புறப்பட்டது. மங்களத்தை நெருங்கி வந்து கைகளைப் பற்றிக் கொண்டாள் ராஜேஸ்வரி.

''காலயிலே மாரடைப்பு வந்திருக்கு, திருவாரூர் பெரிய ஆஸ்பத்திரிக்கு கார்ல அழைச்சிக்கிட்டுப் போயிருக்காங்க. போற வழியிலேயே உயிர் போயிடுச்சி. வடிவேலு போன் பண்ணிச் சொன்னான்.''

செய்தியைச் சுருக்கமாகச் சொல்லவே சந்திரசேகரன் சிரமப்பட்டார்.

''ஐயோ'' என்ற சொல்லைத் தவிர வேறு சொற்கள் மங்களத்தின் வாயிலிருந்து வெளிப்படவில்லை. ஆனால் உடலில் ஒரு நடுக்கம்; கண்களில் ஒரு கலக்கம். நடையில் ஒரு தொய்வு.

வேகமாக அடுப்பங்கரைக்குள் நுழைந்தாள். சந்திரசேகரனுக்கும் ராஜேஸ்வரிக்கும் ஒன்றும் புரியவில்லை. கணவன் இறந்த செய்தியைக் கேட்டு, 'ஐயோ' என்ற சொல்லைத் தவிர வேறு எந்தச் சொல்லையும் வெளிப்படுத்தாமல், கண்ணீர் விட்டுக் கூட அழாமல் மங்களம் போனது ஒரு புதிராகத் தென்பட்டது. ஆனால் சில நிமிடங்களில் புதிரின் இறுக்கமான முடிச்சு அவிழ்ந்தது.

அடுப்பங்கரையிலிருந்து ''ஓ'' என்று மங்களம் ஓங்கிய குரலில் கதறி அழுவது கேட்டது. மரணச் செய்தி அவள் உள்ளே இறங்கி, வெடித்துப் பீரிட்டுக் கிளம்ப சில நிமிடங்கள் தேவைப்பட்டிருக்கிறது என்பதை அவர்கள் புரிந்து கொண் டார்கள். அடுப்படியில் ஆற்றாது அழுது நிற்கும் மங்களத்தைத் தேற்றும் வகை தெரியாமல் திகைத்து நின்றார்கள். தலையில் அடித்துக் கொண்டாள் மங்களம்.

''பாவி, நான் பாவி. நான் தான் புருஷனைக் கொன்னுட்டேன்.'' இரண்டு கைகளாலும் தலையில் அடித்துக் கொண்டாள் மங்களம். அவளிடம் இதுவரை யாரும் காணாத ஆவேசம் வெளிப்பட்டது. சந்திரசேகரனும், ராஜேஸ்வரியும் மங்களத்தின் தோற்றத்தைப் பார்த்து திகைப்புடன் நின்றார்கள். எப்படிச் சமாதானப்படுத்துவது என்றும் அவர்களுக்குத் தெரியவில்லை. அடக்கி அடக்கி வைக்கப்பட்ட உணர்வுகள் வெடித்துச் சிதறும் போது யார்தான் என்ன செய்ய முடியும்? ராஜேஸ்வரி தைரியத்தை வரவழைத்துக் கொண்டு, மங்களத்தின் கைகளைப் பற்றினாள். அவள் தலையில் அடித்துக் கொள்வதைத் தடுக்க முயன்றாள். மங்களம் திமிறித் திமிறி வேகமாய் ராஜேஸ்வரியின் கைகளிலிருந்து தன்னை விடுவித்துக் கொண்டு, தொடர்ந்து அடித்துக் கொள்ள முயன்றாள். அவளின் வேகத்திற்கு ராஜேஸ்வரியால் ஈடு கொடுக்க முடியவில்லை. சந்திரசேகரன் வலுவாக அவள் கைகளைப் பற்றினார். ''நீ அனாதை அல்ல, அண்ணன் நான் இருக்கேன்'' என்று உடல் மொழியால் சொன்னார்.

அக்னித் தழல் குறைய ஆரம்பித்தது.

அந்தச் சமயம் மீண்டும் தொலைபேசி அலறியது!

தொலைபேசியை எடுத்த சந்திரசேகரன் தன் அருகே பேசுவது யார் என்று தெரிந்து கொள்ள நெருங்கும் ராஜேஸ்வரியைப் பார்த்து ''திருவாரூரிலிருந்து அத்தை'' என்றார். அத்தை பேசப் பேச சந்திரசேகரன் ''சரி, சரி'' என்று சொல்லிக் கொண்டிருந்தார். நாலைந்து நிமிடங்களில் பேச்சு முடிந்தது.

''அத்தை நம்மள சீக்கிரமா கௌம்பச் சொல்றாங்க. பொணத்தை ரொம்ப நேரம் வச்சிருக்க மாட்டாங்களாம். சாயந்திரமே எடுத்துருவாங்களாம். மங்களத்திற்காகக் காத்திருப்பாங்களாங்கிறது சந்தேகம் தானாம். நம்ம கூட அத்தையும் மாமாவும் வர்றாங்களாம். அதான் நல்லதாம். அங்க யாரும் மரியாதை தரமாட்டாங்க. வேணும்னே வம்பு வளப்பாங்க அப்படீன்னு சொல்றாங்க. அதனாலதான் அவங்களும்கூட

வர்றாங்களாம்'' சந்திரசேகரன் சொன்னதைக் கேட்டதும் வீடு பரபரப்பில் ஆழ்ந்தது. பத்து நிமிடங்களில் புறப்படத் தயார் ஆனார்கள்.

●●●●●

கார் கருப்பூரை நெருங்கிக் கொண்டிருந்தது. காரை நேராக வீட்டு வாசலில் நிறுத்த வேண்டாம், தள்ளி நிறுத்தினால் போதும் என்று ஓட்டுநருக்கு சந்திரசேகரன் சொன்னார். அதன்படியே ஓட்டுநர் காரை நிறுத்தினார். அங்கு வேறு பெரிய வாகனங்கள் எதுவும் கிடையாது. ஒரே கார், இவர்கள் வந்த கார்தான். சில சைக்கிள்களும், மோட்டார் சைக்கிள்களும் ஓரமாக நிறுத்தி வைக்கப்பட்டிருந்தன. கார் வருவதை பலபேர் புருவம் உயர்த்திப் பார்த்தார்கள். காரை விட்டு சந்திரசேகரன் முதலில் இறங்கினார். கடைசியில் மங்களம் இறங்கினாள். இறங்கிய உடனேயே எல்லாம் முடிந்துவிட்டது என்பதை அவர்கள் விளங்கிக் கொண்டார்கள். அருகில் இருந்த தாமரைக் குளத்தில் குளித்துவிட்டு, ஈரத் துணியோடு சிலர் வந்து கொண்டிருந்தார்கள். வீட்டு வாசலில் குளித்து விட்டு உடை மாற்றிக் கொண்டு நெற்றியில் திருநீர் துலங்க சிலபேர் காட்சி தந்தார்கள். காலையிலிருந்து சாப்பிடாமல் இருந்தவர்கள், பிணத்திற்கு எரியூட்டிய பின்னர் குளித்துவிட்டு பசியாறி இருந்தார்கள்.

உள்ளே இருந்து வந்த ஒருவர் இன்னும் சாப்பிடாமல் இருந்த சிலரை சாப்பிட வரும்படி 'ஜாடை' காட்டி அழைத்துக் கொண்டிருந்தார். அங்கிருந்த எல்லோருடைய கண்களும் காரின்மீதும் காரிலிருந்து இறங்கிய மங்களத்தின் மீதும் மையம் கொண்டிருந்தன. எத்தனை மணி வேகத்தில் காற்று வீசும், புயல் தோன்றி எப்போது எங்கே கரையைக் கடக்கும் என்பது யாருக்கும் தெரியாது.

சந்திரசேகரன் தயங்கியபடி அடியெடுத்து வைத்தார். தலைகுனிந்திருந்தது. மற்றவர்கள் நிலையும் அதுதான். மங்களம் மட்டும் தலைகுனியவில்லை. வீட்டை வெறித்துப் பார்த்தாள்.

நீண்ட நேரம் அவள் அழுதிருப்பதை முகம் காட்டியது. வீட்டை நெருங்கும் போது அழுகை ஆவேசமாகியது. இரண்டு கைகளாலும் தலையை அடித்துக் கொண்டாள். வீட்டின் உள்ளே இருந்த கொழுந்தனார்கள் இரண்டு பேரும் வீட்டின் வெளியே வந்தார்கள். ஒரு வினாடி இவர்களைப் பார்த்தவர்கள் மறு வினாடி தங்கள் பார்வையைத் திருப்பிக் கொண்டார்கள். அவர்களின் மவுனப் போக்கு அங்கு நிலவும் எதார்த்த நிலையைக் காட்டியது. வீட்டை நெருங்க நெருங்க மங்களத்தின் அழுகை அதிகமாகிக் கொண்டே போனது. பக்கத்தில் யாரும் வரவில்லை.''ஆம்படையானக் கொன்னுட்டு ஆ ஊன்னு அழறா'' மங்களம் வீட்டினுள் அடியெடுத்து வைக்கும் போது பின்னாலிருந்து ஒரு குரல் வந்தது. யாரும் பின்னால் திரும்பி பார்க்கவில்லை. சுத்தமாகக் கழுவப் பட்டிருந்த வீட்டின் வலது புறத்தில் சிலர் சாப்பிட்டுக் கொண்டிருந்தார்கள். மங்களத்தின் மீது ஒரு கணம் பார்வையை இறுக்கமான முகத்துடன் அனுப் பியவர்கள், மறு கணம் குனிந்து வாழையிலையில் பரிமாறப் பட்டிருந்த பதார்த்தங்களைப் பார்த்தார்கள். கணவனின் அறையில் மங்களம் நுழைந்தாள். ஆறுமுகத்தின் பழைய புகைப்படம் ஒன்று ஒரு சிறிய மேசையில் வைக்கப்பட்டிருந்தது. படத்தின் நெற்றியில் திருநீர்; குங்குமப் பொட்டு. மேசை கொள்ளாத ரோஜாப் பூ மாலை. மங்களம் குனிந்து கும்பிட்டுக் கொண்டே தரையில் விழுந்தாள். உள்ளே இருந்த சில பெண்கள் உடனே வெளியேறினார்கள். ஆறுதல் சொல்ல ஒரு உயிரும் அங்கு இல்லை.

மங்களத்தின் கண்ணீரில் பல நிமிடங்கள் கரைந்தன. கூட வந்த சந்திரசேகரன், ராஜேஸ்வரி, அத்தை, மாமா அனைவரும் மங்களத்தின் அருகில் தரையில் உட்கார்ந்து கொண்டனர். புகுந்த வீட்டிலிருந்து ஒருவர் கூட அந்த அறைக்குள் எட்டிப் பார்க்கவில்லை. ''ஆம்படையானைக் கொன்னுட்டு அழறா'' என்று யாரோ சொன்ன சொற்கள் சுட்டுக் கொண்டே இருந்தன. அங்கிருக்கும் மனிதர்கள் யாரும் அனுதாபம் காட்டுபவர்களாக இல்லை. மனைவி வரும் வரை காத்திராமல் பிணத்தை எரித்தது வேண்டுமென்றே செய்த செயல் என்பது சந்திரசேகர னுக்கும் கூட வந்தவர்களுக்கும் புரிந்தது. நேரம் ஆக, ஆக தன்னைத்தானே தேற்றிக் கொள்ளும் மனநிலைக்கு மங்களம்

வந்த போது, அவளுடைய ஓரகத்திகள் அன்னபூரணியும், ராணியும் உள்ளே வந்தார்கள். சந்திரசேகரனும் அவன் மாமனும் எழுந்து கொண்டார்கள். வந்தவர்களுக்கு வழிவிட்டு, வாசல் கதவு ஓரம் போய் நின்று கொண்டார்கள். அன்னபூரணியும், ராணியும் மங்களத்தின் அருகில் உட்கார்ந்து கொண் டார்கள். அன்னபூரணி மங்களத்தின் கையைப் பற்றினாள். எதுவும் பேசவில்லை. ராணி தோள்களைத் தொட்டாள். அவளும் பேசவில்லை. ஆனால் அவர்களின் கரங்களில் அனுதாபம் தெரிந்தது.

அழுகை ஓயும் நிலைக்கு வந்திருந்தது மாறி, மீண்டும் உச்சத்தைத் தொட்டது. மங்களம் முகத்தில் அடித்துக் கொண்டாள். அன்னபூரணியும், ராணியும், மங்களத்தின் கரங்களை பலமாகப் பற்றி, அவள் மேலும் அடித்துக் கொள்ளாமல் தடுத்தார்கள். ''அழாதே'' என்றாள் அன்னபூரணி. அதற்குமேல் வார்த்தைகள் புறப்படவில்லை. ''அக்கா'' என்ற மங்களத்தைத் தன் தோள்களில் சாய்த்து, மீண்டும் மீண்டும் ''அழாதே'' என்றாள். ''எல்லாம் விதி'' என்று சொல்லிக் கொண்டே எழுந்தாள். ராணியும் எழுந்தாள். சிரமப்பட்ட மங்களத்தை அவர்கள் இருவரும் கைத் தாங்கலாக தூக்கினார்கள்.

அன்னபூரணியும், ராணியும் கண்களால் பேசிக் கொண்டார்கள்.

இவர்களின் அறைக்கு வெளியே இவர்களை உற்றுப் பார்த்துக் கொண்டே சில உறவினர்கள் சென்றார்கள். அதன் பிறகு அன்னபூரணியிடம் பதற்றம் அதிகமாகியது.

மங்களத்தைப் பார்த்தாள் அன்னபூரணி. மெதுவான குரலில் பேசினாள்.

''நீ கௌம்பு; அதுதான் நல்லது. இங்கே இருக்க வேண்டாம். சொல்வதைப் புரிஞ்சிக்கோ'' மங்களத் தின் கைகளை இறுக்கிப் பிடித்து, தலையை ஆட்டினாள் அன்னபூரணி. அடுத்து தன் கைகளை விலக்கிக் கொண்டு வெளியேறினாள். ராணியும் மங்களத்தின் கையைப் பிடித்து, பின்னர் விலக்கிக் கொண்டு அன்னபூரணியைப் பின் தொடர்ந்தாள்.

சூழ்நிலை நன்றாக இல்லை என்பதைப் புரிந்து கொண்டார்கள். இனி இங்கே இருப்பது நல்லதல்ல என்பதும் புரிந்துவிட்டது. ''மங்களம் வா'' என்றாள் அத்தை. மாலை போட்ட கணவனின் புகைப்படத்திற்கு எதிரே தரையில் அமர்ந்து, குனிந்து வணங்கினாள். மீண்டும் அழுகை பீரிட்டது.

தரையில் அமர்ந்து, மங்களத்தை ''அழாதே'' என்று கூறி அவளை எழுப்பினாள் அத்தை.

அனைவரும் அறையைவிட்டு வெளியே வந்தார்கள். சுற்றிலும் யார் இருக்கிறார்கள் என்று பார்க்கக் கூட அவர்களால் முடியவில்லை. யாரும் இவர்களைக் கண்டு கொள்ளவில்லை. கண்ணில்பட்ட ஓரிருவரிடமும் அனுதாபத்தின் சாயலே இல்லை.

சந்திரசேகரன் முன்னே நடக்க, கைத் தாங்கலாக ராஜம் அத்தை மங்களத்தை அழைத்துக் கொண்டு பின் தொடர்ந்தாள்.

''புருஷன் மொகத்தைக் கூட பாக்க முடியாத கம்னாட்டி; நீலிக் கண்ணி வடிக்கிறா?'' யாரோ ஒரு கிழவி சத்தமாகச் சொல்லிக் கொண்டே போனாள். அவள் சொன்னதை ஆமோதிப்பது போல் ''பத்தாவது படிச்சிருக்காளாம் பவிசு கெட்டவ, மூதேவி, மூதேவி சரியான மூதேவி'' என்று சற்று தூரத்தில் உட்கார்ந்து இருந்த கணவனின் பெரியம்மா முகத்தை விகாரமாக வைத்துக் கொண்டு கூறினாள். அத்தை ராஜம் சில வினாடிகள் முறைத்துப் பார்த்துவிட்டு புறப்படத் தயாரானார். குனிந்த தலை நிமிராமல் கூடத்தைத் தாண்டி, திண்ணையைத் தாண்டி வெளியே வந்தார்கள். சந்திரசேகரன் தன் கண்களைச் சுழலவிட்டார். சாவு வீட்டிற்கு வந்தவர்கள் சொல்லிக் கொண்டு போகக் கூடாது என்பது சந்திரசேகரனுக்குத் தெரியும். இருந்தாலும் மவுனமாய் விடைபெற முயன்றார். அதற்கு எந்த ஒத்துழைப்பும் கிடைக்கவில்லை.

காரை நெருங்கும் போது கருப்பூர் கணக்கப் பிள்ளை அருகே வந்தார். ''எதாவது உதவின்னா, நான் இருக்கேன் மறந்திடாதீங்க'' என்றார். அதைச் சாதாரண பேச்சுத் தொனியில் சொல்லாமல் தாழ்வான குரலில் சொன்னார்.

"கணக்கப் பிள்ளையிடம் ஆக வேண்டியது நமக்கு என்ன இருக்கிறது, புரியவில்லையே" என்றாள் ராஜேஸ்வரி.

"கிராமப்புறத்தில் வில்லங்கத்தின் வித்தே கணக்கப் பிள்ளைதான்" சந்திரசேகரன் அனுபவத்தில் சொன்னார்.

ஓட்டுநர் நிலைமைகளைப் புரிந்து கொண்டார். காரின் கதவுகளைத் திறந்து விட்டார். உட்கார்ந்து கொண்டார்கள். கார் புறப்பட்டது; நாற்பது அடி போயிருக்கும். காரின் டிக்கியில் ஏதோ விழுந்த சத்தம் கேட்டது. காரை நிறுத்தினார் ஓட்டுநர். பின்பக்கம் போய் டிக்கியைப் பார்த்தார். சுற்றும் முற்றும் பார்த்தார்; குனிந்தார். பின்னர் காரில் ஏறி உட்கார்ந்து கொண்டார்.

"என்ன சத்தம்?"

"காரின் மீது தாக்குதல் நடத்தி இருக்கிறார்கள். தாக்கு தலுக்குப் பயன்படுத்திய ஆயுதம் இது தான்"

ஓட்டுநர் ஆயுதத்தைக் காட்டினார். அது மாவடு அளவில் இருக்கும் ஒரு கல்.

18

"அப்பா, சிவராமனும் தங்கவேலுவும் வந்திருக்காங்க. கீழே ஆபிசில் உட்கார்ந்து இருக்காங்க."

"இதோ நான் வருகிறேன். நீ பேசிக் கொண்டு இரு" என்று பதில் சொன்ன செல்வநாதன் மகன் கையிலிருக்கும் கனமான பையைப் பார்த்தார். "என்ன இது, மாம்பழம் போல் இருக்கே, அதுவும் நூறு பழம் இருக்கும் போல இருக்கே" என்று பையை விரித்து குனிந்து பார்த்தார். எல்லாம் மாம்பழம் தான். "தங்கவேலுதான் கொண்டு வந்தார். நான் கூட சொன்னேன் எதுக்குங்க இவ்வளவு பழம் என்று." பழம் வந்த பின்னணியை மகன் கூறினார். "இதெல்லாம் வாங்கினது இல்லையாம். தோட்டத்துப் பழமாம். சாப்பிட்டா கல்கண்டு மாதிரி இருக்குமாம்"

"நீ என்ன சொன்னே."

"அப்பாவுக்குச் சர்க்கரை வியாதி; அளவா சாப்பிடச் சொல்றேன், அப்படீன்னேன்."

பையை அறையில் வைத்துவிட்டுப் போனான். வழக்கில் வெற்றிபெற்றால் சில கட்சிக்காரர்கள் மகிழ்ச்சியில் இனிப்பு, பழம் வாங்கி வந்து வழக்கறிஞர்களைப் பார்த்து நன்றி தெரிவிப்பது உண்டு. எல்லாக் கட்சிக்காரர்களும் இப்படி இருக்க மாட்டார்கள். வழக்காட வந்து வழக்கறிஞர்களுக்கு நெருக்கமாய்ப் போய்விடுகிறவர்கள் இப்படிச் செய்வதுண்டு. பலர்

பைசாவைப் பைசல் செய்துவிட்டுப் போய்விடுவார்கள். சிலர் வாய்மொழியில் நன்றி கூறி நடையைக் கட்டி விடுவார்கள்.

''கொஞ்சம் பழத்தை எடுத்து பழச்சாறு செய்து வை. மீதியை சொந்தக்காரங்களுக்குக் கொடு'' என்று மனைவியிடம் சொல்லிவிட்டு, பழச்சாற்றைப் பற்றிய நினைவுகளோடு முதல் மாடியிலிருந்து படியிறங்கினார் செல்வநாதன்.

தங்கவேலுவும், சிவராமனும் உள்ளே நுழைந்த செல்வநாத னிடம் தங்கள் மகிழ்ச்சியைப் பகிர்ந்து கொண்டார்கள். ''சார், அண்ணனை ஜாமீனில் எடுத்ததற்கு நன்றி'' என்றான் தங்கவேலு.

அண்ணனை ஜாமீனில் எடுக்க வேண்டும் என்பதைப் பேசுவதற்காக வந்த தங்கவேலு, அப்போது தனியாக வந்தான்; சிவராமனுக்கு செத்துப் போன ராஜப்பன் சொந்தக்காரன் என்றான். அதனால் தான் தனியாக வந்தேன் என்றான். இப்போது ஏன் சேர்ந்து வருகிறார்கள் என்பது செல்வநாத னுக்குக் குழப்பமாக இருந்தது. என்ன இருந்தாலும் சிவராமன் வெகுளி, வஞ்சகம் இல்லாதவன் என்று நினைத்துக் கொண்டார், செல்வநாதன். தங்கவேலு, அண்ணனை சிறையிலிருந்து அழைத்து வர தான் செய்த செலவுகளை எல்லாம் ஒப்பித்தான். உயர்நீதி மன்றம் ஜாமீன் வழங் கினாலும், ஆளை வீட்டுக்குக் கொண்டு வரும் வரை எவ்வளவு செலவு செய்ய வேண்டி யிருக்கிறது என்று மலைத்தான். பாவம் நீதிமன்றம் அவனுக்குப் புதிது. காவல்துறையும் புதிது.

''சரி, எப்படி இருக்கார் உங்க அண்ணன்'' ''ஜாமீன் நிபந் தனைப்படி தெனமும் காலையிலே பத்து மணிக்கு வாய்மேடு காவல் நிலையத்தில் கையெழுத்துப் போடுறார். தெனம் அங்கே செலவாயிகிட்டே இருக்கு.''

தங்கவேலு பேசும் போதே சிவராமன் குறுக்கிட்டான். ''ஜாமீன் நிபந்தனையைத் தளர்த்தச் சொல்லி ஒரு மனு போடுங்களேன்''

''போடலாம். அவசரப்படாதீங்க. இப்ப பத்து நாள் தானே ஆயிருக்கு. நாலுவாரம் ஆகட்டும், போடலாம். அதுக்கு முன்னாடி போட்டா பலன் இருக்காது. எதாவது அத்தியாவசிய மான காரணம் இருந்தா முயற்சி பண்ணலாம்.''

''அடுத்தது என்ன சார்'' இது தங்கவேலுவின் கேள்வி.

''போலீஸ் அனேகமாக புலன் விசாரணையை முடிச்சிருப் பாங்கன்னு நெனைக்கிறேன். தடய இயல் துறையிலிருந்து அறிக்கை வராமல் இருக்கலாம். அது வந்த பின்னர் குற்றப் பத்திரிகை தாக்கல் செய்வார்கள். குற்றப் பத்திரிகையில் காவல் ஆய்வாளர் யார் யாரை விசாரித்தாரோ அவர்கள் வாக்குமூலம், சம்பவ இடத்தில் கைப்பற்றப்பட்ட பொருள்கள் பற்றிய விவரம், மருத்துவர் தந்த சடலக் கூறு ஆய்வு, தடய இயல் துறையின் அறிக்கை, முதல் தகவல் அறிக்கை எல்லாம் குற்றப் பத்திரிகையில் இருக்கும். குற்றப் பத்திரிகையைக் குற்ற வாளிக்கு கொடுத்து, படிப்பதற்கு குற்றவாளிக்கு நேரம் கொடுத்து, குற்றவாளியா என்று நீதிமன்றம் கேட்டு, குற்றவாளி இல்லை என்று குற்றவாளி பதில் சொன்னதும் சாட்சிகள் விசாரிக்கப்படுவார்கள். ஒவ்வொரு சாட்சியையும் குற்றவாளி தரப்பில் குறுக்கு விசாரணை செய்யலாம்.''

''அண்ணன் ஜாமீன்ல வந்ததும் கேஸ்ல சாட்சியா வருவாங்கன்னு தெரிஞ்ச ஒரு சிலரைப் போய் பாத்தோம். அவங்க போலீஸ்ல விசாரிச்சது உண்மைதான்னு ஒப்புக் கொள்றாங்க. ஆனால் எந்த வாக்கு மூலத்திலும் கையெழுத்துப் போடலியாம். கையெழுத்துப் போடாதவங்கள சாட்சியா போட முடியுமா சார்''

''குற்ற விசாரணை நடைமுறைச் சட்டப்படி புலனாய்வு செய்யும் ஆய்வாளர் சாட்சிகளை விசாரித்து அவர்கள் சொல்லும் வாக்கு மூலத்தை எழுதிக் கொள்வார். கையெழுத்து வாங்க வேண்டியதில்லை. ஆனால் அவர் பெயர் சாட்சிப் பட்டியலில் சேர்க்கப்பட்டால் அவர் சாட்சியாக நீதிமன்றத்தில் விசாரிக்கப் படுவார். ஆய்வாளர் அந்தச் சாட்சி சொன்னதாகப் பதிவு செய்திருக்கும் வாக்குமூலத்தை ஒட்டி சாட்சி நீதிமன்றத்தில் சாட்சியம் அளிக்க வேண்டும். சாட்சியைக் கூண்டில் ஏற்றும் போதே போலீஸ்காரர்கள் சொல்லிக் கொடுத்து தான் கூண்டில் ஏற்றுவார்கள். கூண்டில் ஏறி மாத்திச் சொன்னால் அவர் பிறழ் சாட்சியாக கருதப்பட்டு, பப்ளிக் பிராசிகூட்டர் அவரை குறுக்கு விசாரணை செய்வார். குற்றவாளியின் வழக்கறிஞர் அந்தக் காட்சியை ரசித்துப் பார்த்துக் கொண்டிருப்பார்.''

சிவராமன் குறுக்கிட்டு ‘‘சார், இந்தக் கேசை நாகப்பட்டினம் செஷன்ஸ் கோர்ட்டிலே இருந்து இங்கு சென்னைக்கு மாற்றிக் கொண்டால் என்ன? ஜாமீன் வாங்கிக் கொடுத்த நீங்களே வழக்கை நடத்தி விடுதலை வாங்கித் தர வேணும் என்பது எங்கள் ஆசை’’ என்றான்.

‘‘அங்கேயிருந்து இங்க மாத்த முடியாது, மாத்துறதுக்குச் சரியான காரணம் இருக்கணும். காரணத்தைக் கண்டுபிடிக்கக் கூடாது. உண்டாக்கக் கூடாது. அமர்வு நீதிமன்ற வழக்குகளில் ஆயிரத்தில் ஒன்று அல்லது இரண்டு தான் தக்க காரணங் களால் மாற்றப்பட்டுள்ளன.’’

‘‘என்ன, இன்னும் எதாவது கேட்கணுமா?’’ சிவராம னிடம் செல்வநாதன் கேட்டார்.

‘‘அண்ணனை எப்ப குறுக்கு விசாரணை பண்ணுவாங்க, மொதல்லயா கடைசியாவா?’’

‘‘குற்றவியல் வழக்குகளில் குற்றத்தை நிரூபிக்க வேண்டிய பொறுப்பு காவல் துறையினுடையது. அவர்கள் சாட்சிகள் மூலமும் சான்றுப் பொருள்கள் மூலமும் நிரூபிக்க வேண்டும். குற்றவாளியின் வேலை சாட்சியங்கள் பொய்யானவை என்று நீதிமன்றத்திற்குக் காட்டுவதுதான். அல்லது நம்ப முடியாதவை, ஏற்றுக் கொள்ள முடியாதவை என்று ஐயத்தை ஏற்படுத்துவது தான். இதில் குற்றவாளியை குறுக்கு விசாரணை செய்வது என்ற பேச்சுக்கே இடமில்லை. சினிமாக்களிலும் தொலைக் காட்சித் தொடர்களிலும் நீதிமன்ற நடைமுறைகளை மிக மிகத் தவறாகக் காட்டுகிறார்கள். அதில் தான் எடுத்த எடுப்பிலேயே குற்றவாளியைக் குறுக்கு விசாரணை செய்வார்கள். பிறகு திடீரென்று நீதிமன்றத்தில் பார்வையாளர் வரிசையில் உட்கார்ந்திருக்கும் ஒருவரை விசாரிக்க வேண்டும் என்பார்கள். உடனே நீதிமன்றம் அனுமதிக்கும். அவர் விசாரிக்கப்படுவார். இவை எல்லாம் முழுக்க முழுக்கத் தவறாகும். குற்றப்பத்திரி கையில் யார் யார் சாட்சிகள் என்று சொல்லப் பட்டிருக்கும். அந்த சாட்சிகளில் ஒருவர் விசாரிக்கப்படும் போது இன்னொரு சாட்சி நீதிமன்றத்தில் இருக்கக் கூடாது. அப்படி இருந்தாலும் வெளியே அனுப்பி விடுவார்கள். ஒரு சாட்சியைக் குறுக்கு விசாரணை செய்யும் போது, இன்னொரு சாட்சி நீதிமன்றத்தில்

இருந்தால், குறுக்கு விசாரணைக் கேள்விகளையும், பதிலையும் தெரிந்து கொண்டு அதற்கு ஏற்ப தன் சாட்சியத்தை மாற்றிக் கொள்ள வாய்ப்பு ஏற்படும். அதைத் தவிர்ப்பதற்குத் தான், ஒரு சாட்சி விசாரிக்கப்படும் போது, இன்னொரு சாட்சியை இருக்க அனுமதிப்பதில்லை. இன்னும் எவ்வளவோ இருக் கின்றன. இன்னொரு சந்தர்ப்பத்தில் பேசலாம்.''

நேரமாகி விட்டதை சிவராமனும், தங்கவேலுவும் புரிந்து கொண்டார்கள். புறப்படத் தயாரான போது ஒரு முக்கிய சமாச்சாரத்தை தான் மறந்தது தங்கவேலுவுக்கு நினைவுக்கு வந்தது.

''சார், ஒரு நல்ல சமாச்சாரம்''

''என்ன''

''என்னோட காசோலை சமாச்சாரம் இருக்கே அது தீந்திருச்சி. நீங்க அனுப்பின பதில் நோட்டீஸ் நல்ல வேலை செஞ்சிருக்கு; அது மட்டும் அல்ல. அந்த பார்ட்டியே சினிமா எடுக்கிறதுக்கு கூட்டாளியாயிட்டாங்க.''

''அப்படியா, ஆச்சர்யமா இருக்கே''

''எல்லாம் எதிர்பாராதது. ஆனால் நல்லபடி முடிந்தது. பேச்சு வார்த்தையிலே செத்துப் போன மங்களம் புருஷனும் கலந்து கொண்டார். அந்த பார்ட்டிக்கு அவர் வேண்டியவராம். திடீர்ன்னு அவர் மாரடைப்பிலே இறந்தது தான் ரொம்ப வருத்தமா இருக்கு. அவர் செத்த மறுநாள் தான் எனக்கு சேதியே தெரிஞ்சது. அப்புறம் போயி துக்கம் விசாரிச்சிட்டு வந்தேன்.''

''நீங்க போகலியா சிவராமன்''

''ஐயோ, நான் எங்க சார் அங்கே போறது. மங்களம் அக்காவுக்கே அங்கே ''வா''ன்னு சொல்ல ஆள் இல்லை. நான் போய் எதாவது பேச வில்லங்கம் ஆயிடும்.

செல்வநாதனும், தங்கவேலுவும் சிரித்துக் கொண்டார்கள்.

''அப்ப கேசை என்ன சார் பண்ணப் போறீங்க''

''அதான் சந்திரசேகரன் போன் பண்ணாரு. எல்லாத்தையும் சொன்னாரு. வழக்கில் மேற்கொண்டு எதையும் செய்ய

வேண்டாம்ன்னு சொல்லிட்டாரு. நல்லவேளை கோர்ட்ல நோட்டீஸ் உத்தரவாகி, அது மங்களம் கணவர் கையில் கெடச்ச பிறகு அவருக்கு மாரடைப்பு ஏற்பட்டு செத்திருந்தா, மங்களமும் சந்திரசேகரனும் கருப்பூரே போயிருக்க முடியாத நிலை ஏற்பட்டிருக்கும். தலைக்கு வந்தது தலைப்பாகையோட போச்சி.''

சிவராமனும், தங்கவேலுவும் விடைபெற எழுந்தார்கள். சிவராமன் கை தலைப்பக்கம் போயிற்று.

''உங்களுக்குத் தலைப்பாகை இல்லை'' என்றார் செல்வநாதன்.

சிரித்துக் கொண்டே இருவரும் புறப்பட்டார்கள்.

19

பார்வதி அம்மாளுக்கு வீட்டில் இருப்புக் கொள்ள வில்லை. அதை வெளியிலும் காட்டிக் கொள்ள முடிய வில்லை. ரொம்பவும் எச்சரிக்கையாக வீட்டில் இருக்க வேண்டியிருந்தது. ராஜேஸ்வரியைப் பார்க்க வேண்டும். அவளிடம் ஆலோசனை கேட்க வேண்டும். அவளிடம் ஆலோசனை கேட்டால், நாம் கேட்ட ஆலோசனையை ரகசியமாக வைத்திருப்பாள். எந்தச் சந்தர்ப்பத்திலும் காட்டிக் கொடுக்க மாட்டாள். இரண்டு வீடு தள்ளி இருக்கும் கோகிலம் ஆபத்தானவள். மருமகளைப் பற்றி அவளிடம் குறை சொல்லப் போய், அவள் போட்டுக் கொடுத்து விட்டாள். ராஜேஸ்வரி அப்படி அல்ல. ராஜேஸ்வரியைத் தனியாகப் பார்க்க வேண்டும். மகன், மருமகள், பிள்ளைகள் யாரும் இல்லாத சமயம் ராஜேஸ்வரி வீட்டிற்குப் போய் நிதானமாகப் பேச வேண்டும். மகன் அப்படி ஒரு வாய்ப்பை எப்போது தருவான் என்று தெரியவில்லையே என்று மனத்துக்குள் புலம்பினாள். அந்தத் திருநாளை எதிர் நோக்கி இருந்தாள்.

அடிக்கடி பெண்டாட்டியைக் கூப்பிட்டுக்கிட்டு அலையும் மகன், இப்போது எங்கயாவது போய்த் தொலையக் கூடாதா? போகாமல் இடித்த புளிமூட்டை போல் உட்கார்ந்து இருக்கிறானே?

அவன் சித்தப்பா உடல் நலம் குன்றி இருந்தார் என்று அவர் மகன் கைப் பேசியில் கூறினான். இதைச் சாக்காக

வைத்துக் கொண்டு மகனையும் மற்றவர்களையும் வெளியே அனுப்பிவிடலாம் என்று பார்வதி அம்மாள் நினைத்தாள்.

''சித்தப்பாவைப் போய்ப் பாத்துவிட்டு வாயேன்'' என்றாள் மகனிடம்.

''கண்டபடி தின்னுக்கிட்டு இருந்தா, இப்படித்தான் ஒடம்புக்கு வரும். வயசான காலத்தில் வாயை அடக்க வேண்டியது தானே? அடுத்த மாசமும் ஒடம்பு சரியில்லாமல் போகும், அப்ப போய்ப் பார்க்கிறேன்''

பார்வதி அம்மாளுக்கு ஒரு சந்தேகம். வயசானா வாயை அடக்கணும்ன்னு சொல்றானே, வாய அடக்கிறதுன்னா என்னா? அதிகம் திங்கக் கூடாதுன்னு சொல்றானா, நம்மை மனசுலே வச்சுக்கிட்டு அதிகம் பேசக் கூடாதுன்னு சொல்றானா? பார்வதி அம்மாளுக்குக் குழப்பம். சொத்துப் பிரச்சினை வந்ததிலிருந்தே மகன் பூடகமாகப் பேசுவதாக பார்வதி அம்மாள் நினைத்தாள். பக்கத்து வீட்டிற்குப் போய் மனசாரப் பேச முடியாமல் இருக்கிறதே என்று அலுத்துக் கொண்டாள்.

பார்வதி அம்மாள் எதிர்பார்த்த திருநாள் ஒரு நாள் வந்தது.

மகன் வேலை பார்க்கும் ஆபிசில் அவனுக்கு வேண்டியவனின் குழந்தைக்குப் பிறந்த நாளாம். அதற்காக மாலை குடும்பத்துடன் புறப்பட்டு விட்டான். பிறந்தநாள் விழா பேர் பெற்ற உணவு விடுதியிலாம். ''என்னவோ, பேரு, என்னாப் பேரு வைக்கிறானுங்க. வாயில நுழையவே மாட்டேங்கிறது'' என்று முணுமுணுத்துக் கொண்டாள்.

இந்தச் சந்தர்ப்பத்தை நழுவ விடக் கூடாது என்று முடிவு செய்தாள் பார்வதி அம்மாள்.

பார்வதி அம்மாளுக்கு இன்னொரு சந்தேகம் ஏற்பட்டது. ராஜேஸ்வரி வீட்டில் இருப்பாளோ இல்லியோ என்று நினைத்தாள். அதை எப்படித் தெரிந்து கொள்வது. தெரு வாசலில் நின்று பக்கத்து வீட்டைப் பார்த்தாள். ஜன்னலைத் திறந்து வைத்துப் பார்த்தாள். ராஜேஸ்வரி இருக்கிறாளா என்று தெரிந்து கொள்ள முடியவில்லை. கொல்லைப்புறம் போய்ப் பார்த்தாள். காலையில் காய வைத்த துணிகளைக் கொடியிலிருந்து விடுவித்துக் கொண்டிருந்தாள், ராஜேஸ்வரி.

பார்வதி அம்மாளுக்கு ஒரு நிம்மதி. படபடப்பு அடங்கியது.

மகன், மருமகள், குழந்தைகளை ஒருவழியாக பிறந்தநாள் விழாவிற்கு வழியனுப்பி வைத்தாள். மகன் கிளம்பும் போது அதை எடுத்துக் கொண்டாயா? இதை எடுத்துக் கொண்டாயா என்று மகன் எரிச்சல் அடையும் வரை கேட்டுக் கொண்டே இருந்தாள். அவன் எதையாவது மறந்து விட்டு, நடுவில் திரும்பி வந்தால் என்ன செய்வது? மருமகளும் அப்படித்தான். அலங்காரம் செய்து கொள்வதில் இருக்கும் கவனம் அவளுக்கு மற்றவற்றில் இருக்காது. ஒரு தடவை பூவேலை செய்த கைக்குட்டையை போகும் போது மறந்து வீட்டிலேயே வைத்து விட்டாள். பாதி தூரம் போய் ஞாபகம் வந்து ஸ்கூட்டரில் திரும்பி வந்தாள். கேட்டால் அவள் புடவைக்கு அந்தக் கைக்குட்டைதான் மேட்ச்சாக இருக்கும்ன்னு சொல்றாள். இதுபோல வேறு எங்கும் கெடைக்காதாம்.

பார்வதி அம்மாள் ராஜேஸ்வரியைப் பார்க்கப் புறப் பட்டாள். வீட்டிலிருந்த அதிரசம், முறுக்கு இரண்டையும் கொஞ்சம் ஒரு டப்பாவில் எடுத்துக் கொண்டாள். ராஜேஸ்வரி நல்ல மனநிலையில் இருக்க வேண்டும். அப்போதுதான் நிதானமாகப் பேச முடியும் என்று கடவுளை வேண்டிக் கொண்டாள். நல்ல வேளை, இந்த நேரம் தொலைக்காட்சியில் முக்கிய மெகா தொடர் இல்லை. ராஜேஸ்வரியிடம் தாராள மாகப் பேசலாம் என்று எண்ணிக் கொண்டே அவள் இல்லத்திற்குள் நுழைந்தாள்.

"வாங்க மாமி, வாங்க" ராஜேஸ்வரி பார்வதி அம்மாளை வரவேற்றாள். பார்வதி அம்மாளின் கண்கள் யாரையோ தேடின. அதைப் புரிந்து கொண்ட ராஜேஸ்வரி, "மாமி, மங்களம் கோயிலுக்குப் போயிருக்காள்" என்றாள். மாமிக்கு யாரும் வீட்டில் இல்லை என்பது மகிழ்ச்சியாக இருந் தது. தொலைக்காட்சிப் பெட்டியும் ஓய்வு எடுத்துக் கொண் டிருந்தது.

"வரணும், வரணும்ன்னு பார்த்தேன். நேரம் ஒத்து வல்லே. இன்னக்கிதான் ஒத்து வந்தது. எல்லாரும் வெளியே போயிட்டாங்க. எட்டு மணிக்குத் தான் வருவாங்க"

நாற்காலியில் உட்கார்ந்து கொண்டாள் பார்வதி அம்மாள். ராஜேஸ்வரியும் எதிரே ஒரு நாற்காலியைப் போட்டுக் கொண்டு உட்கார்ந்தாள்.

''ஒன் கிட்டே ஒரு ஆலோசனை கேட்கணும்'' தாழ்வான குரலில் சொல்லிக் கொண்டே அதிரசம், முறுக்கு வைக்கப் பட்ட டப்பாவை ராஜேஸ்வரியிடம் நீட்டினாள் பார்வதி அம்மாள்.

''என்ன மாமி இது, ஆலோசனைக் கட்டணமா?''

''நீ எங்கிட்ட ஆலோசனைக் கட்டணம் வாங்குவியா என்ன''

''சும்மா சொன்னேன் மாமி. என்ன இன்னும் சொத்துப் பிரச்சினை தீரலியா?''

''மூக்கு இருக்கிறவரை சளி இருக்கும். சொத்து இருக்கிற வரை பிரச்சினை இருக்கும்''

''சரி. சொல்லுங்க மாமி.''

''பசங்க சொத்திலே பொண்ணுகளுக்குப் பங்கு தர மாட்டேன்னு கறாரா பேசுறானுங்க. இந்தப் பசங்கள ஒரு வழிக்குக் கொண்டார கொஞ்ச நாளக்கி முன்னாடி பெரியவன் கிட்டே ஒரு போடு போட்டேன். சொத்தெல்லாம் எம் பேருல இருக்கு. அதனால நான் பொண்ணுகளுக்குக் குடுக்கிறத யாரும் தடுக்க முடியாதுன்னேன்''

''அடேயப்பா; சொல்லுங்க மாமி, புள்ளைங்க என்ன சொன்னாங்க''

''அதை ஏன் கேட்கிற. பெரியவன் பெரிய லெக்சரே அடிச்சிட்டான்.'' பார்வதி அம்மாள் தன் குரலை இன்னும் தாழ்த்திக் கொண்டாள்.

''சொத்து ஒன் பேர்ல இருந்தாலும், அது எங்க அப்பா வாங்கின சொத்து. நீ என்ன சம்பாரிச்சியா, வேலை பாத்தியா, தொழில் பண்ணினியா? சொத்து வாங்க. ஒனக்கு ஏது வருமானம். எல்லாம் அப்பா சம்பாதிச்சது. அவரு ஒன் பேர்ல வாங்கினார். அவ்வளவு தான். நீ அப்பாவுக்கு பினாமி. இந்தச்

சொத்தெல்லாம் ஒன்னோடது இல்லே, அப்பாவோடதுன்னு கோர்ட்டுக்குப் போவோம்.'' மூத்த மகன் சொன்னதைச் சொன்ன பார்வதி அம்மாள் ''நான் பினாமின்னா எம் பேர்ல இருக்கிற சொத்திலே எனக்கு உரிமை கிடையாதா? ஒனக்கு தான் லா பாயிண்ட் தெரியுமே சொல்லு.''

''மாமி, எனக்குக் கொஞ்சம் தான் தெரியும். நுணுக்கமான லா பாயிண்ட்டெல்லாம் தெரியாது.''

''ஒன்ன நம்பி வந்தேன், இப்படி சொல்றீயே''

''இருங்க மாமி. நான் கேட்டுச் சொல்றேன்'' ராஜேஸ்வரி தன் கைப் பேசியை எடுத்துக் கொண்டு வெளியே போனாள். சிறிது நேரத்தில் திரும்பினாள். ''மாமி, பினாமி சொத்துன்னு யாரும் இனிமே உரிமை கொண்டாட முடியாதாம். பினாமி சொத்தை எல்லாம் ஒழிச்சி சட்டம் வந்திருச்சாம். ஒங்க பேர்ல சொத்து இருந்தா அது ஒங்க சொத்துதானாம். அதனால உங்க மூத்த பிள்ள சொல்றது தப்பு. உங்க சொத்தை எங்க அப்பா வோட பினாமி சொத்துன்னு கேசு போட்டு எதுவும் செய்ய முடியாதாம். நான் விசாரிச்சிட்டேன்.''

ராஜேஸ்வரி சொல்வதைக் கேட்டு பார்வதி அம்மாளின் மனம் துள்ளியது.

''சட்டத்தைச் சொல்லி குடும்பத்தில் சமரசம் பண்ணிடுவேன்'' நம்பிக்கையோடு சொன்னாள் பார்வதி அம்மாள்.

''அது இருக்கட்டும் ராஜேஸ்வரி. என் பேர்ல இருக்கிற சொத்து பினாமி சொத்துன்னே ஒரு பேச்சுக்கு வச்சுக்குவோம். அப்ப அது புருஷன் சொத்து. புருஷன் சொத்திலே மனைவிக்கும் பங்கு உண்டு, இல்லியா''

''இதில் என்ன சந்தேகம். உண்டு.'' பார்வதி அம்மாளுக்கு ராஜேஸ்வரி பதில் சொன்னாள்.

பார்வதி அம்மாள் புறப்பட்டாள். ''அதிரசம் நல்லா இருக்கும், சாப்பிட்டுப் பார். டப்பா பழைய டப்பா தான். நீயே வச்சுக்க. நான் வந்து போனதை யாரிடமும் சொல்லி விடாதே, சொல்ல மாட்டேன்னு தெரியும், இருந்தாலும் சொல்றேன்''

"புருஷன் சொத்திலே மனைவிக்கும் பங்கு உண்டு இல்லையா?'' என்று பார்வதி அம்மாள் கேட்ட கேள்வி, ராஜேஸ்வரியின் மூளையை உடனடியாகத் தாக்கியது.

"அப்படியானால் செத்துப் போன புருஷன் சொத்தில் மங்களத்திற்கும் பங்கு உண்டல்லவா?'' ராஜேஸ்வரி தனக்குள்ளே கேட்டுக் கொண்டாள்.

20

சந்திரசேகரன் நாற்காலியில் சாய்ந்து, கண்ணை மூடிக் கொண்டிருந்தார். பகலில் அவர் அப்படித்தான் தூங்குவார். தூக்கம் என்றால் ஆழ்ந்த தூக்கம் அல்ல. கோழித் தூக்கம் தான். ஆனால் இன்று என்னவோ கோழித் தூக்கம் கூட சரியாக வரவில்லை. எண்ண அலைகள் தூங்கவிடாமல் துரத்தின. தூக்கம்தான் வரவில்லையே என்று விழித்துக் கொண்டு உட்கார்ந்து இருந்தால், பதற்றம் தான் அதிகரிக்கும்; ரத்தக் கொதிப்பிற்குத் துணைபுரியும். அதனால் தூக்கம் வராவிட்டாலும் பதற்றம் தணியட்டுமே என்று நித்திரையின் முகமூடிபோல் கண்களை மூடியிருந்தார். ஞாயிற்றுக்கிழமை என்பதால் சாப்பிட்டது கூடத் தாமதமாகத் தான். மூடிய கண்களால் எண்ண ஓட்டங்களைத் தடுக்க முடியவில்லை. மங்களம் வாழ்க்கையில் இப்படி ஒரு விபத்து ஏற்படும் என்றோ அவள் விதவை நிலைக்குத் தள்ளப்படுவாள் என்றோ ஒரு போதும் நினைத்ததில்லை. நினைக்காதது நடந்து விட்டது. எல்லாம் ஈசன் செயல் என்று இருந்துவிட முடியுமா?

ஒரு ஆறுதலுக்கு எல்லாம் ஈசன் செயல் என்று சொல்ல லாம். அதுவே செய்த தப்பிலிருந்து தப்பிக்கும் மார்க்கமாக இருக்கலாமா?

கைப்பிடித்த கணவன் மாரடைப்பால் மரித்தான் என்ற பேரிடர்ச் செய்தி கேட்டு மங்களம் ஆடிப் போய் அழுததை

சந்திரசேகரனால் தாங்கிக் கொள்ள முடியவில்லை. கருப்பூர் போய் அங்கிருந்து கிளம்பும் வரை ஆற்ற முடியாத நிலையில் மங்களம் அழுது கொண்டிருந்தாள். இவ்வளவு துக்கம் அவளுடைய இதயக் குழிக்குள் பொதிந்திருக்கும் என்று சந்திரசேகரன் நினைத்ததில்லை. ராஜேஸ்வரியும், அத்தையும் கூட எதிர்பார்த்ததில்லை. அதே சமயம் வானம் இருண்டு, கொட்டோ கொட்டு என்று கொட்டிய மழை திடீரென்று நின்று போவது போல் கருப்பூரிலிருந்து புறப்பட்ட பின் மங்களத்தின் அழுகை ஓய்ந்து போனதையும் சந்திரசேகரன் கவனித்தார். இழவு வீட்டில் நடந்தவை மங்களத்தைப் பாதித்திருக்குமோ என்றும் நினைத்தார். என்றாலும் அவரால் சரியாகக் கணிக்க முடியவில்லை. கணவன் மறைவுக்கு முன் எந்த நிலையில் இருந்தாளோ அந்த நிலைக்கே மங்களம் மீண்டு விட்டாள் என்பதையும் பார்க்க முடிந்தது. வாழ்க்கை யின் அனுபவங்களிலிருந்து 'ஞானம்' பெற்று விட்டாளோ என்றும் நினைத்தார். மங்களத்தைத் தான் சரியாகப் புரிந்து கொள்ளவில்லையோ என்றும் சந்திரசேகரனுக்குத் தோன்றியது.

மங்களம் கருப்பூரிலிருந்து வந்த பிறகு தான் சோகத்தில் இருப்பது போல் இருக்கவில்லை. துக்கம் விசாரிக்க வந்தவர் களிடமும் அழவில்லை. கணவன் மறைந்து ஓராண்டு அல்லது ஈராண்டு முடிந்த நிலையில் எப்படி ஒரு பெண் இருப்பாளோ அப்படி மங்களம் இருந்தாள். இருந்தாலும் எல்லாரையும் மறைவாக ஒரு பிரச்சனை உலுக்கிக் கொண் டிருந்தது. கணவன் இறந்து விட்டான். அடுத்து கருமாதி செய்து, மனைவி தாலி அறுக்க வேண்டாமா? அதை எப்படிச் செய்வது. கணவனும் மனைவியும் ஒரே வீட்டில் இருந் திருந்தால் சடங்குகள் செய்வது ஒரு பிரச்சினை இல்லை. இழவு வீட்டில் மனைவியை மூன்றாவது மனுஷி போல் நடத் தினார்கள். இவர்களும் ஒரு அரை மணி இருந்து விட்டுத் திரும்ப வேண்டியதாயிற்று. இனிமேல் கருப்பூர் போகும் பாதை நிரந்தரமாக மூடிப் போய் விட்டதா?

கருமாதி பற்றி கருப்பூரிலிருந்து எந்தத் தகவலும் இல்லை. சந்திரசேகரன் தொலைபேசியில் பேசிப் பார்த்தான். யார் என்று தெரிந்ததும் தொலைபேசியைக் கீழே வைத்து விட்டார்கள்.

கைப்பேசியில் தொடர்பு கொண்டால், சந்திரசேகரனின் எண்ணை வைத்து, பேச மறுத்து விடுகிறார்கள்.

திருவாரூரில் இருக்கும் ராஜம் அத்தையும் தொலைபேசி, கைப்பேசியில் முயன்று பார்த்தாள். சந்திரசேகரனின் முயற்சிக்கு நேர்ந்த கதிதான் அத்தைக்கும் கிடைத்தது. நேரில் போனால் அவமானப்பட வேண்டும் என்பதால் யாரும் நேரில் செல்ல முயலவில்லை. கடைசியில் மங்களம் தாலியைக் கழற்றும் சடங்கை சந்திரசேகரன் வீட்டிலேயே நடத்தத் தீர்மானித்தார்கள். திருவாரூரிலிருந்து ராஜம் அத்தையின் குடும்பம் வந்தது. இன்னும் சில நெருங்கிய உறவினர்கள் வந்தார்கள். சடங்குகள் நடந்தன. எந்த அழுகையும் இல்லாமல் கண்கள் கலங்காமல் சடங்குகளை இயல்பாக மங்களம் ஏற்றுக் கொண்டாள். ''மங்களத்திற்கு வாழ்க்கை மரத்துப் போய் விட்டதா'' என்று சிலர் தங்கள் மனத்திற்குள் கேட்டுக் கொண்டார்கள். அதன் பின்னர் தாலிக்குப் பதில் ஒரு சங்கிலி போட்டுக் கொண்டாள் மங்களம். தலைக்குப் 'பூ' வைத்துக் கொள்ளாவிட்டாலும், விபூதி வைத்துக் கொண்டாள். குங்குமம் வைப்பது கூடத் தவறில்லை என்று அவளுக்குத் தோன்றியது. அதுவரை வெளியே போவதைத் தவிர்த்து வந்த மங்களம், வழக்கம் போல் அங்காடிக்குச் செல்ல ஆரம்பித்தாள். முத்துமாரியம்மன் கோயிலுக்கு மட்டும் அல்ல, கபாலீஸ்வரர் கோயிலுக்கும் போக ஆரம்பித்தாள்.

''கடைக்குப் போக வேண்டாம்' என்று சந்திரசேகரனும் ராஜேஸ்வரியும் தடுத்துப் பார்த்தார்கள். மங்களம் கேட்கவில்லை. இயல்பு நிலையில் தன் பணிகளைத் தொடர்ந்தாள். மங்களம் வழக்கம் போல் இருப்பது சந்திரசேகரனுக்கு ஒரு வகையில் ஆறுதல் தந்தது. மனச் சுமை குறைந்தது போல ஒரு உணர்வு. என்றாலும் வாழ்க்கையில் நடந்த விபத்துகளுக்கு நிவாரணம் என்ன? போகும் திசை தெரியாமல் வாழ்க்கைக் கப்பல் நங்கூரம் பாய்ச்சி நிற்கிறதே, என்ன செய்வது? விதியே என்று இப்படியே இருக்க முடியுமா? திக்குத் தெரியாத காட்டில் எத்தனை நாள் அப்படியே இருக்க முடியும்? திக்கை நோக்கி அடியெடுத்து வைக்க வேண்டாமா? கேள்விகள் பல சந்திரசேகரனை விரட்டின.

அழைப்பு மணி அடித்தது.

சந்திரசேகரனுக்கு எரிச்சலாக வந்தது. இருந்தாலும் என்ன செய்வது? நாற்காலியை விட்டு எழுந்தார். நல்ல வேளை பனியன் போட்டிருந்தார். இல்லை என்றால் உள்ளே போய் பனியன் அல்லது சட்டை போட வேண்டும். அதுவரை அழைப்பு மணி பொத்தானை அழுத்தியவரைக் காத்திருக்கச் செய்ய முடியாது. நேரமானால் அவர் மீண்டும் பொத்தானை அழுத்தி 'இம்சை' தருவார். அது போன்ற சந்தர்ப்பங்களில் "ராஜேஸ்வரி, வாசல்ல யார், போய்ப் பார்" என்று சொல்லி விட்டு உள்ளே போய் விடுவார். இப்போது ராஜேஸ்வரியை அழைக்க வேண்டிய அவசியமில்லை. அழைத்தாலும் வருவாளா? உடம்பு முடியவில்லை என்று கடனோடு கடனாக தவணை முறையில் துணி துவைக்கும் இயந்திரம் வாங்கி விட்டாள். தன்னைத் தவிர வேறு யாராவது அதை இயக்கினால் அது பழுதாகி விடும் என்று வேறு யாரையும் தொட விட மாட்டாள். இப்போது அவளுக்குத் துணை துணி துவைக்கும் இயந்திரம் தான்.

வேட்டியை இறுக்கிக் கட்டிக் கொண்டு வாசலுக்கு வந்தார் சந்திரசேகரன்.

வாசலில் வடிவேலு! கூட ஒருவன்.

"இவன் ஏன் வந்திருக்கிறான். அதுவும் இப்போது" என்று தனக்குள் கேள்வி கேட்டுக் கொண்டார் சந்திரசேகரன். மகிழ்ச்சியும், உற்சாகமும் இல்லாத முகத்தை வைத்துக் கொண்டு, மெல்லிய குரலில் "வாங்க" என்றார். தன் கூட வந்தவனைப் பார்த்து "வா" என்று அழைத்த வடிவேலு, தர்ம சங்கட நடையில், உள்ளே வந்தான். "நண்பன்" என்று கூட வந்தவனை அறிமுகப்படுத்தினான். நண்பனின் பெயர் சொல்லக் கூட அவனுக்குத் தோன்றவில்லை.

சந்திரசேகரன் வலது கையைக் காட்டி ஜாடையிலேயே உட்காரச் சொன்னார். "ராஜேஸ்வரி" என்று குரல் கொடுத்தார். அழைப்புமணி அடித்தவுடனேயே முன் அறைக்கு வரத் தன்னைத் தயார் செய்து கொண்ட ராஜேஸ்வரி சில நொடிகளில்

வந்தாள். வடிவேலுவைப் பார்க்க அவளுக்கும் ஆச்சரியம். உள்ளே போய் மங்களத்தை அழைத்து வந்தாள். வடிவேலுவின் வருகை அவளுக்கும் புதிராக இருந்தது. மங்களத்தைப் பார்த்த வடிவேலு எழுந்து கொண்டான். ''பரவாயில்லை, உட்காரு'' என்றாள் மங்களம். ''இல்ல சித்தி, நீங்க உட்காருங்க'' என்றான் வடிவேலு. மங்களம் உட்காருவதாக இல்லை. அதைப் புரிந்து கொண்ட சந்திரசேகரன் வற்புறுத்தி வடிவேலுவையும், அவன் நண்பனையும் உட்கார வைத்தார். ''சோழியன் குடுமி, சும்மா ஆடாது'' என்பதை உணர்ந்த ராஜேஸ்வரி, வடிவேலு வருகையின் நோக்கம் பற்றி கண்டறிய ஆவல் கொண்டாள். இழவு வீட்டில் கண்டும் காணாமல் இருந்தவன் இப்போது ஏன் வீடு தேடி வர வேண்டும் என்ற கேள்வி மங்களத்தையும் குழப்பியது.

எல்லாரும் உட்கார்ந்து விட்டார்கள். மங்களம் கதவில் சாய்ந்து நின்று கொண்டாள்.

ஒரு நிமிடம் அமைதி நிலவியது. யார் பேச்சை ஆரம்பிப்பது? சங்கடமான நிலை தொடர்வதைத் தவிர்த்தார் சந்திரசேகரன். ''சொல்லுங்க தம்பி'' என்றார்.

வடிவேலு தயங்கித், தயங்கி ஆரம்பித்தான். ''நீங்க எல்லாம் ஊருக்கு வந்தப்ப, சரியா பாத்து பேச முடியலே'' என்று இழுத்தான் வடிவேலு. குற்ற உணர்வு அவனைக் கூச வைத்தது.

''புருஷனோட உடலைக் கூட காட்டாமல் மங்களத்தைக் கேவலப்படுத்திட்டீங்க. பழசெல்லாம் பேச நெறய இருக்கு. அது இருக்கட்டும். சமாச்சாரத்தைச் சொல்லுங்க.''

ராஜேஸ்வரிக்கோ, மங்களத்துக்கோ நடந்து முடிந்தவற்றைப் பற்றி விலாவாரியாகப் பேச விருப்பம் இல்லை. இவனுடைய வருகையின் நோக்கம் முதலில் தெரிய வேண்டும் என்றே நினைத்தார்கள்.

தான் ஏதோ காரியத்துடன் வந்திருப்பதாக அவர்கள் நினைக்கிறார்கள் என்பதைப் புரிந்து கொண்ட வடிவேலு,

விஷயத்துக்கு வந்தான். தயங்கித் தயங்கி வார்த்தைகளை உருட்டினான்.

''சித்தப்பா காலமாவதற்கு முன்பு ஒரு உயில் எழுதி வச்சாங்க'' வடிவேலுவின் இந்தச் செய்தி அனைவரையும் திகைக்க வைத்தது. ''உயில் ஏன் எழுத வேண்டும். அதற்கான சூழ்நிலை என்ன? அதில் என்ன சொல்லப்பட்டிருக்கிறது? உயில் மங்களத்தோடு சம்பந்தப்பட்டிருக்க வேண்டும். அதனால் தான் இவன் வந்திருக்கிறான். உயில் இருந்தால் அது பற்றிப் பேச பெரியவர்கள் வர வேண்டாமா? சின்னப் பையனையா அனுப்புவது. இதுவே ஒரு மரியாதைக் குறைவான செயல் அல்லவா? வேண்டும் என்றே அவமதிக் கிறார்களா? உயில் இருப்பதாக இதுவரை ஏன் மூச்சு விடவில்லை.'' இதில் ஏதோ வில்லங்கம் இருக்கிறது என்பதை ராஜேஸ்வரி புரிந்து கொண்டாள். இது போன்ற சூழ்நிலைகளில் அவள் மூளை துரித மூளையாகி விடும். ராஜேஸ்வரி வாயைத் திறக்காமல், பார்வையாலேயே பேசினாள். மனைவியின் மொழி கணவனுக்குத் தெரியும். சந்திரசேகரன் புரிந்து கொண்டார். மங்களத்தின் முகத்திலும் திகைப்பு. உயிலில் ஏதோ இருக்கிறது, அதனால் தான் இவன் வந்திருக்கிறான் என்று ஊகித்தாள்.

''உயில்ன்னு சொன்னீங்களே, அது என்ன ரிஜிஸ்ட்ரார் ஆபிசில் பதிவு செய்யப்பட்ட உயிலா'' ராஜேஸ்வரி கேட்டாள்.

''இல்ல, பதிவு செய்யப்பட்ட உயில் இல்லே. சித்தப்பா உயில் எழுதி வச்ச சமாச்சாரமே எங்க யாருக்கும் தெரியாது. திருவாரூர்லே பத்திரம் எல்லாம் எழுதுவாரே வேலாயுதம், அவரை ஒங்களுக்கெல்லாம் தெரியுமோ என்னவோ, அவர் தான் எழுதியிருக்கிறார். சித்தப்பா சொன்னபடி எழுதி யிருக்கார். அவரே சாட்சிக் கையெழுத்தும் வாங்கி இருக்கார். உயில்லே, இதை எழுதியவர் வேலாயுதம்ன்னு எழுதித் தன் கையெழுத்தையும் போட்டிருக்கார். உயிலை எழுதி அதை ஒரு துணிக் கவர்ல போட்டு, அதற்கு அரக்கு சீல் வச்சி, திருநாவுக்கரசு தாத்தா கிட்டே சித்தப்பா கொடுத்து வச்சிருக்காரு.''

"அது யாரு?"

"எங்க தாத்தாவோட கூடப் பொறந்த தம்பி. திருத்துறைப் பூண்டியில் இருக்காரு. சுதந்திரப் போராட்ட தியாகி. ரொம்ப கண்ணியமானவர். பெரியவர். அதனால தான் சித்தப்பா உயிலை அவர் கிட்டே கொண்டு போய்க் கொடுத்திருக்காரு. இந்தச் சமாச்சாரம் யாருக்கும் தெரியக் கூடாதுன்னும் சொல்லி இருக்கார். செத்த பிறகு எல்லாரும் தெரிஞ்சிக்கட்டும்ன்னு சொல்லி இருக்கார். அதனால்தான் திருநாவுக்கரசு தாத்தா உயில் பற்றி மூச்சுவிடலே. கருமாதிக்கு வந்த போது உயிலைக் கொடுத்து சமாச்சாரத்தைச் சொன்னார்."

உயிலில் என்ன இருக்கிறது என்பதை எடுத்துச் சொல்ல வடிவேலு தயங்கினான். தான் சொல்வதை விட அவர்களே படித்துப் பார்ப்பது நல்லது என்றும் தோன்றியது. தான் கொண்டு வந்திருந்த தோல் பையிலிருந்து ஒரு உறையை எடுத்தான். அதன் உள்ளே இருந்த ஜெராக்ஸ் தாள்களை வெளியே எடுத்து "உயிலின் நகல்" என்று சொல்லி சந்திரசேகரனிடம் நீட்டினான். தனக்குத் துணையாக வந்திருக்கும் நண்பனைப் பார்த்தான். "எல்லாம் சரியாகச் செய்கிறாய்" என்று அவன் செயலுக்கு ஏற்பு வழங்குவது போல் நண்பன் தலையை அசைத்தான்.

சந்திரசேகரன் உயிலின் நகலை வாங்கித் தனக்குள் படித்தார். அதில் என்ன எழுதியிருக்கிறது என்பதைத் தெரிந்து கொள்ளும் ஆவல் ராஜேஸ்வரிக்கு அதிகமானது. தன் கைக்கு வந்து படிப்பதற்கு முன் பார்த்து விடும் நோக்கத்தோடு, தன் இருக்கையை விட்டு எழுந்து, கணவனின் பின்புறம் வந்து நின்ற வண்ணம் கணவனோடு சேர்ந்து படிக்க ஆரம்பித்தாள். சந்திரசேகரனும் அவளும் சேர்ந்து படிக்க உதவும் வகையில் உயிலைக் கைகளில் வைத்துக் கொண்டார். மங்களம் எந்தப் பரபரப்பையும் காட்டிக் கொள்ளவில்லை. கத்தரிக்காய் காய்த்தால் கடைக்கு வரும் என்பது அவளுக்குத் தெரியும். சந்திரசேகரன் ஒரு முறைக்கு இருமுறை படித்தார். அவர் கைகளிலிருந்து வாங்கி ராஜேஸ்வரி ஒரு முறை நிதானமாகப் படித்தாள். சந்திரசேகரன் முகத்தில் எந்த அதிருப்தியும் தெரிய வில்லை. ராஜேஸ்வரியிடம் ஒரு லேசான மலர்ச்சி தெரிந்தது.

அதை அவள் உடனே மறைத்துக் கொண்டாள். உயிலைப் படித்த இருவரும் எதுவும் பேசாத நிலையில் உயில் மங்களத்தின் கைகளுக்கு வந்தது.

"தஞ்சாவூர் ஜில்லா, திருவாரூர் தாலுகா, கருப்பூர் கிராமத்தில் வசிக்கும் லேட் முருகேசன் குமாரர் பயிர் ஜீவனம் ஆறுமுகம் ஆகிய நான் சுய புத்தியுடனும், பிறர் தூண்டுதல் இல்லாமலும் எழுதி வைக்கும் உயில் சாசனம் என்ன வென்றால், என்னுடைய தகப்பனாரும், தாயாரும் சிவலோக பிராப்தி அடைந்து விட்டார்கள். நான் என் தமயனார்களுடன் கூட்டாகக் குடும்பம் நடத்தி வருகிறேன். பிதுரார்ஜிதமாக வந்த சொத்துக்களை நாங்கள் அனுபவித்து வருகிறோம். கருப்பூர் கிராமம் சர்வே நெ. 142/1-ல் 12 மா நிலமும் சர்வே நெ. 144/2 ல் 1 வேலி நிலமும் உள்ளன. சர்வே நெ. 152/4-ல் சொந்தமான ஓட்டு வீடு உள்ளது. அதன் பின்னால் இருக்கும் 6 மாவில் தோட்டமும் மர வடைகளும் உள்ளன. பிதுரார்ஜித நிலங்களோடு மெட்ராசில் வாசம் செய்யும் சாமிநாத முதலியாரின் இரண்டு வேலி நிலங்களையும் குத்தகைக்கு எடுத்து விவசாயம் செய்து வருகிறோம். எங்கள் ஜீவனம் விவசாய ஜீவனம். நாங்கள் வாசம் செய்யும் ஓட்டு வீடு தகப்பனார் கட்டியது. பின்னால் நாங்கள் அதைப் பெரிதாக்கி இருக்கிறோம்.

மங்களத்தை எனக்குக் கல்யாணம் செய்து வைத்தார்கள். நான் பெண் பார்க்கப் போன போதே பத்தாவது பாஸ் பண்ண பெண் நம்ம விவசாயக் குடும்பத்துக்கு ஒத்து வராது என்று நினைத்தேன். ஆனால் பெரியவர்கள் இந்தக் காலத்தில் இது பெரிய படிப்பு இல்லை என்றும் திருவாரூர் பெரிய டவுன் இல்லை என்றும் சால்ஜாப் சொன்னார்கள். கல்யாண மாகி கிராமத்திற்கு வந்த மங்களத்திற்கு அங்கு இருக்க இஷ்டமில்லை. திருவாரூரில் உள்ள அவள் வீட்டின் முன் புறத்தில் கடை வைத்து வாழலாம் என்று அடிக்கடி சொல்லிக் கொண்டே இருந்தாள். அவள் சொன்ன சமாச்சாரம் எனக்குப் பிடிக்கவில்லை. சம்சாரம் பின்னால் போறவன் என்ற ஊரார் பேச்சை வாங்கவும் எனக்கு இஷ்டமில்லை. சில சமயம் நான் கோபித்துக் கொண்டிருக்கிறேன். அவள் கெட்டவள் இல்லை.

நல்லவள் தான். இருந்தாலும் அவளுக்குப் புத்தி அப்படிப் போனது. அவள் அண்ணனோடு மெட்ராஸ் போய் விட்டாள். அது எனக்குப் பிடிக்கவில்லை. போனவள் வரவில்லை. பந்துக்களிடம் நான் இளக்காரமாகிப் போய் விட்டேன். ''போன பொட்டச்சி தானே வரட்டும்'' என்று சொந்தக் காரர்கள் சொன்னார்கள். அதை மீறி என் இஷ்டப்படி நான் நடக்க விரும்பவில்லை. இதெல்லாம் குடும்ப வாழ்க்கை யில் சகஜம் என்று சொன்னார்கள். ஆனால் சகஜமாக இல்லை. கேஸ் போடலாம் என்று ரத்த சம்பந்தம் உடையவர் ஒருவர் சொன்னார். மங்களம் வராததால் அவளை வாழ வரச் சொல்லிக் கேட்டு கேஸ் போட்டேன். அவள் கோர்ட்டுக்கும் வரவில்லை. எனக்குச் சாதகமாக கோர்ட் ஜட்ஜ்மெண்ட் கிடைத்தது. அவள் ஜீவனாம்சம் கேட்டு மெட்ராசில் கேஸ் போட்டாள். அந்த கேஸ் தள்ளுபடியாகி விட்டது.

மங்களத்திற்கு எதிர்காலத்தில் கஷ்ட ஜீவனம் ஏற்படும் என்று பயப்படுகிறேன். அதனால் தான் அவள் ஜீவனாம்சம் கேட்டிருக்கிறாள். இவள் பாடு திண்டாட்டமாகி சோத்துக்கே லாட்ரி அடிக்கும் நிலைமை உண்டாகலாம். அப்போதும் ஊரார் இவளை என் சம்சாரம் என்றே சொல்வார்கள். இன்னார் சம்சாரம் இப்படி கஷ்டப்படுகிறாள் என்று சொன்னால் அது எனக்கு அவமானமாகும். நான் உயிரோடு இருக்கும் போது ஜீவனாம்சம் தராவிட்டாலும் என் ஜீவ திசைக்குப் பிறகு அவள் ஜீவனத்திற்கு எதாவது உதவி செய்ய விரும்புகிறேன். எனக்குப் பாத்தியதையான ஸ்தாவர ஜங்கம சொத்துக்கள் யாவையும் என்னுடைய இரண்டு சகோதரர்களும் சமமாக சர்வ வில்லங்க சுத்தியாக, சர்வ சுதந்திர பாத்தியங் களுடன் அடைந்து, புத்ர பௌத்ர பாரபரியந்தமாய் தானாதி வினியே விற்கிரயங்கள் செய்ய யோக்கியமாய் சகல விதமான சர்வ சுதந்திர பாத்தியங்களுடன் ஆண்டு அனுபவித்துக் கொள்ள வேண்டியது. என்னுடைய சகல ஸ்தாவர ஜங்கம சொத்துக்களையும் அடையும் என்னுடைய இரண்டு சகோதரர் களும் தலா ஒரு லட்சம் ரூபாய், ஆக மொத்தம் இரண்டு லட்சம் ரூபாய் என் சம்சாரம் மங்களத்திற்குக் கொடுத்து விட வேண்டியது. அந்தத் துகையை அவள் விருப்பம் போல்

அனுபவித்துக் கொள்ள வேண்டியது. அவளுக்கு என் சொத்தில் வேறு பாத்தியதை கிடையாது. இந்த உயில் சாசனத்தை என் சுய புத்தியுடன், யார் தூண்டுதலும் இல்லாமல் செய்து வைக்கிறேன். என் ஜீவிய காலத்திற்குப் பிறகு உயில் சாசனம் அமுலுக்கு வரும்.''

மங்களம் உயிலைப் படித்து முடித்து, அதை இரண்டாக மடித்து சந்திரசேகரனிடம் கொடுத்தாள். அனைவருடைய பார்வையும் மங்களத்தின் முகத்தின் மீது பதிந்தது. ஆனால் அவர்களால் மங்களத்தின் முகத்தைப் படிக்க முடியவில்லை. உயிலைப் படிப்பதற்கு முன் அவள் முகபாவம் எப்படி இருந்ததோ கிட்டத்தட்ட அப்படியேதான் படித்து முடித்த பின்னும் இருந்தது. முகம் எந்தக் குறிப்பும் தரவில்லை. உதடுகள் இறுக்கமாக இருந்தன. அண்ணன் பேசட்டும் என்று நினைத்தாளா? அதுவும் தெரியவில்லை. மற்றவர்கள் பேசாத போது, தான் வாயைத் திறப்பது சரியாக இருக்குமா என்று வடிவேலு யோசித்தான். சந்திரசேகரனைப் பொறுத்தவரையில் தன் உணர்வுகளை வெளிக்காட்டிக் கொள்ளாமல் கமுக்கமாக இருந்தாலும், மங்களத்திற்கு மொத்தமாக இரண்டு லட்சம் ரூபாய் கிடைக்கிறது என்பது ஆறுதலான அம்சமாகவே பட்டது. ராஜேஸ்வரிக்கு கிடைப்பது லாபம் என்றே பார்க்கத் தோன்றியது. ''யார் கோர்ட், கேஸ் என்று மல்லுக்கு நிற்பது'' என்று நினைத்துத் தேற்றிக் கொண்டாள். ''இந்த இரண்டு லட்சத்தை மங்களம் எடுத்துக் கொண்டால், திருவாரூர் வீட்டை விற்று வரும் பணத்தை நாமே முழுமையாக எடுத்துக் கொண்டு வீட்டுக் கடனை அடைக்கலாம் என்று அவள் மனம் கணக்குப் போட்டது. இருந்தாலும் மங்களம் வாய் திறக்காத போது, நாம் எப்படி வாய் திறப்பது என்று ராஜேஸ்வரி கையைப் பிசைந்து கொண்டிருந்தாள். சந்திரசேகரன் கண்டு கொள்ளவில்லை. மங்களம் என்ன நினைக்கிறாள் என்பது தெரியாமல் தான் சொல்லக் கூடாது என்பதில் உறுதியாக இருந்தார். ராஜேஸ்வரிக்குத் தாங்கவில்லை. எதாவது பேச வேண்டும். ''இது என்னங்க, உயில்லே பல வார்த்தைகள் புரியல'' என்றாள்.

"இது பத்தொன்பதாம் நூற்றாண்டுத் தமிழ். பத்திரம் எழுதுகிறவங்க இப்படித்தான் எழுதுவாங்க. யாராவது நல்ல வழக்கறிஞரிடம் எழுதச் சொல்லி இருந்தால் புரியும் படி நல்ல தமிழில் எழுதியிருப்பார்'' சந்திரசேகரன் வேறு வழி இல்லாமல் மனைவிக்குப் பதில் சொன்னார். பேசாமல் இருக்கும் தேக்கத்தை எப்படி உடைப்பது? முடிவு செய்ய வேண்டியவள் மங்களம் அல்லவா? எல்லார் பார்வைகளும் மங்களத்தின் மீது படையெடுத்தன.

வடிவேலுவுடன் கூட வந்த நண்பன், வடிவேலுவை லேசாக இடித்தான். வடிவேலுவுக்கு இனம் புரியாத அமைதியைத் தாங்கிக் கொள்ள முடியவில்லை. தான் தான் இனி முன்கை எடுக்க வேண்டும் என்று தீர்மானித்தான். தன் பையிலிருந்து இன்னொரு உறையை எடுத்தான்.

"இந்தாங்க சித்தி, ரெண்டு லட்ச ரூபாய்க்கு தனித் தனியா ரெண்டு டி.டி. இருக்கு. வாங்கிக்குங்க. கூடவே ஒரு ரசீதும் தர்றேன். கையெழுத்துப் போட்டுக் கொடுங்க.'' வடிவேலு இருக்கையிலிருந்து எழுந்து உறையை மங்களத்திடம் நீட்டினான்.

மங்களம் வாங்கிக் கொள்ளவில்லை. சற்று உரத்த குரலில், பிசிறு இல்லாமல் உறுதியாகப் பேசினாள்.

"உங்க சித்தப்பா நான் கஷ்டப்படக் கூடாது என்பதற்காக பணம் கொடுக்கச் சொல்லலே. நாலுபேர் மத்தியில் நான் நடுத்தெருவில் நின்றால், அவரோட மனைவி நான் என்பதால் அவர் கவுரவம் பறி போய்விடும் என்பதற்காக, இந்தப் பணத்தைக் கொடுக்கச் சொல்லி இருக்கிறார். அவருக்கு அவர் கவுரவம் முக்கியம் என்றால், எனக்கு என் கவுரவம் முக்கியம்.'' கடைசிச் சொற்களை அழுத்தமாகச் சொன்னாள் மங்களம். எல்லோர் முகமும் ஒரு எதிர்பாராத தாக்குதலைச் சந்தித்துக் கொண்டிருந்தன.

"அது மட்டும் அல்ல. என் அண்ணன் குடும்ப கவுரவமும் எனக்கு முக்கியம். அவர்கள் யாரும் என்னைப் பிச்சைக்காரி யாகத் தெருவில் அலைய விட மாட்டார்கள். நான் சொந்தக்

காலில் நிற்பேன். நிற்கப் போகிறேன். பக்கத்துத் தெருவில் இருக்கும் பரஞ்சோதி பள்ளியில் வேலைக்குப் போகப் போகிறேன். அங்கே பட்டு டீச்சர் என்னைக் கூப்பிட்டிருக்கிறாங்க. கோடை விடுமுறை முடிஞ்சதும் வேலையில் சேர்வேன். மேலே படிப்பேன், மேலே வருவேன், இது நிச்சயம். இந்தா உயிலையும், டி.டி.யையும் பத்திரமாக எடுத்துப் போ.''

மங்களம் பேச்சை நிறுத்தினாள். உணர்ச்சியைக் கட்டுப் படுத்தி, சொற்களை அளந்து, அழுத்தந் திருத்தமாக, உறுதியோடு பேசினாள். இதுவரை பார்த்திராத ஒரு மங்களம், கனகம்பீரமாய்க் காட்சியளிப்பதாக அவர்கள் எல்லாரும் உணர்ந்தார்கள். அழுது புலம்பிய மங்களம் தானா இவள் என்ற கேள்வி ஒவ்வொருவர் மனத்திலும் எழுந்தது. அப்பாவின் பேச்சைக் கேட்டு, அத்தையின் பேச்சைக் கேட்டு, அண்ணனின் பேச்சைக் கேட்டு, அண்ணியின் பேச்சைக் கேட்டு வாழ்ந்தவளுக்குள் கண்ணகி வந்து எப்போது குடி புகுந்தாள்? அவளுடைய தைரியமும், தன் நம்பிக்கையும் மற்றவர்களைச் சில வினாடிகள் ஊமை உலகுக்கு விரட்டின.

இனி நாற்காலியில் அமர்ந்திருக்க நியாயமில்லை என்பதை உணர்ந்த வடிவேலுவும் அவன் நண்பனும் எழுந்து நின்றனர். மங்களம் காகிதங்களை நீட்டினாள். வடிவேலு தயங்கித் தயங்கி வாங்கிக் கொண்டான். சந்திரசேகரனுக்கு ஒரு வகையில் மங்களத்தைப் பார்க்கப் பெருமையாக இருந்தது. அவள் வாழ்க்கை அவள் கையில் என்பதைப் புரிந்து கொண்டார். கவ்வி இருந்த இருள் கரைந்து போவதைக் கண்டார். எதிரே இருக்கும் ஜன்னல் வழியே சாலையைப் பார்த்தார். ஒரு எளிய மனிதனை ஒரு நாய் என்னவோ என்று நினைத்துக் கொண்டு குரைத்துக் கொண்டே விரட்டியது. சில அடிகள் பயந்து, விரைந்து நடந்த அவன், அப்படியே நின்றான். நாயும் நின்றது. நாயை முறைத்துப் பார்த்த அவன் விரட்டுவது போல் கையைக் கோபமாக ஆட்டினான். நாய் பின் வாங்கியது.

சூழ்நிலையின் சிறையிலிருந்து ராஜேஸ்வரி தன்னை விடுவித்துக் கொண்டாள்.

"மங்களம், நீ வேலை பாரு. மேல படி, வேணாங்கல, அதுக்காக வர்ற பணத்தை ஏன் வேணாங்கிற. நீ சொல்றது எனக்குச் சரின்னு படல"

"காரணம் தான் சொல்லிவிட்டேனே" என்பது போல அண்ணியைப் பார்த்தாள் மங்களம். அவளுக்கு மேற்கொண்டு பேசிக் கொண்டிருப்பதில் விருப்பம் இல்லை. மறுபரிசீலனை செய்ய உகந்தது இல்லை தன் முடிவு என்பதை மவுனத்தால் விளக்கினாள்.

மவுனத்தின் மொழிகளைப் புரிந்து கொள்ள ராஜேஸ்வரியால் முடியவில்லை. அவள் பிரச்சினை அவளுக்கு.

"உனக்கு என்ன பைத்தியமா புடிச்சிருக்கு?" அண்ணி என்ற தொனியில் அவள் சொற்கள் கொஞ்சம் கனலைக் கக்கின.

"இல்லை அண்ணி. பைத்தியம் தெளிந்து விட்டது" பதில் சொன்ன மங்களம் "எல்லாம் முடிந்தது" என்று சொல்லாமல் சொல்வது போல் உள்ளே தன் அறையை நோக்கி அடி எடுத்து வைத்தாள்.

மங்களத்தைப் பின் தொடர்ந்து போக எத்தனித்த ராஜேஸ்வரியின் கரத்தை சந்திரசேகரனின் கை பலமாக இழுத்தது.

●